AF751562

Giọt Lệ Biết Làm Sao Ngừng

LÊ XUÂN MỸ

GIỌT LỆ BIẾT LÀM SAO NGƯNG

LOTUS MEDIA
2026

Giọt Lệ Biết Làm Sao Ngưng
Tác giả: Lê Xuân Mỹ
Bìa và trình bày: Uyên Nguyên
Xuất bản lần thứ nhất tại Hoa Kỳ, 2026

ISBN: 979-8-2956-3908-1

MỤC LỤC

LỜI NÓI ĐẦU

Tuyển tập "*Giọt Lệ Biết Bao Giờ Ngưng*" là những dòng ký ức và cảm xúc chân thành được ghi lại suốt chặng đường dài của một người Việt xa xứ. Từ những ngày đầu bỡ ngỡ nơi đất khách đến những mùa lễ hội, những cuộc gặp gỡ, những nỗi nhớ quê hương, từng bài viết đều mang theo hơi thở của đời sống và tâm hồn Việt trên đất Mỹ.

Qua trang viết, tác giả không chỉ kể lại chuyện đời mình mà còn phác họa bức tranh của biết bao người Việt nơi xứ người: cần mẫn, nhân hậu và luôn hướng về nguồn cội. Những câu chuyện ấy giản dị nhưng chan chứa tình người, là lời tri ân cuộc đời, tri ân quê hương và đất nước đã cưu mang.

Xin trân trọng gửi đến bạn đọc như một món quà nhỏ, ghi lại dấu chân của một người con xa xứ giữa hành trình đi tìm và gìn giữ cái đẹp của tình người Việt giữa nước Mỹ bao la.

LỜI TỰA

Có những người viết bằng trí tưởng tượng. Có những người viết bằng ký ức. Và cũng có những người viết bằng chính cuộc đời mình.

Xuân Mỹ là một người như thế. Những trang viết của ông không cầu kỳ, không tìm cách gây ấn tượng nhưng chân thật đến nao lòng. Ở đó có mùa tuyết Arnold, có rừng thông gợi nhớ Đà Lạt, có nỗi cô đơn trong buổi lễ Tạ Ơn đầu tiên không còn mẹ và có tiếng cười của những người bạn già rong ruổi khắp nước Mỹ.

Đọc ông là đọc một đời người Việt vượt sóng gió rồi bình thản dựng lại cuộc sống bằng nghị lực và lòng nhân hậu. Cuốn tuyển tập này sẽ chạm đến trái tim người đọc không phải nhờ những câu chuyện lớn mà nhờ sự chân tình lặng lẽ.

Tôi mong rằng bạn sẽ tìm thấy trong cuốn sách này điều gì đó cho riêng mình một ký ức, một nụ cười hoặc một sự đồng cảm đơn sơ.

ĐỨA CON NGƯỜI TÙ CẢI TẠO VÀ HÀNH TRÌNH VIẾT VỀ NƯỚC MỸ

Tôi đến với *"Viết Về Nước Mỹ"* muộn màng — khi tóc đã điểm bạc, khi đã đi quá nửa đời người và khi trái tim tưởng chừng như đã chai mòn trong cuộc sống bận rộn, bôn ba nơi xứ người. Thế mà chính nơi đất khách này, giữa những mùa thu lá rụng của Silicon Valley, tôi lại tìm thấy một lối đi mới — con đường của chữ nghĩa, của ký ức, của hoài niệm và của những điều không thể nào quên.

Tôi sinh ra ở Huế, là con trai đầu của một gia đình chín anh chị em. Cha là một sĩ quan bị bắt đi "cải tạo" sau ngày mất nước 1975 và chết âm thầm, tức tưởi ở một vùng núi phía Bắc xa xôi. Mẹ tôi gồng gánh nuôi con suốt những năm dài dưới chế độ Cộng sản và cả những tháng năm đầu tiên lạ lẫm nơi xứ người.

Tôi lớn lên, học hành rồi trở thành một kỹ sư. Cuộc đời tưởng chừng đã yên ổn trong vòng tay của gia đình và một quê hương an lành, hiền hòa. Nhưng rồi nước mất nhà tan và những tháng ngày cay đắng, tối đen. Những ký ức cũ vẫn mãi day dứt trong tim. Cho đến cuối năm 1998, khi đã gần năm mươi tuổi, tôi cùng gia đình nhỏ — một vợ, ba con — vượt nửa vòng trái đất sang Mỹ định cư.

Những ngày đầu ở Tulsa, trời mùa đông xám ngắt, tuyết lạnh phủ trắng mái nhà. Vợ chồng chúng tôi sống lặng lẽ, bắt đầu lại từ con số không. Như nhiều gia đình Việt Nam tị nạn qua đây, chúng tôi đã làm đủ thứ nghề để sống, để tồn tại cùng những đứa con còn nhỏ dại. Tôi chưa từng nghĩ mình sẽ viết văn, càng không nghĩ một ngày nào đó câu chuyện của mình lại được người khác đọc và sẻ chia.

Sau hai năm ở Tulsa, tôi chuyển về San Jose — nơi nắng ấm, có bạn bè, có cộng đồng người Việt đông đảo hơn. Tôi làm việc tại KLA-Tencor, công ty về điện tử, cho đến khi nghỉ hưu. Một chuyến đi lập nghiệp mà bạn bè gọi là phiêu lưu trên một thành phố lớn đắt đỏ và bon chen, trái ngược với cái hiền hòa, bình dị của một Tulsa nhỏ bé.

Chính trong những năm tháng ấy, giữa bộn bề công việc, tôi tìm đến trang viết như một cách để đối thoại với chính mình — để nhắc nhớ, để biết ơn và để không quên.

Năm 2019, lần đầu tiên tôi gửi bài cho mục "*Viết Về Nước Mỹ*" của Việt Báo: bài "*Mẹ Tôi Nằm Bệnh Viện ở Mỹ*". Một bài viết ban đầu giản dị, chỉ là một trang nhật ký trong những ngày ở bệnh viện chăm sóc Mẹ khi bà bị gãy chân, đợi phẫu thuật. Những chuyện vui buồn của Mẹ và các sinh hoạt quên mình của các y tá, bác sĩ trong nhà thương Regional Medical Center, San Jose được ghi lại trong những lúc rảnh rỗi.

Bài viết được chuyền tay, bất ngờ đến một người bạn từng viết cho "*Viết Về Nước Mỹ - VVNM*". Người bạn đọc thấy được liền gửi đi cho Việt Báo — và lại rất bất ngờ khi được chọn đăng, rồi sau đó được trao giải Đặc biệt năm 2019. Tôi vẫn còn nhớ mãi khoảnh khắc khi cầm trên tay tờ báo in bài viết đầu tiên của mình, tôi lặng người đi. Trong sâu thẳm, tôi nghe tiếng khen của Cha, lòng tự hào của Mẹ.

Đầu xuôi đuôi lọt. Tôi tiếp tục viết — chậm rãi, thật thà và bằng chính trái tim của mình. Viết về gia đình là dễ nhất. Những bài viết tiếp tục được đăng: "*Alzheimer Với Mẹ Là Một May Mắn*", "*Bật Mí Chuyện Vui Ông Ngoại*", "*Ba Tôi Và Trại Tù Vĩnh Phú*"... Cứ thế, các bài viết về gia đình tiếp tục ra đời trong những đêm khuya vắng sau những ngày làm việc mệt nhọc.

Năm 2021, hai bài viết "*Ngày Đầu Tiên Đi Học Thời Covid*" và "*Tản Mạn Thời Dịch Bệnh Covid-19*" giúp tôi đoạt giải "*Vinh Danh Tác Phẩm*", với cái tên thường gọi là Á hậu, như một lời khích lệ lớn lao để tôi mạnh dạn nới rộng đề tài ra khỏi phạm vi gia đình. Tôi tiếp tục với *"Tulsa, Bước Đầu Tiên Trên Đất Mỹ"*, *"San Jose, Làm Lại Từ Đầu Ở Tuổi 50"*, *"Cám Ơn Nước Mỹ, Cám Ơn Cuộc Đời"*... Tôi nhận ra rằng viết không chỉ là kể chuyện mà là cách để chữa lành, để truyền lại, để cảm ơn cuộc đời và để mình không bị chứng lãng quên của người già. Hết đề tài gia đình, xã hội, tôi nhảy qua đề tài về Thầy, Cô, Bạn Bè rồi lại quay về đề tài Mẹ, Vợ, Con, Cháu. Đề tài nào cũng được, miễn là chuyện có cuộc đời mình trong đó. Không vay mượn, không hư cấu, vì tôi chỉ là một người viết, chưa từng bao giờ là một nhà văn.

Đến năm 2023, tôi nhận giải *"Vinh Danh Tác Giả - Tác Phẩm Viết Về Nước Mỹ Năm 2023"* với bài *"Giọt Lệ Biết Làm Sao Ngưng"*, viết về những trăn trở của mình khi hai người bạn thân bị một kẻ điên cuồng, ngáo đá cố ý giết chết trong một vụ án làm rúng động cộng đồng người Việt Bắc Cali lúc bấy giờ. Khi tên tôi được xướng lên trong đêm trao giải tại SBTN Studios – Garden Grove, tôi gần như không tin vào tai mình. Cả khán phòng rực sáng, tiếng vỗ tay vang dội từ khán giả và những người thân yêu ngồi sát cạnh sân khấu. Tôi bước lên bục nhận giải trong tiếng nhạc nền và lời giới thiệu trang trọng của hai MC Thụy Trinh - Nguyễn Hoàng Dũng, mà lòng nghẹn lại vì xúc động và tự hào.

— *"Tôi xin cảm ơn nước Mỹ, Việt Báo, nhà văn, nhà thơ Nhã Ca, Trần Dạ Từ, Ban Biên tập, các Giám khảo... và nhiều, nhiều người nữa — đã cho tôi cơ hội được sống, được viết và được chia sẻ.*

Tôi cũng xin cảm ơn cha mẹ tôi, những người đã dạy tôi yêu quê hương, tin vào sự thật và lòng nhân ái... Cám ơn vợ tôi, người đã đồng hành bên tôi trong suốt chặng đường đời gian khó. Tôi viết không phải để khoe khoang mà để nói rằng: dù đi xa đến đâu, người Việt vẫn mang trong tim tình yêu dành cho đất nước, cho ký ức và cho con người."

Khi ánh đèn sân khấu rọi xuống, tôi thấy những gương mặt thân quen trong khán phòng: bạn bè, người đồng hương và cả những độc giả chưa từng gặp. Họ mỉm cười, gật đầu như chia sẻ cùng tôi niềm vui tự hào khó tả ấy.

Và bây giờ, khi năm 2025 đang khép lại, mùa Tạ Ơn đang đến gần, tôi lại chuẩn bị hành trang để bay về Garden Grove, nơi tôi từng đứng trên sân khấu hai năm trước. Nhưng lần này, tôi không phải là người nhận giải mà là người được vinh dự trao lại danh hiệu "Hoa Hậu - Vinh Danh Tác Giả - Tác Phẩm" cho người kế tiếp.

Chỉ nghĩ đến khoảnh khắc ấy, tim tôi lại dâng trào một niềm xúc động bồi hồi. Tôi biết trong khán phòng long trọng, đầy ắp ánh đèn ấy sẽ có một người đang run lên vì hạnh phúc — giống như tôi năm nào.

Tôi hình dung cảnh mình cầm tấm "bảng gỗ vinh danh" bước lên bục, nhìn vào gương mặt rạng rỡ của tân Hoa Hậu (dù rằng không biết là nam hay nữ) và nói:

— *"Tôi xin trao lại cho bạn không chỉ là một giải thưởng mà là niềm tin — rằng người Việt chúng ta, dù ở đâu, vẫn có thể viết nên câu chuyện của chính mình bằng lòng biết ơn và niềm yêu thương."*

Giây phút ấy, chắc hẳn tôi sẽ thấy lòng mình thật nhẹ nhàng. Như một ngọn đèn được trao tay, ánh sáng không tắt mà tiếp tục lan tỏa từ người viết này sang người viết khác — nối dài mãi những câu chuyện về nước Mỹ, về những người con tị nạn xa quê hương và về tình yêu cuộc sống với một lòng biết ơn.

Cuối cùng, tôi muốn tâm sự riêng với các bạn đang còn ngập ngừng chưa viết. Tôi chỉ là một người bình thường làm việc trong ngành chỉ liên quan đến những con số và máy móc khô khan, qua Mỹ khi tuổi đã lớn, chưa bao giờ nghĩ rằng mình sẽ cầm bút. Vậy mà rồi tôi đã viết — từ những dòng đầu tiên còn run tay cho đến ngày được gọi tên trong khán phòng rực rỡ này. Vậy thì một người như tôi còn viết được, thì các bạn tại sao không? Chỉ cần trong lòng chúng ta còn yêu, còn nhớ, còn biết mang ơn, còn biết rung động thì chắc chắn bạn đã có những câu chuyện để kể, để sẻ chia và để được cảm thông. Hãy viết, dù chỉ để lại một chút hương quê nhà trong tim.

POLICE LINE DO NOT CROSS

GIỌT LỆ
BIẾT LÀM SAO NGƯNG

Đã hai ngày trôi qua, chúng tôi vẫn chưa hết bàng hoàng về cái chết thật thương tâm của hai người bạn thân thiết: Phạm Phúc và Hạnh Nguyên. Đã hai đêm thức trắng khi nhớ đến hình dáng thật hiền lành, dễ thương của hai người. Cứ mãi thao thức khi nghĩ đến nỗi mong manh vô thường của kiếp người và sự ra đi vô cùng đột ngột, oan ức của hai người công dân rất bình thường, lương thiện tại một trong những thành phố luôn được xem là biểu tượng của ngành công nghệ cao cấp, giàu có và đáng sống của một nước Mỹ hùng mạnh. Một sự ra đi mà có lẽ chính hai bạn, dù bây giờ đang cùng nắm tay nhau trên Thiên Đàng, cũng chưa bao giờ nghĩ đến và cũng sẽ không bao giờ biết được lý do.

Camera thu được hình ảnh của chiếc xe tải màu đen cho thấy tên sát nhân lái xe gây án một cách lạnh lùng, hung hãn. Một hành động của một kẻ cuồng điên, ngáo đá hay kỳ thị thì phải đợi sự điều tra của giới chức có thẩm quyền, nhưng rõ ràng cho đến khi lìa đời, hai bạn đã không bao giờ biết được mặt mũi và động cơ của kẻ giết người. Thật đau xót khi hai bạn không phải là những nạn nhân duy nhất của ngày hôm đó.

Bắt đầu từ phía nam thành phố San Jose, nghi phạm đâm trọng thương hai công dân vô tội, cướp xe một người khác rồi bỏ chạy vào trung tâm thành phố, ẩn nấp trong bãi giữ xe của tiệm Walgreen nằm đối diện căn nhà của Phúc Nguyên.

Thảm kịch xảy ra khi thủ phạm lái xe rời nơi trú ẩn. Hắn nhìn thấy Phúc Nguyên đang đứng bên hông nhà. Kẻ cuồng điên lái xe leo qua lề đường, tông thẳng vào hai vợ chồng. Vợ chết liền tại chỗ, chồng chết trên đường đi cấp cứu vì những vết thương quá nặng. Kẻ sát nhân sau đó tông một người nữa trên đường số Mười rồi đi về phía bắc, tiến vào thành phố Milpitas. Tại đây, kẻ sát nhân giết chết thêm một người trước khi bị cảnh sát bắt giữ. Cuộc thảm sát kéo dài, như một cuốn phim quay chậm, suốt một giờ đồng hồ của một tên giết người tâm thần từng có tiền án hình sự. Hình như không có một cuộc truy đuổi nên kẻ sát nhân cứ thoải mái vừa chạy vừa gây án trong suốt một chặng đường dài từ phía nam lên phía bắc của thành phố San Jose. Giá như nhân viên công lực hành động kịp thời, truy đuổi gắt gao ngay từ đầu thì đã không có ba nạn nhân chết oan uổng như thế.

Đã qua cái tuổi bảy mươi "thất thập cổ lai hy", chúng tôi đã chứng kiến nhiều cuộc chia ly, biết đến bao cảnh đời vô thường của một kiếp người. Già cả có, trẻ trung có. Vì tai nạn cũng có, vì bệnh tật cũng nhiều. Đã từng cảm nhận bao nỗi đau mất mát những người thân yêu, bạn bè. Nước mắt đã bao lần rơi xuống nhưng có lẽ chưa lần nào trái tim tôi tan nát như lần này. Sinh ly tử biệt vốn là chuyện thường tình của tạo hoá. Có sinh thì có tử. Có chào đời thì không sớm thì muộn cũng có lúc chia xa. Nhưng trước khi rời bỏ thế gian, ít nhất ta cũng cần biết được lý do. Cũng ít nhất để lại cho bạn bè, người thân những bài học, những lời cảnh báo. Nhưng với hai bạn tôi thì không. Hai bạn vẫn còn ngơ ngác, vẫn còn bàng hoàng, vẫn còn không tin vào sự thật. Hai bạn vẫn chưa đành lòng ra đi vì còn biết bao nhiêu việc đang còn làm dang dở.

Phúc-Nguyên là một đôi uyên ương trời sinh một cặp. Yêu và một đời nguyện sống chết bên nhau, nhưng chắc chắn không bao giờ hai bạn muốn từ giã cõi đời một cách tức tưởi và vô lý như thế. Còn bao nhiêu điều hai bạn muốn cùng nhau thực hiện. Biết bao việc cần làm cho gia đình, cho bạn bè, cho cộng đồng. Hai vợ chồng vẫn còn muốn nhìn thấy đứa cháu nội duy nhất của mình tốt nghiệp đại học và yên bề gia thất. Còn muốn có những buổi sáng cùng bạn bè bên ly cafe sau vườn. Anh vẫn còn muốn cùng chị mỗi chiều đi bộ quanh xóm, vẫn muốn cùng nhau về thăm lại quê hương. Anh vẫn còn muốn tự tay sắp xếp những chiếc áo, tấm khăn cho chị mỗi khi cùng nhau đi chơi xa. Anh vẫn còn muốn cùng bạn bè tổ chức những đêm ca nhạc... Căn nhà nhỏ của hai vợ chồng vẫn còn đang sửa chữa ngổn ngang. Tháng bảy hẹn với bạn bè về Nam Cali tham dự đại hội trường Phan Chu Trinh toàn thế giới. Họp mặt với bạn bè Vạn Hạnh cuối năm... Anh chị không học cùng trường với chúng tôi nhưng mọi sinh hoạt của niên khoá chúng tôi hay của trường chúng tôi, anh chị đều tham dự. Các buổi sinh hoạt của các hội đoàn Quảng Nam-Đà Nẵng, anh chị chưa bao giờ vắng mặt. Lúc nào cũng vậy, anh chị luôn bên nhau. Anh với giọng nói ngọt ngào, chị với khuôn mặt hiền lành. Anh không hát nhưng chị thích hát. Chị hát, anh ngồi chăm chú nghe. Và cứ thế, như đôi chim ríu rít bên nhau không bao giờ rời xa trên năm mươi năm nay.

Học sinh trung học ở Đà Nẵng thời chúng tôi, không ai không biết đến cuộc tình của Phúc-Nguyên. Thành phố nhỏ xíu như lỗ mũi, các trường học nằm kế cận nhau, chuyện gì xảy ra hầu như ai cũng biết. Đã có biết bao cuộc tình của tuổi học trò mới lớn, nhưng có lẽ cuộc tình của Phúc-Nguyên là được biết đến nhiều nhất vì sự bền bỉ thuỷ chung và những chông gai của thuở ban đầu. Anh chị gặp nhau và yêu nhau từ những năm học đệ tứ, đệ tam. Một mối tình thật đẹp, lãng mạn nhưng không kém phần mãnh liệt. Chúng tôi thường ví cuộc tình của hai bạn mình giống như hai nhân vật chính trong phim Romeo và Juliet vì sự giống nhau ở những bước đầu khó khăn và những trở ngại dường như khó thể vượt qua. Chị là con đầu của một gia đình nứt tiếng giàu có, anh thì đẹp trai, hiền lành, đàng hoàng, tử tế, nhưng gia đình không ngang tầng ngang lớp bằng gia đình chị.

Vào cái thời mà môn đăng hộ đối vẫn còn trong tâm tưởng của phần đông các gia đình Việt Nam, vào cái thời mà rể kỹ sư, bác sĩ luôn là niềm mong ước của các bậc làm cha làm mẹ, lại thêm hai người yêu nhau ở cái tuổi cơm còn chưa lo, mặc còn chưa tới thì chuyện cấm cản là điều đương nhiên từ cả hai phía. Hết khuyên răn đến la mắng, doạ nạt, gia đình dùng mọi cách chia cách cuộc tình. Nhưng càng cấm cản, càng trở ngại, hai bạn càng cương quyết đến gần nhau hơn. Có những lần chị bỏ nhà ra đi, bị tìm gặp đem về rồi lại ra đi. Cuối cùng, thương con, gia đình đành chấp thuận cho hai bạn ở cùng nhau. Thế là khác với cái kết bi thảm trong phim, chuyện tình hai bạn tôi kết thúc có hậu, một "happy ending". Và giống như lời chúc phúc của tất cả bạn bè chúng tôi, Phúc-Nguyên đã sống suốt một đời bên nhau thật êm ấm, hạnh phúc.

Một cuộc tình thật đẹp và bền bỉ nhất tôi từng gặp. Anh dịu dàng, hiền lành, chu đáo; chị một đời chỉ biết thuận theo ý chồng. Chưa bao giờ hai bạn gây gổ và to tiếng với nhau, và chưa bao giờ xa nhau ngoại trừ một thời gian sau ngày mất nước. Nguyên cùng con trai theo gia đình ba má qua Paris theo diện công dân Pháp, rồi vài năm sau đó Phúc mới qua đoàn tụ với vợ con. Ở Pháp, hai bạn có nhà hàng, có cuộc sống ổn định nhưng sinh hoạt trầm lắng, ít người Việt Nam. Thèm không khí quê nhà, nhớ bạn bè, năm 1996, Phúc-Nguyên cùng gia đình qua Mỹ định cư. Hai bạn về sinh sống tại San Jose, mở nhà hàng mang tên Quảng Đà ở trung tâm thành phố. Nhà hàng Quảng Đà nổi tiếng với món mì quảng và những món ăn hương vị miền Trung quê nhà, và cũng là nơi gặp gỡ của các văn nghệ sĩ, báo chí. Anh không hát, không đàn, nhưng cái tính mê văn nghệ nằm sâu trong máu. Anh quen biết và giao thiệp rộng rãi với giới làm văn nghệ, báo chí. Các show văn nghệ tại San Jose đều được phổ biến và bán vé tại nhà hàng. Muốn biết hằng tuần đi xem ca nhạc ở đâu chỉ cần đến nhà hàng Quảng Đà. Các bích chương quảng cáo được dán kín đến nỗi nhiều khi có những tuần phải sắp hàng đợi đến khi có chỗ trống. Cùng với mẹ, chị phụ trách nấu nướng; anh quản lý, giao tiếp rồi trở thành bầu sô lúc nào không hay. Một bầu sô thật hiền lành, dịu dàng, tình cảm, đàng hoàng và làm việc hết lòng nên rất được các ca nhạc sĩ yêu mến. Cùng với nhạc sĩ Lê Huy, ban nhạc Phượng Hoàng, anh đã tổ chức không biết bao nhiêu là chương trình văn nghê tại hai miền Nam, Bắc Cali và cả Việt Nam.

Nhà hàng Quảng Đà còn là nơi tổ chức các chương trìng thính phòng bỏ túi. Nói đến các sinh hoạt văn nghệ tại Bắc Cali, không ai không biết đến Phúc Quảng Đà. Và nói đến Phúc-Nguyên, bạn bè thân thiết chúng tôi, không ai không biết đến căn nhà nhỏ nhưng ấm cúng trên đường số 16. Sau khi sang lại nhà hàng Quảng Đà, chúng tôi thường gặp nhau tại đó. Có lần tôi hỏi sao lại sang tiệm khi vẫn còn đang đắt khách, anh bảo: Mình và Nguyên cũng lớn tuổi rồi, tiền thì cũng ham lắm, nhưng thôi mình thấy đủ là đủ. Nếu cứ bám vào chuyện tiền bạc, nhà hàng thì biết bao giờ buông ra được. "Để Nguyên có thời gian cho bạn bè, cho gia đình". Phúc là thế, làm chuyện gì cũng nhắc đến Nguyên. Và Nguyên cũng vậy, mỗi lần nhắc đến chồng, nhờ chồng chuyện gì cũng Phúc. Phúc ơi... Không honey, hon niếc gì cả mà giọng nghe sao ngọt như mía lùi. Căn nhà nhỏ trở thành nơi họp mặt của bạn bè mỗi cuối tuần. Mỗi sáng, anh cùng những người hàng xóm thân thiết ngồi uống cafe, nói chuyện đời, chuyện văn nghệ và chuyện thời sự.

Từ khi nghỉ hưu, hai bạn đã sống một cuộc đời an nhàn như thế. Không bon chen, không vội vã. Cuộc sống êm ả như bản tính vốn ngọt ngào và hiền lành của hai người. Tôi học cùng khoá với Phúc-Nguyên nhưng ở hai trường khác nhau. Hai bạn học Phan Thanh Giản, tôi học Phan Châu Trinh. Hai trường nằm kế cận nhau trên cùng một con đường. Chúng tôi biết nhau nhưng không thân; chỉ đến lúc qua San Jose, chúng tôi gặp lại và thân thiết hơn vì cùng một niềm đam mê ca hát. Có quá nhiều kỷ niệm cùng nhau. Không một lần họp mặt nào của nhóm chúng tôi lại thiếu vắng hai người. Hội ngộ trường lớp, hội đoàn, liên trường QNDN, Phúc-Nguyên luôn có mặt. Nhóm nhỏ hay lớn đều xuất hiện bên nhau như đôi chim. Mỗi lần gặp gỡ nhóm, anh với hai chai rượu đỏ, chị với khay hến xúc trộn bánh tráng đã trở nên quá quen thuộc với chúng tôi. Anh dịu dàng, ân cần, quán xuyến hết mọi chuyện từ trong nhà ra ngõ; chị hiền lành, ít nói, chỉ biết làm theo anh. Nhiều khi chúng tôi hay nói lén với nhau, Phúc mà đi trước không biết Nguyên làm sao sống. Ngược lại, Nguyên chết trước chắc Phúc cũng không sống nổi đâu.

Đâu có ai ngờ lời nói chơi trong bạn bè lại như một định mệnh quyện vào cuộc đời Phúc-Nguyên như thế. Hôm nghe tin hai bạn qua đời, dù rất bàng hoàng đau đớn, chúng tôi tự an ủi nhau là anh chị cuối cùng đã được sống và cùng chết như ý nguyện của mình. Sinh không cùng năm thì chết được cùng ngày cùng tháng, cũng là hạnh phúc. Nhưng dù nghĩ như thế, chúng tôi thật sự không thể đành lòng với một kết thúc bất ngờ, bi thảm và vô lý như thế của hai người bạn thân thiết của mình. Đã mấy đêm không ngủ được, ngồi một mình trong góc sân sau nhà vắng lặng, tôi cứ suy nghĩ mãi về hai bạn mình. Những kỷ niệm cũ cứ lần lượt hiện về. Anh vẫn còn nợ tôi một đêm nhạc cuối năm, một chương trình ra mắt sách "*Tôi, đứa con người tù cải tạo*"... Còn nhiều, nhiều lắm. Vậy mà chỉ trong một khoảnh khắc, vì một thằng khùng, thằng điên không quen không biết, mọi mộng ước đều vỡ tan.

Tôi cứ mãi băn khoăn: ai là người chịu trách nhiệm cho những cái chết của những người dân bình thường, lương thiện, không một tấc sắt để tự vệ như hai người bạn Phúc-Nguyên của tôi. Cứ mãi suy nghĩ, và nếu như kẻ sát nhân điên cuồng vừa qua, thay vì dùng dao mà trang bị súng ống thì trong một giờ nghênh ngang gây án sẽ có bao nhiêu thương vong? Chắc chắn sẽ không dừng lại ở con số ba chết và ba trọng thương. Các vị dân cử có chương trình, hành động gì để ngăn chặn những tội ác tương tự xảy ra trong tương lai hay cũng chỉ là những lời nói suông "sorry and so sad" chia buồn vô nghĩa.

Chưa bao giờ tôi thấy một nước Mỹ, một Cali nhiều bất an như thế, và cũng chưa bao giờ tôi cảm thấy sự mong manh, vô thường của cuộc đời đến gần với chúng tôi như thế.

WHY AWAY THE TEARS?

Two days have passed. I am still in shock over the passing of my two close friends, Pham Phuc and Hanh Nguyen. It has been two sleepless nights, remembering their gentle and friendly demeanor. Thinking of the impermanence of human life and extremely sudden and sad departure of two innocent citizens. They lived in the city of San Jose, which is known for being the home of the tech industry. It is always said to be one of the most wealthiest and livable cities in the United States. United States is the one of the world's most powerful country. Though they are in heaven now. They will never know why they passed away.

The camera captured an image of this big black truck, clearly showing the killer driving in cold and aggressive manner. Was this act, an act of a Madman or a discriminatory act or just a plain senseless act? They will never know the face and the reason of their killer. It's so sad that they were not the only victims that day.

It started from South of San Jose. The suspect stabbed two other innocent citizens, carjacked another and ran away to the city center. The killer and vehicle were later spotted at a Walgreen's parking lot which was in front of Phuc, Nguyen's home.

The tragedy happened when the crazy killer left the parking lot. He saw Phuc and Nguyen who were standing on the side of their house. He then drove up their driveway and ran over Phuc and Nguyen. Nguyen died at the scene, Phuc was taken by the ambulance, but he died on the way to hospital due to his critical injuries. After that, the killer ran over another innocent victim on 10th ave. He headed north, entering Milpitas. He killed one more person before he got arrested by the polices. The massacre was in slow motion. He continued on his way very slowly not in a rush whatsoever. It was like an hour-long slow motion movie of a murderer with a criminal record. There didn't seem to be a chase. The killer moved slowly through the city of San Jose. If the killer had been pursued from the beginning, there wouldn't have been three victims who died so sad and unexpectedly.

In Vietnam, making it to 70 years old is considered "the ripe old age." We have witnessed many separations in life and known about the impermanent scenes of a human life. Young people and old people have died with by accident or diseases. I have felt the pain of losing loved ones and close friends. Tears have fallen many times but this one has my heart broken like never before. Separation is a natural thing in nature. There is birth and there is death. If you are born, sooner or later there will be a time to part the world. Before we leave the world we at least, need to know the reason. Phuc and Nguyen left us without any warning. In a perfect world, we would at least leave our friends and relatives with lessons and warnings, but not with Phuc and Nguyen. The two of you are still confused and shocked. The two of you still can't bear to leave because there are still things to accomplish.

Phuc and Nguyen were a loving couple who were meant for each other. They were in love and vowed to stay together forever. They certainly never thought they would leave the world in an angry and unreasonable way. There are still many things they want to do together. There are still many things they want to do for their family, friends and society. They were looking forward to attend their only granddaughter's college graduation and wedding day, when it came to that time. Every morning they enjoyed having coffee in their backyard with friends. They enjoyed their daily afternoon walks. When they travelled, Phuc still wanted to arrange Nguyen's clothes and towels in her suitcase. He organized concert events with friends. They will never get to see their end product of their cozy house, which was under a remodel. They will miss the big celebration that will occur at the Phan Chu Trinh high school world reunion. Van

Hanh University Alumni year end party... Phuc, Nguyen didn't attend at PCT high school but they were always welcomed for all the activities. Also, they never missed any activities of Quang Nam Da Nang High Schools reunion. They are always together for all the special occasions. Phuc was a gentleman, Nguyen had a cute face. Phuc didn't like to sing but Nguyen loved to sing. She sang and he sat down and loved listening to her sing. They were like two birds chirping together and never apart for more than 50 years.

Phuc and Nguyen's love story started back in high school. We have all heard about it. Da Nang was a small town during that time. Almost all the high schools were close to each other. Everyone knows everyone and everything that occurs. There have been so many love stories of the teenage years, but their love story was known throughout. It was best known for its stability and faithful. There were obstacles in the beginning though. Phuc and Nguyen met and fell in love early in high school. A love that was beautiful and romantic but no less intense. We often described their love story as in the movie Romeo and Juliet because the beginning was difficult. They had insurmountable obstacles. Nguyen was the oldest daughter from a famous and wealthy family. Phuc was very handsome and nice, but his family came from a poor background.

During those days most Vietnamese families already had their own idea of an ideal match for their children. Parents wished were their future son in law had a prestigious job such as an engineer or a Doctor. When Phuc and Nguyen were in love, they were just teenagers. They both had no job or money of their own. Because of this, their families tried to stop their love for each other from happening. The parents tried to steer their love away from each other. The more forbidden and obstructed it was by Nguyen's family, the more Phuc and Nguyen got closer together. She ran away numerous times. Her parents loved their daughter so much, they gave Phuc a chance. They were inseparable and eventually got married with the blessing of their friends. They had their happy ending, not a sad ending like Romeo and Juliet. Phuc and Nguyen lived their whole life together joyously and peacefully.

The most beautiful and longest love I have ever seen. He was so sweet and organized. They never fought or screamed at each other. They have never been a part for even one day, only one time they were apart. That was when Vietnam fell to the communists. Nguyen and her family immigrated to France. A few years later Phuc went to France to reunite with Nguyen and their son. They owned a restaurant in Paris. They lived a comfortable life. The Vietnamese community was very small in Paris. They started to miss their friends and relatives. In 1996, they moved to USA and settled down in San Jose. They opened up a Vietnamese restaurant and named it Quang Da. The restaurant was known for "Mi Quang", Quang style noodles. It also had other good authentic dishes from central Viet Nam. The restaurant was a popular meeting place for writers, singers and the press. Phuc was not a singer or a musician, but the artistry was deep in his blood. He was popular with the media, singers and musicians, etc. All the concerts posters were always posted on the outside of restaurant's door. Tickets were also distributed from the restaurant. The restaurant wall was the place to look at to find the hottest Vietnamese concerts coming up. There were so many posters that there was a waiting list of posters to get put on their wall. With the help of Nguyen's mom, she prepared the food in the kitchen. Phuc stayed in the front, greeting the customers who came to enjoy the food and conversation. Phuc eventually started promoting concerts. All the singers and people that have worked with Phuc, all say the same thing. They say Phuc is a wonderful promoter with good character, well organized and never mistreated people. Later Phuc and Le Huy, a musician with Phuong Hoang band, teamed up and organized many concerts in Southern and Northern California.

Quang Da restaurant was also known for its intimate concerts. Quang Da restaurant was well known as a place for cultural activities in northern California, that is why Phuc's nick name was Phuc Quang Da. With the thought of Phuc and Nguyen, everyone brings up their cozy house located on 16th st. After Phuc and Nguyen sold the restaurant, their house was the gathering spot. One time I asked Phuc why he sold the restaurant, which was very busy. He replied, "Nguyen and I are getting older. We are not money hungry and it's time to retire. If we fall in love with money, then we would never quit working. I want my wife to have time for family and enjoy her life with her friends." What a husband he was! Phuc was always thinking about his wife, and Nguyen was the same. Every time she needed Phuc to help her, she didn't call him honey, only called him by his name. "Hey Phuc, hey Phuc", but she called him with such a smooth voice like velvet. It was so cute. Their house became the hangout spot for all their friends. Every weekend someone was visiting. Every morning Phuc and his neighbors would sit in the backyard for a cup of coffee. They would discuss the daily events in the world. Phuc and Nguyen enjoyed their retirement. Life was peaceful. They didn't have to hustle or rush to get anywhere. Their life was as smooth, sweet and gentle nature just like their character. Phuc, Nguyen and I were the same grade but we went to different schools. They attended Phan Thanh Giang High School. I attended Phan Chau Trinh High School. Both schools were next to each other on the same street. I knew of Phuc and Nguyen, but we weren't friends yet. We didn't become friends until we met in San Jose. We had the same taste in music. We had many great memories together. They never missed an opportunity to attend a party such as a class reunion, association party, or QNDN high school reunion. Big party or small party, they were always there. They always attended hand in hand like lovebirds. Every time we celebrated any occasion, Phuc always brought two bottles of wine. Nguyen brought a tray of clams with grilled Vietnamese rice paper. We ate the dish so many times, but could never stop. It was so addicting. Phuc was gentle and considerate soul. He handled all the jobs inside and outside the home. Nguyen was like a princess, she didn't have to even lift a finger. We always joked around that Nguyen wouldn't be able to survive if Phuc passed away, or Nguyen were to pass away, Phuc would have a miserable life. He wouldn't have anyone to do things for.

We never thought our joking around about them would eventually be true, but we lost both of them. On the day I heard about their death. We were sad and confused. We tried to comfort each other. We were happy in the sense that at least they died together. They would joke around and wish when their time had come that they would die together. They weren't born the same day, but they passed away on the same day. We did not want Phuc and Nguyen to die on the same day in such a tragically way. I have gone through sleepless nights. I'm alone in my backyard sitting in peace and just thinking about them. Old memories would come back to me. Phuc still had lots of events to plan out. He was planning for a New Year's Concert. He was going to promote my new book, "*Toi, con cua nguoi tu cai tao*". All that vanished because of a madman.

I repeatedly ask myself. Who is responsible for the deaths of these people? They were good citizens of our world. They didn't have a weapon to protect themselves. I kept thinking if that madman has used a gun instead of a knife, then many more people may have died. How many more people would have died in that hour? That massacre would not have stopped with 3 injured people and 3 deaths. I wonder if the elected officials that we voted for, if they have a plan or action to stop this senseless act from happening again. It seems like all they do or say is, "We are sad and so sorry."

I feel like America is not a safe place to live now, even more so in California. Life can be taken away in an instant. Human life is impermanent.

San Jose, June 6th, 2023

Written by **Le Xuan My**
Translated by **Huynh Phuong Hoa**

MẸ ƠI, CON ĐÀNH BUÔNG TAY CHO MẸ VỀ VỚI BA

Là con trai trưởng trong một gia đình có chín anh em, tôi sống với Mẹ trong hầu hết bảy mươi bốn năm đời mình. Chỉ có hai lần tôi phải xa Mẹ lâu nhất, mỗi lần tám năm, đều liên quan đến nước Mỹ và Mẹ.

Lần thứ nhất từ năm 1991, khi Mẹ đi tỵ nạn Hoa Kỳ theo diện H.O. Tôi kẹt lại quê nhà cho đến cuối năm 1998 mới đi đoàn tụ gia đình theo diện ODP. Đi hay ở, một quyết định không phải dễ dàng với tôi lúc bấy giờ. Những năm chín mươi, sau những tháng năm sống vất vả, cay đắng và tủi nhục để kiếm sống và tồn tại, đứa con một sĩ quan tù cải tạo, nhờ thời kỳ mở cửa, các công ty nước ngoài lần lượt vào Việt Nam, tôi được làm việc cho văn phòng đại diện công ty Hoa Kỳ AMP tại Việt Nam. Mức lương 700 USD của một giám đốc kỹ thuật hồi đó là một con số rất lớn nếu so với đồng lương 50 USD của một kỹ sư mới ra trường. Văn phòng tại Việt Nam chỉ có một ông trưởng đại diện người nước ngoài, mỗi tháng qua Việt Nam một lần; còn lại nguyên văn phòng to đùng ở đường Võ Văn Tần, trung tâm Quận 3 Sài Gòn, chỉ mình tôi với một cô thư ký, một phụ tá, một tài xế, một nấu ăn và một bảo vệ.

Công việc nhẹ nhàng, lương cao, nên khi nhận giấy chấp thuận qua Mỹ định cư, tôi đã do dự xin hoãn hai lần. Cũng khó trách tôi vì lúc đó đã gần năm mươi, con cái đứa đang học đại học, đứa lớp tám, cuộc sống ổn định. Qua Mỹ, một vợ ba con phải làm lại từ đầu ở cái tuổi mà bạn bè qua trước sắp sửa về hưu, một quyết định không phải dễ dàng. Nhưng rồi cuối cùng tôi vẫn ra đi, bỏ lại Ba nằm đơn độc trên mảnh đất nhỏ quê Ngoại. Đi vì vết thương mất Ba không bao giờ nguôi ngoai và đi vì nhớ Mẹ, người tôi mãi thương yêu và là người yêu thương, che chở tôi suốt đời. Chưa một lần hối tiếc; dù nếu phải quay lại thời gian, vẫn cũng sẽ như ngày xưa, cùng vợ con bỏ nhà xa xứ.

Lần thứ hai xa Mẹ cũng tám năm dài đằng đẵng. Từ năm 2000 đến năm 2008. Lần này cũng liên quan đến nước Mỹ vì tôi rời Mẹ để đến California lập nghiệp. Cũng là một quyết định không dễ dàng khi mà sau gần hai năm định cư tại thành phố Tulsa, bang Oklahoma, gia đình tôi đã có một cuộc sống ổn định và an bình. Thành phố đất rộng người thưa, dân chúng hiền hòa. Có nhà riêng, có việc làm, con cái đều đã đi học. Không giàu có nhưng cả gia đình đang dần hòa nhập vào cuộc sống trên miền đất mới. Cộng đồng người Việt không nhiều bằng ở Cali hay Texas nhưng cũng không phải ít. Chợ, nhà thờ, chùa, tiệm ăn... người Việt đều có đủ. Vì vậy khi bàn về chuyện di chuyển về San Jose, hỏi mười người hết chín người cản ngăn. Vật giá, nhà cửa, mọi thứ nơi đó đều đắt đỏ thuộc loại nhất nhì nước Mỹ.

Nhưng ưu tư nhất của tôi vẫn là Mẹ. Mới đoàn tụ được chưa bao lâu lại tính chuyện chia tay. Tôi cứ mãi ray rứt, cứ chần chừ nửa ở nửa đi. Chưa đi mà Mẹ cứ hễ gặp là khóc, là thở vắn than dài: "Cứ tưởng qua đây là sum vầy, giờ bây lại bỏ đi, Mẹ sống sao đây?". Mỗi lần gặp, nghe Mẹ nói là thắt cả ruột gan. Nhiều khi cũng muốn buông, an phận để sống đời bình yên bên Mẹ. Nhưng rồi nỗi khao khát được làm việc, được cống hiến đúng với khả năng và mộng ước của mình, tôi đành phải cắn răng, gạt lệ xa Mẹ. Lần đầu tiên trong đời tôi cảm thấy mình là một đứa con vô cùng bất hiếu.

Nhưng thời gian xa Mẹ cũng vừa đúng tám năm. Tám năm với thật nhiều đổi thay. Mẹ bị bệnh lãng trí người già Alzheimer. Mẹ thay đổi tính tình, hay bỏ nhà ra đi, thế là Mẹ lên San Jose sống với tôi. Hy vọng với khí trời ấm áp, người Việt đông đảo, thức ăn quen thuộc, Mẹ sẽ đỡ nhớ nhà, bệnh sẽ khá hơn. Đúng lúc tôi nằm nhà dưỡng bệnh do một tai nạn lao động tại hãng làm. Cái rủi, cái may cứ quyện vào nhau. Nhờ được ở nhà nhưng vẫn có tiền sinh sống do bảo hiểm workercomp trả, tôi có thời gian ở bên Mẹ; nếu không, không biết Mẹ ở nhà một mình, ai lo.

Cứ thế ba thế hệ chúng tôi đã sống cùng nhau vất vả nhưng hạnh phúc trong một căn nhà nhỏ ở thành phố Milpitas. Bà một phòng, con một phòng, cháu gái một phòng, hai thằng cháu trai hai sofa phòng khách. Nhà chật nhưng ấm cúng. Mẹ lúc đó mới bắt đầu quên quên nhớ nhớ nhưng vẫn chưa nặng lắm, nên chuyện chăm sóc Mẹ cũng còn dễ. Lúc quên Mẹ lặng lẽ một mình, lúc tỉnh táo, Mẹ hay ngồi nhắc chuyện xưa. Ngày tháng hiện tại thì mơ hồ lãng đãng nhưng chuyện ngày xa lắc xa lơ Mẹ nhớ như in. Mẹ vẫn còn nhớ cái thời làm chim xanh cho hai bà chị, thậm chí còn nhắc đúng tên ông Ngoại, Bà Ngoại, cả tên người anh chết thời Việt Minh mấy chục năm về trước. Và nhất là luôn nhớ đến Ba. Bà vẫn còn khóc, vẫn còn có thể suốt ngày kể chuyện lúc hai mẹ con ngồi vuốt mắt Ba lần sau cùng trong căn nhà tranh ẩm ướt tại trại tù Vĩnh Phú. Cái ngày mà tôi tưởng trong cơn điên loạn, Mẹ đã định bỏ tôi để chết theo Ba.

Có quá nhiều kỷ niệm với Mẹ, từ những tháng năm hạnh phúc vui vẻ trước 1975, đến những gian khổ, cay đắng nhọc nhằn sau mất nước và rồi những ngày lưu lạc trên quê người. Kỷ niệm quá nhiều, phải không Mẹ. Hai mẹ con mình đã bên nhau qua suốt một chiều dài theo vận nước nổi trôi. Không biết là may mắn hay bất hạnh mà cả hai chúng tôi đều cùng nhau trải qua từ những tận cùng của hạnh phúc đến những tận cùng của khổ đau. Đã cùng chứng kiến giây phút Ba lìa đời. Đã cùng ngồi rửa từng lóng xương chưa khô trong cái giá lạnh của đêm khuya nơi tận cùng biên giới. Thời gian bên nhau quá nhiều nên con thương Mẹ và Mẹ cũng thương thằng "Cu Mỹ" này nhất cũng là phải thôi.

Nhớ đến Mẹ càng thương Mẹ, người đã ở bên tôi từ hồi còn đỏ hỏn, theo Ba xuôi Nam. Cho đến khi tuổi già sức yếu, khi nhớ khi quên, Mẹ vẫn là người đem đến cho tôi những khởi đầu trên con đường viết văn. Không nhờ có những kỷ niệm cùng Mẹ chắc tôi sẽ không có ngày tham gia Viết Về Nước Mỹ của Việt Báo.

Thật ra tôi biết đến Việt Báo và mục Viết Về Nước Mỹ từ năm hai ngàn, năm đầu tiên tôi mới chân ướt chân ráo từ Tulsa qua San Jose làm việc cho hãng KLA-TENCOR. Dân tech Việt Nam chúng tôi thường ít ăn trưa ở nhà hàng trong công ty. Một phần vì thức ăn không hợp khẩu vị, một phần vì đắt đỏ. Healthy thì chắc là healthy nhưng nhạt nhẽo, khó ăn và không chắc bụng tí nào. Chúng tôi thường đem theo đồ ăn trưa và mỗi thứ Sáu cuối tuần cùng nhau đi ăn bên ngoài.

Hồi đó có phở Nam, food to go thì Hương Lan hoặc Dakao Sandwich. Trước tiệm phở có đặt mấy thùng đựng báo nhưng tôi cũng không để ý lắm. Chỉ có một lần như lệ thường ăn xong tụi tôi ra trước cửa tiệm. Đứa hút thuốc, thằng xỉa răng. Tự nhiên xuất hiện một ông homeless mình trần trùng trục, đạp chiếc xe cũ xì, xẹt đến đậu cái cụp trước thùng báo. Tay bỏ đồng xu, tay mở cửa lấy ra nguyên một xấp báo dày cộm bỏ trên nắp thùng. Tưởng sao, ông này chỉ rút ra đúng một tờ rồi lên xe chạy mất. Đúng là đồ điên. Tò mò, tiện tay tôi với lấy một tờ. Đó là tờ Việt Báo đầu tiên tôi đọc trên đất Mỹ. Kể mà đến bây giờ vẫn còn thấy ớt dột, đọc ké mà không trả đồng xu nào.

Đã lâu chưa đọc lại báo tiếng Việt, đem về nhà hai vợ chồng lướt một lèo hết nguyên tờ báo. Và tôi biết đến mục Viết Về Nước Mỹ từ ngày đó. Thế là mỗi khi có báo mới tôi đều, dĩ nhiên phải bỏ tiền mở thùng báo, lấy ra đúng một tờ. Mục đầu tiên tôi đọc vẫn là Viết Về Nước Mỹ. Không phải để dự thi (hồi đó có viết gì mà thi với thố). Đọc chỉ vì thấy những câu chuyện thật gần gũi và quen quen. Đọc để tìm thấy một phần đời của mình trong đó, phần đời của những đứa con xa quê hương. Đọc chỉ là đọc vậy thôi chứ không nghĩ có ngày mình sẽ viết, sẽ gửi bài đăng báo. Dân ban B mà, giỏi toán giỏi tech thì có chứ văn thì thôi xin bái. Thời đi học ráng làm vài bài thơ con cóc gửi nàng còn bị vứt sọt rác, huống chi bàn đến văn với chương, chữ với nghĩa.

Nhưng rồi chuyện Viết Về Nước Mỹ tình cờ lại đến cũng vì liên quan đến Mẹ tôi. Một lần lúc đưa bà đi bộ qua thăm đứa cháu bên kia đường, bỗng nhiên Mẹ vấp chân quỵ xuống. Cú ngã tưởng chừng như vô hại lại làm bà gãy xương đầu gối. Thế là Mẹ được đem vào bệnh viện Regional mổ nối xương. Đó là lần đầu tiên Mẹ nằm bệnh viện tại San Jose. Mỗi ngày tôi vào bệnh viện ở với bà đến chiều tối. Đúng như cổ nhân thường nói, rảnh rỗi sinh nông nổi, ngồi không không biết làm gì, đem laptop ra gõ. Định viết nhật ký cho qua thời gian. Cứ thấy gì viết đó. Chuyện của Mẹ trong bệnh viện thì kể hoài không hết. Ở có mấy ngày mà từ mấy cô y tá, y công đến bác sĩ ai cũng biết đến cái bà người Huế nhỏ nhắn nhưng "trouble maker" này. Bác sĩ nói chưa bao giờ thấy một bệnh nhân tám chín chục tuổi mà cứng cỏi và ngang bướng như bà.

Ai đời mới mổ nối bốn mảnh xương đầu gối buổi chiều, thường bệnh nhân phải mất rất lâu mới cử động vì rất đau, thế mà buổi tối bà đã bước xuống giường đòi đi vệ sinh. Cản mấy cũng không được. Bảo nằm tiêu tiểu trên giường nhưng Mẹ đâu có nghe. Hình như căn bệnh Alzheimer làm bà không biết đau là gì. Thế là cứ thích là rục rịch bước xuống, y tá lại chạy qua cản lại. Biểu cần gì cứ bấm chuông nhưng bà có nhớ gì đâu mà bấm. Thế là nửa đêm phải dời giường bà qua phòng ngay trước cửa phòng trực cho dễ theo dõi. Cũng không xong chi, đêm sau sợ bà té, cử luôn một y tá ngồi cạnh giám sát, cho chắc ăn. Cứ vậy năm sáu ngày trong bệnh viện tôi chứng kiến biết bao nhiêu chuyện liên quan đến Mẹ. Thế là viết bài *"Mẹ Tôi Nằm Viện ở Mỹ"*. Viết xong gửi cho bạn bè trong nhóm cùng lớp thời trung học. Cô bạn từng có bài đăng trên mục VVNM bảo, ông viết cảm động quá, gửi cho Việt Báo đi, biết đâu ông được mười ngàn tha hồ khao bạn bè.

Không biết vì ngây thơ nghe lời xúi dại của người bạn, hay ảo tưởng về ngày được lên bục nhận giải, tôi hì hà hì hục đọc đi đọc lại, bới lông tìm... lỗi chính tả, sửa đi sửa lại cả chục lần rồi gửi cho cô Hằng Nguyễn mục VVNM. Gửi đi rồi chờ đợi. Có báo mới ra là đem về hồi hộp mở ngay trang VVNM, rồi thất vọng, rồi lại tự mình an ủi, hy vọng lần sau. Chờ đợi đến mỏi mòn, cuối cùng cái ngày trọng đại của thời tập tễnh viết văn cũng đến. Bài xuất hiện trên tờ báo ngày mười một tháng Năm năm hai không mười chín.

Đầu xuôi đuôi lọt. Thì ra viết cũng không đến nỗi khó quá như mình nghĩ. Viết như nhà văn, nhà thơ Nhã Ca, Trần Dạ Từ mới khó chứ viết kiểu Viết Về Nước Mỹ cũng đơn giản thôi. Cứ người thật chuyện thật, thấy gì viết đó. Khóc thì cứ khóc, cười thì thoải mái cười. Viết kiểu này hình như hợp với dân toán của tụi tôi. Cứ như một với một là hai, đừng mơ mộng biến thành ba bốn là được. Đừng như mấy ông văn sĩ, cả đời chưa từng yêu ai mà cứ suốt ngày anh, anh, em, em rồi thất tình thương, thương, nhớ, nhớ.

Kể xong về Mẹ, nhìn chung quanh thấy mấy đứa cháu ngoại sao đáng yêu quá, viết ngay "*Bật Mí Chuyện Vui Ông Ngoại*", thấy vợ suốt ngày vất vả, viết tiếp "*Chỉ Vì Yêu Anh*". Hết viết về Vợ, nhớ Cha thì viết về Ba "*Ba Tôi Và Trại Tù Vĩnh Phú*". Sau Cha viết tiếp về con. Cứ lần lượt như thế đem những kỷ niệm của gia đình dàn hết lên trang giấy. Càng nhớ, cảm xúc càng dâng trào, kèm luôn nước mắt. Hết chuyện gia đình lại viết về bạn bè, Thầy Cô. Đôi lúc ngồi một mình trong góc vườn tịch mịch giữa đêm khuya, lại nhớ về một thời thơ ấu, nhớ về một quê hương ngàn đời yêu dấu đã mất, cảm xúc dâng trào và "*Những tháng ngày đen tối*", "*Đi Hốt Cốt Cha Từ Trại Tù*"... ra đời.

Nhưng có đi loanh quanh với những chuyện liên quan đến gia đình, bạn bè và nước Mỹ, cuối cùng đề tài cũng quay về với Mẹ. Người Mẹ vĩ đại của tôi. Những chuyện về Mẹ muôn đời không kể hết. "*Alzheimer Với Mẹ Cũng Là Một May Mắn*", "*Mẹ Tôi, tuổi Canh Ngọ*" ra đời trong những ngày một đứa bé "thất thập cổ lai hy" sống với Mẹ già U100 nhớ nhớ quên quên. Viết về Mẹ trở thành một nhu cầu như ăn như uống. Mỗi lần viết là một lần tôi sống lại một thời bên Mẹ. Lúc nào cũng xúc động bồi hồi không cầm được nước mắt vì tôi biết mỗi ngày trôi qua, bệnh Mẹ sẽ nặng thêm, quãng đời chúng tôi bên nhau sẽ càng ngắn lại.

Mẹ càng lúc càng chìm đắm trong cái quá khứ sâu thăm thẳm của Mẹ. Có những đêm Mẹ thức dậy trong bóng tối, một mình nói chuyện với tấm ảnh của Ba, của Ngoại trên bàn thờ. Không ít những lần Mẹ trở thành một người thật khác lạ, kéo nguyên một tấm nệm để chắn cửa phòng vì sợ có người vô giết mình. Bệnh hoang tưởng của Mẹ mỗi ngày một nặng thêm. Tôi biết ngày tôi mất Mẹ đã không còn xa. Biết nhưng không làm gì được, chỉ còn mong thời gian qua thật chậm. Nhưng dù có chậm đến bao nhiêu thì cũng đến ngày tôi đành phải buông tay cho Mẹ về bên Ba. Đến cái thời khắc mà đáng lẽ không vì chín đứa con còn nhỏ dại, Mẹ đã theo Ba bốn mươi bảy năm trước. Từ lúc Ba rời xa, Mẹ đã không một ngày sống cho riêng mình. Nén chặt nỗi đau quá khứ và những giọt lệ cay, Mẹ đã kiên cường thay Ba đem trọn đàn con chín đứa đến bến bờ tự do.

Thôi thì Mẹ ơi, bây giờ đã đến lúc Mẹ sống cuộc đời của Mẹ. Ở lại trần gian chúng con sẽ sống tốt. Cứ yên lòng ra đi và xin đừng ngoảnh lại. Nếu không, con sẽ không đành lòng buông tay, Mẹ ơi!

San Jose ngày xa Mẹ 2/5/2025

NHỮNG THÁNG NGÀY ĐEN TỐI

Những ngày cuối tháng Tư 1975, Sài Gòn đắm chìm trong cơn hỗn loạn. Tin tức về một cuộc chiến kết thúc bi thảm được truyền đi, kéo theo một dòng người tìm mọi cách vượt thoát khỏi quê hương. Không nhận được tin người đến đưa toàn bộ gia đình ra đi như đã hứa, tôi cùng ba và gia đình người em gái đi thẳng từ Tổng Nha Cảnh Sát về bến Bạch Đằng, nơi con tàu VNTT đang ngập tràn những dòng người từ khắp nơi đổ về. Hai vợ chồng em gái lên tàu trước. Tôi và ba chần chờ sửa soạn lên sau.

Trong cái dòng người hoảng loạn, trong cái âm thanh cuồng nộ những ngày cuối cùng của tháng Tư, hai cha con vẫn còn nhìn về hướng Lăng Ông Bà Chiểu, nơi nhà tôi ở đó. Vẫn còn hy vọng mẹ và các em đến kịp để cùng đi. Đợi mãi vẫn không thấy. Tàu sắp nhổ neo, mẹ và các em tôi vẫn biệt tăm. Ba bảo: thôi con lên trước đi, ba đợi thêm một tí nữa, mình gặp nhau trên tàu. Trong mắt ba vẫn còn ánh lên một tia hy vọng. Nhưng tôi biết là đã hết. Thời gian không còn kịp nữa. Ba hối thúc tôi lên tàu, riêng ba không đành bỏ vợ và những đứa con còn nhỏ dại, quyết định quay lại. Với tôi, ra đi hay ở phải là một quyết định trong chớp mắt. Nhưng sao đành bỏ lại ba một mình với khuôn mặt và cặp mắt thất thần như vậy. Tôi lắc đầu. Thế là tôi và ba đi ngược lại dòng người vẫn cuống cuồng chạy về phía bờ sông, dù con tàu đã từ từ rời bến. Cùng với hàng triệu người miền Nam Việt Nam, tôi và gia đình bắt đầu sống những tháng ngày đen tối nhất.

Đêm khi nghe tin Đại Tướng Dương Văn Minh tuyên bố dầu hàng trên đài phát thanh, ngoài đường những nhóm người đội mũ cối cầm súng đi qua đi lại, cả gia đình tôi chui dưới chân cầu thang, tắt đèn tối thui, ẩn trốn, và ba ôm mẹ khóc. Thế là chấm dứt một quãng đời, lịch sử đã sang trang và chúng tôi đã cảm thấy một tương lai mịt mù sắp tới.

Ngay ngày đầu tiên của tháng năm 1975, vừa mới sáng sớm một đoàn người thật đông đảo gồm cán bộ và công an ghé vào nhà, kêu ba tôi ra trình diện. Ba được lệnh trong thời gian này phải ở nhà, không được đi đâu cả cho đến khi có lệnh mới. Tên cán bộ dẫn đầu sau đó đi một vòng khắp nhà, ngang qua phòng khách, giật đứt chiếc điện thoại để bàn, xem giấy tờ từng người và trước khi ra về, lấy luôn chiếc đồng hồ đeo tay của ba trên đầu tủ thờ. Chiếc đồng hồ kỷ niệm của ông nội mà ba rất quý. Mẹ chắc lưỡi - thôi kệ, của đi thay người. Mạ nói vậy thôi chứ không muốn cũng không được. Những ngày sau đó, thời gian trôi qua thật dài. Dài trong âu lo, trong chờ đợi, thấp thỏm về một điều bất hạnh sẽ xảy ra.

Trong những ngày sau đó, ba tôi sống trong hoang mang, lo sợ, không dám bước ra khỏi nhà. Mặt ba lúc nào cũng căng thẳng. Riêng tôi mỗi ngày vẫn lên trình diện cơ quan rồi về. Lên để biết thì ra có những bạn bè cùng sở làm ngày xưa, từng cùng vui chơi sinh hoạt với mình bây giờ đội mũ cối, cầm súng lầm lì đi ra đi vào. Có người còn chào hỏi tử tế nhưng có đứa mặt mày vênh váo, kênh kiệu. Những nhân viên còn ở lại, không phải dân cộng sản nằm vùng hay những kẻ ăn theo mà chúng tôi gọi là việt cộng 30 tháng tư, tụm lại một phòng trên lầu, co cụm đến tội nghiệp.

Tôi biết ba vẫn còn một tia hy vọng người em út đi "tập kết" từ những năm 1954, đang làm lớn trong chính quyền cộng sản và hình như đang có mặt tại Sài Gòn. Nghe đâu là chính ủy một đơn vị phòng không không quân gì đó. Ba kể hồi nhỏ ba và chú rất thương yêu nhau, ngày chú đi vào rừng theo kháng chiến, ba là người cuối cùng gặp và đưa chú vào chiến khu. Ba vẫn nghĩ nếu có chú quay về chắc ba sẽ không sao.

Ba như một người sắp sửa bị chìm tàu, cố bám víu một chút hy vọng nào đó để sống, dù rất mỏng manh. Với tôi, mọi chuyện không dễ dàng như thế. Tôi nghĩ ba quá ngây thơ, nhưng biết làm sao được, một người sĩ quan cảnh sát thất trận, một vợ và 8 đứa con nheo nhóc trong một thành phố không còn thuộc về mình, chung quanh đầy rẫy những hiểm nguy, bất trắc, vẫn đang cố bám víu một hy vọng dù rất mong manh. Có thể ba đang cố quên nhưng với tôi, ký ức về một Mậu Thân khủng khiếp ở Huế vẫn còn đó, không thể nào không nhớ. Những cuộc trả thù tàn khốc chắc chắn sẽ xảy ra. Không ảo tưởng như ba, tôi chờ đợi và biết rằng ngày đó sẽ đến, không xa.

Một ngày đầu tháng Sáu, như ba đang mong đợi, chú tôi đi cùng một vài bộ đội cầm súng ghé nhà thăm gia đình chúng tôi. Một trung tá chính ủy thuộc đơn vị phòng không không quân cộng sản, ghé thăm cựu thiếu tá cảnh sát chế độ cũ. Hai anh em thuộc hai chiến tuyến gặp nhau tại Sài Gòn sau 20 năm xa cách. Hai người đi hai con đường khác nhau, cuối cùng hội tụ tại một nơi. Cũng chào hỏi, cũng mừng mừng tủi tủi, cũng nhắc lại chuyện xưa, nhưng tôi biết quan hệ đã không còn như trước nữa. Nói thật lòng, chú tôi nhìn bề ngoài gầy gò khắc khổ, ít nói và trông có vẻ hiền lành chứ không đến nỗi dữ dằn như trong tưởng tượng của tôi. Nhưng tôi vẫn không thể chuyện trò thân mật với chú được. Một bức tường vô hình đã chắn ngang trong quan hệ của chúng tôi.

Cuối tháng sáu, cái ngày tôi biết chắc chắn phải đến, cuối cùng đã đến. Ba tôi nhận giấy đi "trình diện học tập cải tạo" dành cho đối tượng sĩ quan "Nguỵ quân, nguỵ quyền". Địa điểm tập trung: trường Trung Học Chu Văn An. Trong giấy ghi rõ "đem theo đồ dùng cá nhân để sử dụng từ 10 đến 30 ngày". Nhận được giấy báo, ba mừng như thoát được gánh nặng canh cánh bao lâu nay. Ba bảo:

— *Tôi nói có sai đâu bà, bây giờ hòa bình rồi họ không trả thù như hồi Mậu Thân đâu. Kỳ này tôi chỉ đi học tối đa một tháng mà thôi. Trình diện ngay tại Sài Gòn này thôi. Xong đợt học tập này rồi mình sẽ được đối xử như những người dân bình thường. Tôi tính gia đình mình sẽ về lại Đà Nẵng sinh sống. Có mắm ăn mắm, có rau ăn rau.*

Mẹ tôi, với linh cảm và yếu đuối của đàn bà, lên tận sân bay Tân Sơn Nhất xin gặp chú nhờ giúp đỡ. Biết đâu nhờ quan hệ anh em, ba sẽ được miễn đi tập trung hoặc nếu không chắc cũng được cho về sớm. Liếc sơ qua giấy báo "trình diện học tập" chú nói:

— Chị đừng lo, cách mạng khoan hồng lắm, anh cứ đi, học tập khoảng mươi ngày nửa tháng là xong thôi. Cứ học tập thật tốt, về sớm đúng ngày, không sao đâu.

Mẹ tôi an lòng chuẩn bị mền, mùng, thức ăn khô cho ba. Riêng tôi, qua trực giác, qua sách báo đã đọc, và qua kinh nghiệm những ngày Huế bị tạm chiếm năm Mậu Thân, tôi nghi ngờ về chữ "học tập tốt" mà chú vẫn thường nhấn mạnh. Tôi biết là mọi chuyện chỉ mới bắt đầu. Để xóa đi ký ức của một sĩ quan cảnh sát 51 tuổi đời, 25 năm quân ngũ, và để đào tạo thành một người "công dân chế độ Xã hội Chủ nghĩa", chắc chắn không thể là 10 ngày hay một tháng ngắn ngủi như thế. Tôi biết là chú đã không nói thật, và ba thì ảo tưởng hoặc có thể đã biết nhưng muốn che giấu mẹ con tôi, cố gượng vui chờ ngày lên đường. Có những đêm thức giấc giữa đêm khuya tôi thấy ba ngồi lặng lẽ hút thuốc liên tục ngoài hiên. Đôi vai như quằn xuống, tôi chua xót nhận ra chỉ trong một thời gian quá ngắn ba đã già đi rất nhiều. Trong cái bóng tối mênh mông, tôi cảm thấy mình quá nhỏ bé và vô dụng vô cùng.

Một ngày trước khi đi, ba dặn riêng tôi không cho mẹ biết, hai cha con ra chợ Bến Thành. Ba nói ba còn để dành 2 lượng vàng, bán xong con nhớ đem về cất riêng, khi nào mẹ và các em cần tiền thì con đưa cho mẹ. Ba không biết khi nào về, con nhớ cùng mẹ lo cho các em. Thì ra ba không ngây thơ như tôi tưởng, tất cả nụ cười trên khuôn mặt ba thường ngày chỉ là giả tạo. Lúc này không có mẹ bên cạnh, ánh mắt ba bây giờ mới là thực. Nhìn khuôn mặt hoang mang đến tội nghiệp của ba, tôi thấy mắt mình cay cay. Thương ba vô cùng nhưng tôi không biết phải làm gì để an ủi, chỉ biết nắm chặt tay ba chia sẻ một nỗi đau.

Cuộc mua bán 2 lượng vàng diễn ra nhanh chóng và lén lút. Tôi ngồi trên xe canh chừng công an, ba đưa vàng, người bán đếm tiền gói lại đưa cho ba, ba lại đưa tôi. Liếc ngang liếc dọc, bỏ vô túi xách, ôm kè kè bên mình, về nhà cất kỹ trong két khoá lại, phòng khi bất trắc.

Sáng sớm hôm sau, một ngày đầu tháng 7 năm 1975, ba từ giã gia đình đi "trình diện học tập cải tạo". Ba ôm mẹ, hôn các em. Mẹ, các em đều khóc. Bé út khóc to nhất. Tôi ráng cắn chặt răng, mắt cay cay, hối hả đạp xe chở ba đến trường Chu Văn An. Không ai nghĩ rằng, đó là lần cuối cùng mẹ và các em gặp ba, còn sống. Trước cổng trường, đông nghẹt những người đi trình diện và những thân nhân lóng ngóng bên ngoài. Tay xách ba lô, ba lủi thủi đi vào; trước khi bước qua cánh cửa sắt có mấy tên công an đứng gác, ba quay lại nhìn tôi như nhắc nhở con nhớ thay ba lo cho mẹ và các em. Khi bóng ba mờ khuất sau dãy lớp, nỗi đớn đau kềm hãm bấy lâu vỡ oà, tôi khóc ngon lành như một đứa trẻ. Tôi biết rằng ngày ba trở về còn xa lắc xa lơ.

Từ khi ba đi, căn nhà trở nên vắng vẻ vô cùng. Mẹ phần lo chạy gạo hằng ngày, phần lo lắng nhớ ba, gầy đi trông thấy. Tuy nhiên mẹ vẫn hy vọng 1 tháng sẽ trôi qua nhanh chóng, ba trở về và mọi chuyện sẽ trở lại như xưa. 10 ngày, 30 ngày rồi 45 ngày trôi qua, chúng tôi bắt đầu sốt ruột, lo lắng. Mẹ cứ mỗi ngày hết đi ra lại đi vào, hết lên phường hỏi thăm tin tức rồi lại lên Tân Sơn Nhất tìm gặp chú. Vẫn là 1 câu trả lời:

— *Chắc sắp được về thôi. Anh học tập tốt thì cách mạng sẽ cho về, chị đừng lo.*

Câu chị đừng lo càng lúc càng trở thành vô dụng khi bao tháng ngày trôi qua, vẫn không một tin tức gì về ba. Mẹ già hẳn đi. Cuộc sống càng ngày càng khó khăn cho một gia đình 11 miệng ăn. Đồng lương ít ỏi của tôi không đủ nuôi sống cả gia đình, mẹ bắt đầu đem đồ đạc trong nhà ra chợ bán. Chú thì thỉnh thoảng vẫn ghé thăm nhưng thưa thớt hơn nhiều. Có lẽ vì bận rộn nhưng cũng có lẽ sợ không biết phải trả lời sao với mẹ. Không lẽ đợi anh "học tập tốt, cách mạng khoan hồng", hay là chắc sắp về khi mà ngày mai của chú có thể là một ngày không bao giờ đến.

Thấm thoát rồi cũng qua một năm. Mẹ vẫn mỏi mòn chờ đợi trong vô vọng, ba vẫn biền biệt phương nào. Không một tin tức, không một dấu vết, dù nhỏ nhoi. Có những đêm hai mẹ con chỉ biết ôm nhau khóc. Nhớ ba, nhớ những ngày êm ấm cũ. Bỗng nhiên tôi chợt nhớ đến số tiền bán 2 cây vàng giấu trên gác. Một số tiền khá lớn thời bấy giờ. Ai ngờ khi mở gói tiền tôi sững sờ nhìn thấy nguyên bó tiền chỉ có hai tờ đầu là tiền thật, ở giữa toàn là giấy báo. Thì ra lợi dụng việc mua bán chui lén lút, vừa bán vừa canh chừng công an, khi đưa tiền, người bán đã tráo đổi gói tiền đang đếm bằng gói tiền gói sẵn. Cho đến khi chết chắc ba cũng không thể ngờ những đồng tiền cuối cùng ba để dành cho mẹ là con số không to tướng.

Trong những tháng năm sau đó, cuộc sống càng ngày càng khó khăn. Mẹ mỗi ngày tiếp tục ra buôn bán đồ cũ chui trước chợ Tân Định. Sạp hàng là một tấm vải ni lông, cột dây bốn góc để dễ túm lại khi có công an đến. Thời đó buôn bán trên vỉa hè là phạm pháp. Vừa mua bán vừa láo liên canh chừng công an. Nếu công an tới thì túm tấm ni lông bỏ chạy vào nhà lồng chợ. Công an đi khỏi, đem hàng ra bày bán tiếp. Đồ bán khi thì một đôi giày, một chiếc áo cũ hay có khi chỉ là lớp vải lông thú tách ra từ những chiếc áo lính ngày xưa.

Có gì bán nấy. Khởi đầu là đồ đạc trong nhà, sau đó là đồ mua lại từ những người có cùng hoàn cảnh đem bán. Cũng có khi là đồ chôm đồ chỉa, cũng lây lất qua ngày. Các em còn quá nhỏ, chỉ mình tôi với mẹ, sĩ diện, lòng tự trọng của một kỹ sư cũng đem chôn chặt trong lòng. Tôi mỗi ngày, sau giờ làm việc cũng ra chợ Tân Định, vừa canh chừng công an, vừa giúp mẹ khi cần ôm hàng chạy trốn. Trong những ngày vô cùng khốn khó đó, thỉnh thoảng chợt nhớ về thời thơ ấu cũ lòng thật buồn. Những ngày tươi đẹp ấy đã quá xa. Những lo lắng về cuộc sống và một tương lai mù mịt, làm tôi trở nên lạnh lùng chai đá. Dù rằng cũng có đôi khi, tôi một mình khóc thầm trong đêm.

Như một định mệnh, trong những ngày cùng cực khốn khó đó tôi gặp C., vợ tôi bây giờ. Người ta hay nói vợ chồng là duyên là nợ. Điều này rất đúng với chúng tôi. Trước 1975 tôi và C. cùng làm chung tại Trung Tâm Bưu Chính Viễn Thông thuộc Bưu Điện thành phố Sài Gòn. Gặp nhau thường xuyên nhưng ít khi nói chuyện.

Nàng làm thư ký cho ông Desai, giám đốc chương trình đào tạo của Liên Hiệp Quốc, là một người đẹp, nhiều người theo đuổi.

Tôi là kỹ sư mới ra trường. Tốt nghiệp Bách Khoa Phú Thọ, tôi chọn vào làm việc ở Trung Tâm Huấn Luyện Bưu Chính & Viễn Thông vì cái học bổng cao học về viễn thông tại Tân Tây Lan. Tôi ghét cái kênh kiệu và lạnh lùng của nàng. Nàng thì ghét cái giọng Huế nặng trịch của tôi. Tôi càng ghét nàng khi bài thi xếp hạng để đi du học của tôi bị cộng sai điểm. Tôi khiếu nại không được. Và vì vậy tôi bị sắp đi đợt 2 vào tháng 12 thay vì đợt đầu vào tháng giêng năm 1975.

Chuyến đi du học tháng 12 bị bãi bỏ do biến cố 1975. Tự an ủi xem như chưa có số xuất ngoại dù trong lòng tôi buồn và tức. Nhưng có lẽ vì vậy nên sau này nàng đã phải ở bên cạnh tôi, trả nợ suốt đời. Cùng hoàn cảnh, cùng thuộc gia đình "ngụy quân ngụy quyền", cùng ghét Việt Cộng như nhau, chúng tôi gặp nhau thường xuyên trong những lần bắt buộc đi nghe các buổi nói chuyện về chính trị, về "chủ nghĩa Max Lenin". Chúng tôi hay chọn ngồi dưới hàng ghế cuối cùng. Để ngáp và để ngủ không bị để ý. Những hàng ghế cuối cùng trở thành nơi chúng tôi chia sẻ những đắng cay, những mất mát và những yêu thương. Cuối cùng chúng tôi quyết định nên vợ nên chồng. Thời đó, dám yêu đứa con cảnh sát chế độ cũ, tương lai mờ mờ mịt mịt, chắc chắn chỉ có thể là nàng đã quá yêu tôi.

Đám cưới được tổ chức đơn giản. Không rể phụ không dâu phụ, không rước dâu. Lạy cha mẹ, lạy bàn thờ gia tộc hai bên, đơn giản chỉ như vậy. Chỉ một số ít bạn bè thân thiết và bà con gần. Không có gì phải phô trương khi ba tôi vẫn mịt mù đâu đó trong "trại cải tạo", không biết sống chết ra sao. Nàng yêu tôi và tôi cũng rất yêu nàng. Thế là đủ.

Một ngày trước đám cưới chúng tôi nhận được giấy báo từ phường, yêu cầu gia đình ra khỏi nhà trong vòng 48 giờ. Lý do gia đình thuộc diện 28 ác ôn, sĩ quan cảnh sát làm việc cho "chế độ Mỹ Ngụy". Giấy báo còn cho biết phường sẵn sàng "giúp đỡ, tạo mọi điều kiện để gia đình có thể lập nghiệp trên vùng kinh tế mới".

Kết thúc vội vàng buổi tiệc mừng đám cưới, hai vợ chồng đạp xe lên sân bay Tân Sơn Nhất xin chú can thiệp giúp đỡ. Chú nói:

Theo chú thấy đi kinh tế mới dầu sao cũng tốt cho mẹ và các cháu.

Cực khổ lúc ban đầu nhưng sau này sẽ khá hơn. Hồi chú ở ngoài Bắc cực khổ hơn gấp trăm lần, có sao đâu. Sau này ba con về còn có chỗ sinh sống.

Có chú cũng như không, hai đứa chỉ biết nhìn nhau, thầm nghĩ với tình thế này chắc cũng phải lên đường đi lập nghiệp trên vùng đất mới mà thôi. Trong lúc cùng đường, vợ tôi chợt nhớ đến ông xếp cũ từ thời trước 1975, một kỹ sư tốt nghiệp từ Pháp, cựu Giám đốc Bưu điện nay là cán bộ cao cấp làm việc trong "Thành ủy". Nghe trình bày hoàn cảnh, nghĩ đến mối giao tình thầy trò ngày xưa, ông nói để ông liên lạc phường xem thử. Không hiểu ông can thiệp như thế nào, hai ngày sau phường gửi giấy quyết định cho gia đình mẹ con chúng tôi tạm thời ở lại cho đến khi chồng đi "học tập cải tạo" trở về.

Từ khi lập gia đình, tuy có thêm đồng lương của vợ tôi, nhưng vẫn không thể nào đủ cho một gia đình 11 miệng ăn. Bán chợ chạy của mẹ thì vất vả mà thu nhập quá kém cỏi. Hai đứa bắt đầu làm thêm đủ thứ ngành nghề.

Khởi đầu là nuôi heo. Nhờ giấy giới thiệu của cơ quan, mỗi tháng vợ tôi được mua một cặp heo con với giá rẻ. Chiếc cầu tiêu duy nhất tuy nhỏ cũng được ngăn ra dành chỗ để nuôi 2 con heo mới đẻ. Mỗi ngày đi tiêu đi tiểu trong tiếng kêu ủn ỉn của chúng, mới đầu rất khó chịu, nhưng rồi nghe riết cũng quen. Nuôi 1, 2 tháng, đem ra chợ bán. Lại lên trại mua 2 con khác nuôi tiếp.

Chỉ nuôi heo không cũng chưa ăn thua. Bắt đầu nuôi thêm gà công nghiệp. Cũng xin giấy giới thiệu lên trại gà mua vài chục gà con, nuôi vài tháng hơi lớn lớn rồi đem bán. Được vài tháng suôn sẻ, gặp mùa toi dịch, gà heo chết hàng loạt, cụt vốn, hai vợ chồng nhảy qua làm bánh đậu xanh. Mẹ ngâm, đãi đậu, tôi cắt giấy, vợ tôi gói. Mỗi chiều đi làm về, hai vợ chồng đèo nhau trên chiếc xe đạp cũ kỹ đi giao bánh cho mấy tiệm ăn quanh xóm. Không phải bán đứt, ký gửi thì đúng hơn. Giao bánh xong, vài ngày sau quay lại. Bán hết thì lấy tiền, đưa bánh mới. Gặp lúc bán không hết, bị mốc, đem về không biết làm gì cho hết, trộn vô cám cho heo gà ăn.

Cứ vậy, những tháng ngày tiếp tục trôi. Vợ chồng ốm tong ốm teo như ma đói, nhưng cũng phải ráng chịu cực mong đợi ngày ba về. Phải có ba rồi mới tính được chuyện tương lai.

Một ngày đầu tháng 2 năm 1978, bỗng nhiên chúng tôi nhận được thư ba, lần đầu tiên. Góc thư tôi còn nhớ rõ địa chỉ Trại K2 Tân Lập, Vĩnh Phú. Trong thơ ba hỏi thăm mẹ và các em. Ba kể ba đang học tập cải tạo tốt. Thư ngắn chưa đầy một trang giấy. Ba nhắc tôi ráng chăm sóc mẹ và các em. Đợi ngày ba về. Miền bắc lúc đó đối với tôi vô cùng xa lạ. Nếu có biết cũng chỉ biết qua sách vở. Vĩnh Phú ở đâu, ra sao, xa xôi như thế nào, không quan trọng, ít nhất là ba vẫn còn sống.

Thế là đủ. Quá mừng rỡ mẹ biểu tôi viết thư thăm ba và mỗi đứa em viết một câu cho ba. Mẹ nói tôi kể cho ba về cuộc sống ngoài này. Tôi ầm ừ cho qua chuyện, trong thư chỉ viết là nhớ ba, mong ba "học tập" tiến bộ để sớm về với gia đình. Tôi không kể về cuộc sống gia đình từ ngày ba đi. Không lẽ cho ba hay rằng căn nhà đã bị tịch thu, gia đình suýt nữa bị đi "kinh tế mới", hay lại kể với ba rằng mẹ mỗi ngày đang bán từng chiếc áo cũ của ba ngoài lề đường. Hoặc kể cho ba chuyện 2 cây vàng. Thôi thì cứ để ba vui khi nghĩ rằng vợ và các con của ba dù là con của sĩ quan "chế độ Mỹ ngụy", vẫn được cách mạng đùm bọc thương yêu". Thôi thì cứ như vậy cho ba yên lòng và ít nhất thư cũng đến được với ba. Kể từ hôm đó, khoảng hơn mỗi tháng một lần gia đình tiếp tục nhận được thư ba. Mỗi lần chỉ hơn một trang giấy, nhưng cũng mang đến cho chúng tôi một niềm vui và hy vọng. Hy vọng sẽ có ngày ba trở về.

Nhưng rồi ba đã mãi mãi không trở về với mẹ con chúng tôi. Ngày 10 tháng 2 năm 1979, đúng lúc hai mẹ con đang ở phòng khách K2 trại cải tạo Tân Lập, ba đã tức tưởi ra đi không kịp nhìn mặt vợ con một lần cuối cùng, chấm dứt quãng thời gian hai năm 6 tháng tủi nhục và bi thảm.

Chưa đến 3 năm sau, thương mẹ suốt ngày than ngắn thở dài, xót xa cho ba nằm cô độc nơi đất khổ xa xôi, tôi đã cùng mẹ lén lút đào mộ đem ba về nằm chung với ông bà gia tộc trong vườn nhà dưới chân núi Ngự Bình, Huế.

Tôi tin là có một thế giới, nơi ba đang sống, thật gần với chúng tôi, luôn theo dõi phù hộ chúng tôi. Khoảng 3 tháng sau ngày đem ba về Huế, gia đình tôi bỗng nhận được tin tức của đứa em gái kế. Người duy nhất trong các anh em tôi ra đi tại bến Bạch Đằng 6 năm về trước. Chúng tôi nhận được thư của em gái kèm tờ giấy bạc 50 dollars. Không thể nào kể hết được nỗi xúc động và sung sướng của gia đình chúng tôi lúc đó. Đã sáu năm trôi qua, không một manh mối của em, tưởng chừng như đã thất lạc em vĩnh viễn. Lần đầu tiên sau ngày ba mất mới thấy lại nụ cười của mẹ.

Ngoài niềm vui tìm lại em gái, số tiền 50 dollar đối với gia đình tôi hồi đó là một tài sản đáng kể. Kể từ ngày liên lạc được với gia đình, thỉnh thoảng, em tôi gửi về lúc thì tiền lúc thì xà phòng, kẹo bánh, đồ dùng điện tử. Quà nhận được, hầu như tất cả đều được đem bán thành tiền để chi dùng trong gia đình. Họa hoằn lắm thì chúng tôi mới giữ lại một vài gói kẹo M&M. Chia cho các em thì mỗi đứa cũng được độ 5-10 viên nhỏ xíu. Hồi đó cái gì từ Mỹ cũng vô cùng quý giá.

Cuộc sống gia đình chúng tôi những ngày sau đó trở nên bớt cơ cực hơn. Vợ tôi nhờ được chỉ định dạy tiếng Anh vỡ lòng cho các cán bộ trong trường, nên được ưu tiên trong vấn đề mua nhu yếu phẩm. Khi thì được mua thêm gạo, khi thì mua thêm thịt, các bữa ăn trong gia đình cũng được khá hơn lên.

Các em, kể từ ngày ba "được trả quyền công dân", sự phân biệt đối xử tuy vẫn còn nhưng không quá khắc nghiệt như những ngày đầu sau 1975. Mẹ tôi mở gánh bán bún bò tại nhà. Gia đình không dư giả giàu có gì nhưng cũng sống được qua ngày một cách lương thiện. Sau ngày ba mất, chú tôi thi thoảng có ghé thăm nhưng tôi vẫn cảm thấy một nỗi ngượng ngùng nào đó trong quan hệ của chú cháu chúng tôi.

Mỗi lần nhìn hình ba trên bàn thờ tôi lại nhớ đến khuôn mặt gầy gò, râu tóc bạc phơ ngày nào trong trại K2 Vĩnh Phú. Đôi mắt trừng trừng tức tưởi của ba cứ ám ảnh trong tôi hằng đêm. Giá mà ngày đó chú thu xếp để mẹ tôi ra thăm ba sớm hơn thì có lẽ ba sẽ không ra đi sớm như thế. Nhưng cũng khó trách được chú, dù có thương ba bao nhiêu, chú cũng không thể làm gì khác được. Con đường của chú chọn ngay từ đầu đã quá khác nhau với con đường của ba.

Trong những đứa em của tôi, đứa thứ ba là đứa ít nói nhưng căm thù chế độ Cộng Sản nhiều nhất. Thái độ bất mãn trong học hành và trong sinh hoạt hàng ngày, nhất là với các "cán bộ" miền Bắc khiến tôi vô cùng lo lắng, bất an. Em thường có những lời nói và biểu hiện mà các "cán bộ" cho là phản động. Có khuyên mấy cũng không được. Lo sợ em gặp sự không may, tôi bàn với mẹ đưa em ra Đà Nẵng sống với gia đình người chị con bà dì ruột. Và từ Đà Nẵng em là người đầu tiên trong gia đình tôi vượt biên sang Mỹ sau 1975.

Năm 1982, chúng tôi nhận giấy tờ bảo lãnh đi Mỹ theo diện đoàn tụ gia đình ODP. Chúng tôi nộp đơn xin đi Mỹ và ngay năm đó cả hai vợ chồng cùng nhận giấy tờ cho thôi việc. Lý do: "anh chị đã nộp đơn đi nước ngoài, không còn đủ tư cách làm việc tại cơ quan Bưu Điện được nữa". Đây là điều chúng tôi đã lường trước nhưng không ngờ đến quá nhanh như vậy. Vào những năm 81-82, gia đình có thân nhân ở nước ngoài được xem là "phản quốc". Nhất là với những người đã nộp đơn xin đi định cư ở nước ngoài như chúng tôi. Chấp nhận bị đuổi việc một cách bình thản, vợ chồng chúng tôi một lần nữa lăn lóc vào đời với đủ thứ nghề để kiếm sống và tồn tại.

Thời đó nhờ những lần đi châu chực lãnh quà từ nước ngoài tại phi trường Tân Sơn Nhất rồi đem bán tại chợ đồ ngoại cuối đường Nguyễn Thông, tôi làm quen với nhiều bạn hàng và cả những người đi lãnh quà như tôi. Mới đầu bán đồ của mình, sau đó mua lại của những người khác, tôi bắt đầu gia nhập hàng ngũ những người mua đi bán lại. Có mặt từ sáng sớm tại phi trường, theo chân những người lãnh hàng về tận nhà, mua hàng hóa gửi về từ nước ngoài rồi đem ra chợ bán kiếm chênh lệch. Hàng hóa từ kẹo, bánh đến nước hoa, đồ điện tử. Thượng vàng hạ cám, bất kỳ thứ gì miễn là của Mỹ, từ Mỹ là mua, là bán. Làm cái công việc không dính dáng gì đến cái chuyên môn tốt nghiệp của mình. Một đôi khi rảnh rỗi ngồi một mình nhớ lại những ngày tháng trước ngày mất nước, thật buồn, thật xót xa. Thấy mình thay đổi nhiều quá. Cái hiền lành chơn chất thuở nào không còn nữa. Quá buồn và quá tiếc nuối.

Cũng may, cùng với một người bạn làm chung trường chúng tôi mở thêm lớp dạy sửa chữa Radio TV tại nhà vào buổi tối. Lớp chỉ độ mươi học sinh. Thu nhập cũng không nhiều nhưng đó là thời khắc vui nhất trong ngày của tôi. Dạy học cho đỡ nhớ nghề và ít nhất là lúc đó tôi còn thấy mình còn có ích, còn giống đứa con của ba mẹ thuở nào.

Trong những năm giữa thập niên 80, ở Việt Nam bắt đầu xuất hiện hàng điện tử second hand. Đây là những mặt hàng điện tử như truyền hình, tủ lạnh, radio cassette hư cũ đã qua sử dụng được các thủy thủ tàu viễn dương đem về bán lại. Các tàu chở hàng đậu ngoài cảng xa. Mỗi khi có hàng về, chúng tôi đi từng nhóm dùng thuyền nhỏ cặp ra tàu lớn mua mỗi lúc từ 10 đến 20 cái. Dĩ nhiên đây là buôn bán "trái pháp luật nhà nước". Bị bắt thì hàng bị tịch thu, phạt tiền và ở tù. Nhưng nếu thoát được thì kiếm tiền nhiều. Đem về sửa lại rồi đem ra chợ bán.

Thời đó có ăn nhất là chuyển hệ từ NTSC sang PAL để xem hình có màu trên TV. Dĩ nhiên không đẹp và rõ như bây giờ nhưng thời đó truyền hình màu là cái mốt của các "cán bộ" miền Bắc có tiền có của. Chợ trời điện tử Huỳnh Thúc Kháng hình thành và lớn mạnh trong khoảng thời gian đó. Sau đó là một loạt các chợ trời Bảy Hiền, Lăng Cha Cả, Chợ Lớn được mở ra giúp những người có một chút tay nghề về điện tử như tôi sống sót và tồn tại.

Nhưng cũng chỉ được một thời gian. Lúc đầu, buôn bán rất khá, lợi nhuận cao, sau đó càng ngày việc buôn bán càng khó khăn khi mà có nhiều tay trùm nhiều tiền nhảy vào. Họ không mua vài chục như chúng tôi mà họ mua cả vài trăm, có khi nguyên cả tàu khi vừa cập cảng. Những tay trùm cán bộ vừa có tiền vừa có thế lực. Họ có quan hệ và quyền lực mà những người bình thường như chúng tôi không cạnh tranh nổi. Phải là con ông cháu cha. Thế là phải mua lại hàng hóa từ những trùm lớn hơn. Đôi khi phải qua trung gian 2, 3 cấp. Chất lượng hàng cũng kém đi rất nhiều mà thu nhập càng ngày càng ít đi. Nhưng lỡ theo nghề, bỏ đi đâu dễ. Không buôn đường ngắn, chuyển sang đường dài. Tôi đem hàng điện tử đến bán các tỉnh xa như Qui Nhơn và Đà Nẵng. Có nhà bà chị con bà dì ruột ở Đà Nẵng nên cũng đỡ chi phí ăn ở và thời gian đầu cũng kiếm được nhiều tiền. Nhưng rồi cũng chỉ một thời gian, một ngày trong một chuyến đem hàng về Đà Nẵng, ham rẻ mua nhằm một cặp loa Sansui là đồ ăn trộm bán tại chợ trời. Công an tới nhà giải đi. Một ngày ngồi bó gối trong trại giam suy ngẫm chuyện đời. May mà người chị quen công an, được bảo lãnh ra nhưng cặp loa đắt tiền bị tịch thu.

Ra khỏi trại giam, nghe lời khuyên của thằng bạn nối khố còn ở lại Đà Nẵng, bỏ nghề buôn đồ điện tử nhiều vốn ít lời, tôi nhảy qua nghề buôn trầm từ Đà Nẵng về Saigon và các tỉnh miền tây. Nói là buôn trầm cho oai chứ mình làm gì có tiền nhiều như thế. Trầm hoặc kỳ nam được đào lên ở các tỉnh miền Trung và tiêu thụ nhiều ở các tỉnh phía Nam. Nhận trầm từ Đà Nẵng, đem vào Sài Gòn giao cho mối, ăn tiền chênh lệch. Đi được chục chuyến tiền công khá dù cũng rất vất vả và hiểm nguy. Lúc thì lăn lóc trên xe đò, khi thì lê lết trên các chuyến tàu chợ Nam Bắc. Hàng quốc cấm nên đâu phải đi như người bình thường. Phải chọn những chuyến xe, chuyến tàu chạy vào ban đêm, ít bị kiểm soát. Trầm được bó vào các tàu lá chuối xấy khô để bớt mùi thơm. Trả thêm tiền để lơ xe nhét vào gầm xe, vào những nơi kín đáo trên toa tàu. Thoát được chuyến nào là mừng chuyến đó. Tôi càng ngày càng ốm nhom ốm nhách. Mặt mũi đen thui. Chỉ lạ một điều là thời đó dù đi nhiều, tôi lại rất ít gặp người quen, bạn bè. Nếu có gặp, bạn bè chắc cũng không nhận ra chàng kỹ sư hiền lành chơn chất, trắng trẻo thư sinh thuở nào.

Đi thoát được khoảng chục chuyến, đến lần thứ 11 thì tôi bị "quản lý thị trường" bắt. Trầm bị tịch thu, riêng tôi bị giam tại công an Quảng Ngãi. 2 ngày trong trại tạm giam tôi đã suy nghĩ thật nhiều về những ngày tháng đã qua trong cuộc đời. Nhớ vợ, nhớ con, nhớ mẹ và các em. Chợt nhận ra mình đã thay đổi quá nhiều. Đã không còn là tôi của năm xưa. Cái được thì quá ít, cái mất đi thì quá nhiều. Tôi cay đắng nhận ra rằng nếu tôi không dừng lại, tôi cũng sẽ mất tôi vĩnh viễn trong một thế giới đã từ lâu không thuộc về mình. Một thế giới bụi bặm, lường gạt và xảo trá khác xa với thế giới ngày tôi được sinh ra, lớn lên. Tôi biết, ba ở một nơi nào đó chắc chắn đã rất buồn.

Từ trại giam trở về, bỏ nghề buôn bán, bỏ qua ý tưởng kiếm tiền nhanh chóng, tôi quay lại nghề dạy điện tử của mình. Vẫn là nghề phù hợp với mình nhất, dù sẽ không có nhiều tiền. Vẫn là vợ tôi bên cạnh trong những thời khắc khó khăn với những an ủi và chia sẻ. Nàng luôn ủng hộ tôi trong những quyết định quan trọng nhất và chúng tôi có đứa con thứ nhì. Con gái. Tôi thầm nghĩ, ba đã cầm tay, dẫn dắt tôi bắt đầu làm lại cuộc đời.

Thời gian này vợ tôi đang làm kế toán ở hợp tác xã dệt Thiện Chí tại ngã tư Bảy Hiền. Một khu phố có nhiều khung cửi dệt nhỏ của người Quảng Nam. Lương của hai vợ chồng gộp không nhiều nhỏi gì, nhưng xoay sở cũng tạm đủ cho gia đình mười mấy miệng ăn.

Đầu năm 1991, gia đình được gọi đi phỏng vấn ở Tòa lãnh sự Hoa Kỳ tại Sài Gòn. Cuộc phỏng vấn đang diễn ra một cách bình thường đột nhiên bị dừng lại khi có phái đoàn người Mỹ cấp cao từ Thái Lan ghé thăm. Vị trưởng đoàn có vẻ ngạc nhiên khi đọc hồ sơ của gia đình, chuyện liên quan đến ba tôi, người sĩ quan Cảnh sát chết trong trại cải tạo sau 2 năm 6 tháng học tập. Ông ta có vẻ ngạc nhiên về tờ "giấy trả quyền công dân của ba tôi". Có lẽ là lần đầu tiên ông thấy được một loại giấy tờ như vậy. Giấy trả quyền công dân cho một người đã chết.

Mẹ tôi vừa khóc vừa kể chuyện của ba. Câu chuyện về một chuyến đi thăm nuôi gian khổ của vợ con và cái chết tức tưởi của một sĩ quan tù cải tạo đã làm người lãnh đạo đoàn thanh tra cảm động. Ông nói vài câu an ủi mẹ. Trao đổi với người nhân viên phụ trách một lúc, sau đó cuộc phỏng vấn được kết thúc mau chóng. Chỉ một thời gian ngắn mẹ và các em tôi được giấy chấp thuận đi Mỹ theo diện HO thay vì theo diện đoàn tụ gia đình dù rằng ba tôi ở tù chưa đến 3 năm. Tôi biết có sự can thiệp đặc biệt của phái đoàn Mỹ từ Thailand và tôi thầm tin có sự phù hộ của ba, của ơn trên. Vì hồ sơ xuất cảnh được tách riêng nên vợ chồng tôi còn phải sống với chế độ Cộng Sản thêm 8 năm nữa.

Năm 1991, sau 16 năm sống những tháng ngày đen tối, mẹ đã cùng 6 em tôi qua Mỹ định cư. Cùng với 2 em qua trước, mẹ và 8 em đoàn tụ cùng nhau tại đất nước Hoa Kỳ xa xôi nhưng tự do và ấm áp tình người.

Niềm vui vẫn chưa thật hoàn toàn vì đứa con trai đầu vẫn còn kẹt lại quê nhà, nhưng chắc chắn nơi thiên đường ba đã nở một nụ cười mãn nguyện, phải không ba?

BA TÔI VÀ TRẠI TÙ VĨNH PHÚ

Vượt qua bao nhiêu cửa ải khó khăn, thủ tục nhiêu khê, cuối cùng chúng tôi mới cầm được tờ giấy ra thăm ba tại trại cải tạo Tân Lập, Vĩnh Phú.

Tháng 2 năm 1979, hai mẹ con ra Hà Nội bằng xe lửa. Sau khi hoàn tất mọi chuẩn bị sau cùng, chúng tôi cùng người gánh hàng thuê lên tàu chợ tuyến Cao Bằng - Lạng Sơn để về ga Ấm Thượng. Hành lý mang theo là hai bao tải đồ ăn gồm lương khô, thực phẩm, thuốc men, áo quần... bất kỳ cái gì cũng cần thiết cho người đang "học tập" cải tạo. Năm 1978, tôi đã thăm được ba lần đầu tiên, đã biết trước địa điểm, lại háo hức mong gặp ba, chuyến đi lần này diễn ra suôn sẻ nhanh chóng hơn trước rất nhiều.

Xuống ga Ấm Thượng, vượt qua gần 30 km đường bộ, 2 lần gọi đò qua những dòng sông nước chảy xiết, cuối cùng chúng tôi cũng đến được nhà khách K2 Tân Lập, Vĩnh Phú vào lúc nửa đêm. Chuyến đi vất vả nhưng mẹ chịu đựng gian khổ và khỏe hơn tôi tưởng tượng rất nhiều. Nghĩ đến lúc gặp lại ba vào ngày mai, hai mẹ con suốt đêm thao thức không ngủ được. Nằm bó gối ở một góc phòng, trong tiếng ễnh ương rên rỉ, tôi nhìn ra bên ngoài từ khe hở của vách tre lá của nhà khách ở một vùng đất gần biên giới Việt - Hoa xa xôi, và cảm nhận cái nỗi thê lương của những tháng ngày mà ba tôi, người sĩ quan tù cải tạo, đã và đang trải qua.

Tiếp chúng tôi là một tay công an khá lớn tuổi với khuôn mặt rất hình sự. Tôi đưa giấy tờ, trình bày lý do, và xin phép được gặp ba. Gã cầm giấy tờ đi vào bên trong. Độ khoảng 15 phút, gã đi ra vẫn với khuôn mặt khó đăm đăm. Gã nói: Rất tiếc không thể để hai người gặp tù nhân này được. Ông nhà đang bị kỷ luật vì vi phạm nội quy trại. Hai người có thể để thức ăn và đồ dùng lại, chúng tôi sẽ chuyển cho ông. Mẹ tôi bắt đầu khóc lóc và năn nỉ. Gã một mực cương quyết lắc đầu. Mẹ tôi càng lúc càng khóc to hơn.

Càng bị từ chối, nỗi uất ức càng lớn, bà bắt đầu nằm lăn ra sàn đất. Vừa la vừa lết, vừa khóc vừa hét. Gã công an lúng túng không biết xử lý cách nào. Những người đến thăm nuôi và cả những cán bộ của các bàn bên cạnh đều hướng về phía chúng tôi. Tình hình căng thẳng đến tai cấp chỉ huy trại. Một sĩ quan công an bước vào. Hai người thầm thì nhỏ to gì đó. Cuối cùng viên sĩ quan đến gặp chúng tôi, dịu giọng.

Thật ra chúng tôi rất muốn giúp bà, nhưng quả thật hiện nay ông nhà đang bị kỷ luật, bị giam ở ngoài trại cách đây rất xa. Thôi bà về đi. Tuần sau bà quay lại. Tôi sẽ cho bà gặp ưu tiên với thời gian gấp đôi bình thường. Còn bây giờ bà cứ để thức ăn và đồ dùng, chúng tôi hứa sẽ đưa tận tay ông nhà, không thiếu một thứ gì.

Năn nỉ ỉ ôi cách mấy cũng không lay chuyển tên cán bộ quản giáo, tôi nghĩ chắc là hết cách. Chắc phải ở lại Hà Nội thêm một tuần. Nhìn khuôn mặt có vẻ hiền lành của viên sĩ quan công an, tôi nghĩ gã có vẻ thiệt tình. Tôi nói nhỏ với mẹ, mình về thôi, ba bị kỷ luật, có xin cũng không được. Chịu khó về Hà Nội ngủ lây lất. Tuần sau lên lại, hy vọng họ giữ lời hứa cho gặp được ba lâu hơn.

Trong khi quay lại bàn tiếp tân để làm thủ tục đưa thức ăn và đồ dùng cho ba, bỗng dưng tôi thấy một ánh mắt hơi khác lạ của một tù nhân làm nhiệm vụ đem nước chè xanh cho những người đến thăm nuôi. Để ấm nước xuống bàn, người này đi chầm chậm về phía chòi vệ sinh sau khi ngoái lại nhìn tôi, đôi mắt nhấp nháy kỳ lạ. Tôi xin phép gã cán bộ công an đi vệ sinh.

Bước vội vào phía trong vừa kịp thấy dáng khòm khòm của người tù nhân bước ra. Tôi bước vào, nhìn quanh cái chòi tiêu, tiểu được xây tạm bợ bằng lá tranh với cánh cửa tre nửa kín nửa hở. Tôi ngồi xuống và nhìn quanh vách tre lá. Tôi có linh cảm hình như người tù nhân muốn cho tôi biết một điều gì đó. Tôi cố nhìn thật kỹ. Quả đúng như linh cảm, trên góc đòn tre phía trái của cầu tiêu, tôi thấy một mảnh giấy nhỏ, trên đó viết nguệch ngoạc một dòng chữ: "Ông Điềm bệnh nặng."

Hoảng hốt tôi vội chạy ngược vào phòng tiếp tân. Dằn cơn xúc động tôi kéo mẹ ra góc phòng báo tin. Mẹ bình tĩnh và khôn ngoan hơn tôi tưởng rất nhiều. Bà quay trở lại bàn tiếp tân và nói: Xin cán bộ cho tôi ở lại đây đợi chồng tôi về chứ bây giờ vừa đi vừa về Hà Nội cũng mất hai ngày. Gã cán bộ nói láo trơn tru:

— Ông bị biệt giam ở nơi rất xa, phải tuần sau chúng tôi mới đưa ông nhà ra gặp bà được.

Đến lúc này nỗi uất ức trong lòng mẹ tôi bùng nổ, bà khóc và la hét to hơn:

— "Mấy ông nói láo, tôi biết chồng tôi đau nặng, đồ sát nhân, sao không cho chúng tôi gặp. Các ông có còn là con người không?"

Đến lúc này thì mẹ tôi không còn biết sợ là gì nữa. Tất cả những oán hận chất chứa trong lòng bao lâu này được dịp thoát ra, không ai có thể ngăn được. Cả phòng khách của K2 bắt đầu nhốn nháo, ồn ào. Nhiều người bu quanh mẹ tôi lúc này đang nằm lăn lộn dưới sàn đất cứng ngắt. Gã cán bộ chạy vào trong và đi ra cùng với viên sĩ quan lúc nãy. Gã dịu giọng nói với chúng tôi:

— Xin bà bình tĩnh. Mời bà và anh vào trong, chúng tôi sẽ giải quyết. Nói xong gã ra lệnh cho hai tay công an dìu mẹ tôi vào căn phòng phía trong. Có lẽ không muốn những người thăm nuôi khác biết chuyện.

Căn phòng sạch sẽ hơn phòng bên ngoài nhiều. Viên sĩ quan công an nói:

— Bây giờ tôi xin nói thật về tình trạng của ông nhà. Thật ra ông đang bệnh và chúng tôi đang tích cực chữa chạy cho ông. Nay bà đã biết, tôi sẽ thu xếp cho bà vào gặp ông. Ông nhà đang nằm ở bệnh xá, tôi sẽ cho người dẫn ông bà đi. Xin ông bà đợi một lát. Nói xong gã bước ra, nói nhỏ gì đó với công an trực.

Gã công an bước đi thật nhanh. Khoảng 40 hay 50 phút gì đó gã trở về, bước đi gấp gáp, hấp tấp. Lại thì thầm to nhỏ với viên chỉ huy.

Tôi linh cảm có chuyện không hay. Lần này viên sĩ quan trầm giọng:

— Thưa bà, chúng tôi vừa mới nhận được tin, mặc dù chúng tôi đã tận tình chữa trị, nhưng vì sức yếu, ông nhà vừa mất cách đây 5 phút. Chúng tôi xin chia buồn với bà. Chúng tôi sẽ đưa bà đi gặp ông lần cuối cùng.

Nghe tin dữ, mẹ tôi như điên cuồng. Bà nằm lăn ra đất. Vừa khóc vừa la. Không từ nào mà bà không đem ra. Không nhân vật nào bà không réo tên chửi. Vừa chửi vừa khóc, khóc đến khan cả giọng. Mồ hôi quyện với đất đỏ dính đầy áo quần, mặt mũi. Hết khóc rồi bắt đầu cười ngây dại. Tôi ôm mẹ không nói được nên lời. Nỗi đau quá lớn làm thần kinh tôi như tê liệt. Ôm mẹ với trái tim nhói đau như kim châm và mẹ ngất đi.

Khoảng 15 phút sau, chúng tôi được dẫn đi gặp ba. Nơi ba nằm là một căn nhà nhỏ đơn sơ gọi là bệnh xá nằm sâu trong K2 cách nhà khách khoảng 30 phút đi bộ. Ba nằm trên một giường tre, thân hình gầy guộc, khuôn mặt ốm nhom như bộ xương khô. Hàm râu lởm chởm có lẽ được cắt ngắn một cách vội vàng, không dài thòn như lần đầu tôi gặp.

Hình như đã hết nước mắt, mẹ không khóc, yên lặng ngồi bệt xuống đất với tay ôm lấy ba. Tôi ngồi xuống phía bên kia. Hai mẹ con ôm choàng lấy ba. Vẫn còn hơi ấm của một cơ thể vừa mới qua đời. Mẹ vuốt mắt ba. Mắt trừng trừng nhìn ba. Hình như tôi thấy trong mắt mẹ màu đỏ của máu. Sẽ không bao giờ tôi quên được cái hình ảnh của ba và mẹ tôi trong bệnh xá trại K2 Tân Lập hôm đó. Mẹ không khóc nhưng lại ngất thêm một lần nữa khi tôi định kéo mẹ đứng lên.

Sau này qua một người bạn tù của ba, lúc mẹ con tôi đến thăm trại, đang hấp hối nhưng ba tôi biết. Lúc đó ba đã rất yếu. Ba nói ba sẽ cố gắng sống để gặp mẹ một lần và ba cố gắng húp được vài muỗng cháo trắng. Những muỗng cháo trắng cuối cùng trước khi ra đi mãi mãi. Giá mà tay cán bộ có một chút tình người thì có lẽ mẹ cũng được gặp ba một lần sau chót. Chỉ cần một lần mà thôi, của một cuộc tình ba mươi mấy năm. Tôi biết ba đã không đành lòng ra đi. Đành lòng sao được hả ba, khi vượt hàng ngàn cây số từ Nam ra Bắc, chỉ còn cách một bước chân thôi mà mẹ không thể nói với ba những lời yêu thương sau chót, để được nghe một lời trăn trối sau cùng. Tức tưởi và uất hận lắm ba. Mà thôi ba ơi. Cứ yên lòng ra đi rồi có ngày mẹ, ba và chúng con sẽ lại gặp nhau một nơi nào đó, trên thiên đàng. Chúng ta sẽ lại có những ngày tháng hạnh phúc bên nhau như thuở nào.

Để xoa dịu mẹ con chúng tôi, lần đầu tiên K2 có tổ chức một đám ma tù nhân tương đối đàng hoàng. Từ trước, đã có rất nhiều tù nhân chết ở đây. Toàn bộ được bó vào các manh chiếu mây tre rách rưới và được chôn vùi sơ sài trong các mảnh đất trống bên trong trại. Ba có lẽ là người đầu tiên được ưu tiên có hòm làm bằng gỗ ván thông dù rất mỏng dính. Chôn theo với ba là mấy bộ đồ rách bươm. Cũng có 4 người tù khiêng quan tài. Phía trước và phía sau có 4 công an đi cùng. Cũng có ly hương là cái chén ăn cơm cũ kỹ. Tôi cầm bài vị là một bức ảnh căn cước nhỏ xíu của ba còn sót lại trong trại. Mẹ đi sau quan tài. Đoàn đưa tang gồm 10 người lặng lẽ đi về phía một đồi trọc xa xa, phía ngoài hàng rào trại K2. Trên đường đi, tôi để ý thấy có những gò đất với rất nhiều ngôi mộ vô danh.

Nơi chôn ba là một ngọn đồi, chỉ có một cây đa thật to. Những người tù đào vội một lớp đất không sâu lắm, hòm được đặt xuống và lấp lại. Thế là xong. Ba tôi, một sĩ quan cảnh sát miền Nam thua cuộc, cuối đời nằm ở đây, một vùng đất gần tận cùng biên giới Việt - Hoa. Một mình, cô đơn, lạnh lẽo. Mẹ không còn nước mắt để khóc. Suốt buổi lễ cứ nhìn trừng trừng. Một khuôn mặt tưởng như vô hồn, nhưng tràn đầy oán hận. Một nỗi hận đến vô cùng. Tôi cắn chặt môi đến tươm máu. Thôi ba ơi, hãy yên nghỉ tạm nơi đây, con sẽ quay trở lại một ngày không xa.

Trước khi trở về, tôi cẩn thận ghi dấu vị trí ngôi mộ với một chữ thập ghép bằng hai nhánh tre và khắc tên ba trên gốc cây to trước mộ.

Hai năm sau, thương ba nằm một mình hiu quạnh, mẹ con tôi trở ra lại trại Tân Lập cùng với một người đào mộ thuê từ Hà Nội. Không xin được giấy phép bốc mộ, nửa đêm chúng tôi đã lén lút đào chui và trải qua những giờ phút gian truân, nguy hiểm. Cuối cùng chúng tôi cũng đem ba về nằm bên cạnh ông mệ trong mảnh đất phía sau nhà, dưới chân núi Ngự Bình, Huế.

Từ khi đem được ba về nằm ấm cúng bên cạnh những người thân yêu, cuộc sống của gia đình tôi từng bước thay đổi và trở nên tốt đẹp hơn. Có quá nhiều cái tình cờ, may mắn mà dù không muốn tin, tôi cũng phải tin có sự che chở của ba, có sự sắp đặt của ơn trên. Và nhờ đó gia đình mẹ và 9 anh em chúng tôi vượt qua được những ngày tháng khó khăn, tủi nhục, đen tối để đến cuối năm 1998 toàn bộ gia đình đoàn tụ trên miền đất thật xa quê nhà nhưng tự do này.

Là những người cuối cùng trong đại gia đình qua Mỹ theo diện đoàn tụ, vợ chồng chúng tôi cùng 3 con nhỏ về sống tại thành phố nhỏ Tulsa thuộc tiểu bang Oklahoma. Vào cuối năm 1998, khi chúng tôi mới đến cư ngụ, Tulsa là một thành phố hiền hòa nhưng cũng thật buồn và trầm lắng. Người Việt không nhiều, nhưng may mắn cũng có một vài chợ Việt Nam, một vài quán ăn người Việt, không ngon lắm nhưng cũng làm vơi đi nỗi nhớ nhà của những đứa con mới vừa lưu lạc.

Lúc vừa mới đến, thấy gia đình 5 người chưa có công việc làm, mấy người bạn đề nghị chúng tôi đi xin housing và chế độ trợ giúp cho người low income. Vào thời đó ở cái thành phố đất rộng người ít này, việc xin trợ cấp của chính phủ tương đối dễ dàng. Ai cũng khuyên vì với tuổi đời gần 50, một vợ và 3 con còn nhỏ, tội gì phải đi làm cho vất vả, ở nhà của chính phủ, con cái có nhà nước lo, sáng kéo nhau ra quán cafe, chiều tập trung tại một nơi nào đó cùng với bạn bè, xem đánh cờ và ngồi tám chuyện ngày xưa. Vừa nhàn, vừa có tiền, tội gì phải vất vả mưu sinh. Đâu phải ai cũng có điều kiện để xin được trợ cấp như gia đình tôi đâu.

Nhưng đó không phải là con đường của tôi sẽ đi. Đứa con của một sĩ quan tù cải tạo chết ở biên giới Việt - Hoa ngày nào sẽ không thể sống như thế. Thế là, sau thời gian đầu chuẩn bị cho những việc cần thiết, lấy bằng lái xe, ở tạm nhà người em gái, chúng tôi bắt đầu cho một cuộc sống mới trên một miền đất xa lạ này.

Vợ tôi xin vào làm phụ bếp trong một nhà hàng Việt Nam. Tôi và đứa con đầu nhờ có bằng TOEFL nên đăng ký đi học đại học trở lại. Ngoài giờ học, cháu đi làm thêm công việc phục vụ nhà hàng, tôi nhờ có chút tay nghề sửa máy tính và tivi, xin vào làm technician cho hãng bán máy móc điện tử COMPUSA. Hai con nhỏ đi học ở trường gần nhà.

Tiền lương không cao lắm, nhưng với vật giá không đắt đỏ và con người hiền hòa của một thành phố nơi nhà thờ nhiều hơn nhà dân này, chúng tôi đã có những bước khởi đầu hội nhập không quá đỗi khó khăn. Và quan trọng là tôi được đoàn tụ với mẹ, các em, và cùng với gia đình riêng, chúng tôi đã sống không giàu có, nhưng lương thiện, đầy đủ và tự do.

Có quá nhiều điều để kể về những ngày tháng trên một miền đất không phải là nơi tôi sinh ra này, hy vọng sẽ có trong một bài viết khác. Ở đây tôi chỉ muốn nói đến những mối nhân duyên mà ông trời đã sắp đặt liên quan đến câu chuyện của ba tôi, người sĩ quan tù cải tạo chết tại trại K2 Tân Lập, Vĩnh Phú tháng Hai năm 1979.

Cuộc sống ở Tulsa phải nói là rất dễ chịu và an bình. Với sự tằn tiện và chịu thương chịu khó, chúng tôi cũng mua trả góp được một căn nhà nhỏ, tạm đủ cho một gia đình 5 người, những ngày tháng an bình và hạnh phúc.

Nhưng rồi năm 2000, sau khi lấy lại bằng đại học, tôi xin được việc làm tại KLA-TENCOR ở San Jose, CA. Nghe tôi định di chuyển về San Jose, bạn bè, người thân ai cũng bàn ra. Thứ nhất tôi đang sống an nhàn, mọi việc ổn định, lên San Jose tuy lương cao hơn, nhưng nhà cửa, cuộc sống đắt đỏ, lạ lẫm, chắc chắn sẽ khó khăn vất vả hơn nhiều. Làm lại từ đầu, có trụ nổi không hay lại khăn gói trở về như một số người ở bên này.

Nhưng, với tôi, quan trọng không phải là đồng lương cao thấp, đường đi dễ dàng hay vất vả, bằng phẳng hay gập ghềnh, mà là một công việc phù hợp với cái kiến thức và cái khả năng được đào tạo của mình, trong một ngành nghề mình yêu thích. Thế là gia đình nhỏ, 5 người chúng tôi một lần nữa khăn gói đi về một thành phố xa lạ hơn, một nơi được xem như đắt đỏ vào bậc nhất nước Mỹ để kiếm sống.

Cho đến bây giờ trải qua gần 20 năm, với biết bao thăng trầm, thời gian, với tôi, thời gian ở San Jose vẫn là một quãng đời đáng sống. Có nhiều điều để nhớ lại, nhưng trong phạm vi bài viết, tôi muốn nhắc đến chính là cái duyên, cái tình cờ sắp đặt của thượng đế, của định mệnh khi chính tại miền đất này, tôi đã gặp lại hình bóng của người cha thương yêu.

Đầu năm 2001, khi tôi đang làm tại KLA-TENCOR, lúc đó nhà cửa rất là hot. Tôi tìm mãi mới thuê được căn nhà 4 phòng ngủ. Giá thuê không hề rẻ, 1800 USD một tháng. Trả tiền nhà rất vất vả khó khăn, mất toi 1/2 số tiền lương hàng tháng. Chúng tôi quyết định tìm người cho share lại bớt một phòng. Đúng lúc có một technician mới vào làm trong dây chuyền của tôi mới được tuyển vào làm việc, cần nơi ở. Thế là thỏa thuận về ở chung. Vừa tiện đi làm chung xe, vừa sẽ chia tổn phí, tiện lợi đôi bề.

Ở một thời gian, làm chung với nhau cả năm, trong một dịp tình cờ khi nhờ ông bạn share phòng cắt tóc giùm, qua cuộc nói chuyện, phát hiện ra ông bạn cùng nhà mấy lâu nay cũng là một sĩ quan từng đi "học tập cải tạo". - Anh đi tù ở đâu? - Tân Lập, Vĩnh Phú - K mấy? - K2. Biết ông Điềm không? - Biết quá đi chứ.

Thế đó. Bất ngờ hơn, khi người share phòng bấy lâu lại chính là người đã đưa cho tôi mảnh giấy báo tin ba tôi đau nặng tại phòng thăm nuôi K2 trại cải tạo Tân Lập ngày nào.

Không thể nói hết sự kỳ diệu của định mệnh, khi sau 22 năm ngày mất, một sĩ quan tù binh cải tạo gặp lại người con của một bạn tù trên một đất nước quá xa vùng đất biên giới xa xôi. Không diệu kỳ sao được, khi trong hàng triệu người Việt lưu lạc, có mặt trên hàng chục quốc gia, sống trên hơn 50 tiểu bang của Hoa Kỳ, tôi gặp lại đúng một người duy nhất đã đút cho ba tôi những muỗng cháo trắng cuối cùng trước lúc lâm chung. Người đã sống với ba trong những tháng ngày bi thảm đó. Một trong 4 người bạn tù khiêng cha tôi về miền đất lạnh.

Từ xưng anh, từ đó tôi gọi là chú, chú L. Hai chú cháu có những đêm thức trắng để kể chuyện về ba tôi. Chú là người báo cho ba tôi biết hai mẹ con chúng tôi đang đợi chờ mỏi mòn tại phòng thăm nuôi. Duy nhất, chú là người bên ba để chứng kiến những giọt nước mắt cuối cùng tức tưởi của một người đang hấp hối. Chú là người duy nhất nhìn thấy cặp mắt mong đợi mỏi mòn của ba. Dù chỉ gần nhau trong gang tấc, trước khi ra đi vẫn không thể nhìn nhau một lời sau cuối.

Cám ơn chú L. Người bạn tù của ba tôi, ân nhân không bao giờ quên được của tôi. Sau khi nghỉ hưu, chú về ở với con gái nghe đâu ở tiểu bang Minnesota xa xôi. Chưa một lần chúng tôi gặp lại nhau. Nhưng dù ở bất cứ nơi đâu, cháu cũng cầu mong chú và những người thân yêu thật nhiều may mắn và bình an.

Và tôi tin rằng ở một nơi nào đó thật xa xôi, ba vẫn luôn dõi theo và che chở cho gia đình chú cũng như cho mẹ con chúng tôi. Nếu có một kiếp sau, con vẫn sẽ là con của ba, người tù cải tạo chết ở miền đất biên giới Việt - Trung, ngày 10 tháng 2 năm 1979.

TRẠI CẢI TẠO TÂN LẬP
K 2

ĐẠP XE ĐI TÌM BA TẠI TRẠI TÙ VĨNH PHÚ

Có những chuyện mình sẵn sàng tha thứ, nhưng cũng có những chuyện cứ mãi ghim chặt trong lòng. Tôi viết bài này trong ngày giỗ của ba tôi tại San Jose, California. Có thể không dính dáng gì nhiều đến nước Mỹ nhưng không thể không viết để chia sẻ đến các bạn câu chuyện của một đứa con người tù cải tạo sau ngày mất quê hương.

Một trong những lý do mà năm 1998, tôi cùng gia đình rời bỏ quê nhà sang Mỹ định cư, mặc dù lúc đó tôi làm trong văn phòng đại diện một công ty Mỹ tại Việt Nam, công ty AMP. Ở những năm 1990, số tiền lương hàng tháng 700 dollars không phải là một con số nhỏ. Có xe hơi, tài xế, có thư ký riêng và nhà riêng. Đó là những thứ không dễ có trong cái thời buổi nhiễu nhương. Hơn 20 năm sống dưới chế độ cộng sản, để đạt được một cuộc sống như thế, với một đứa con "ngụy quyền" như tôi, phải là một quá trình gian khổ của máu và nước mắt. Cho nên sẽ khó có thể rời bỏ. Nhưng trong cuộc đời của tôi và của gia đình tôi, có những chuyện không thể nào quên. Nhất là cái ngày sau 2 năm đi tù cải tạo, cha con chúng tôi gặp lại nhau, lần đầu và cũng là lần cuối khi ba còn sống.

Một ngày đầu tháng Hai năm 1978, bỗng nhiên chúng tôi nhận được thư ba, lần đầu tiên. Góc thư tôi còn nhớ rõ địa chỉ Trại K2 Tân Lập, Vĩnh Phú. Trong thư ba hỏi thăm mẹ và các em. Ba kể ba đang học tập cải tạo tốt. Thư ngắn chưa đầy một trang giấy. Ba nhắc tôi ráng chăm sóc mẹ và các em. Đợi ngày ba về. Miền Bắc lúc đó đối với tôi vô cùng xa lạ. Nếu có biết cũng chỉ biết qua sách vở. Vĩnh Phú ở đâu, ra sao, xa xôi như thế nào, không quan trọng, ít nhất là ba vẫn còn sống.

Thế là đủ. Quá mừng rỡ, mẹ biểu tôi viết thư thăm ba và mỗi đứa em viết một câu cho ba. Mẹ nói tôi kể cho ba về cuộc sống ngoài này. Tôi ầm ừ cho qua chuyện, trong thư chỉ viết là nhớ ba, mong ba học tập tiến bộ để sớm về với gia đình. Tôi không kể về cuộc sống gia đình từ ngày ba đi. Không lẽ cho ba hay rằng căn nhà đã bị tịch thu, gia đình suýt nữa bị đi kinh tế mới, hay lại kể với ba rằng mẹ mỗi ngày đang bán từng chiếc áo cũ của ba ngoài lề đường. Hoặc kể cho ba chuyện 2 cây vàng. Thôi thì cứ để ba vui khi nghĩ rằng vợ và các con của ba, dù là con của sĩ quan chế độ Mỹ ngụy, vẫn được "cách mạng" đùm bọc thương yêu. Thôi thì cứ như vậy cho ba yên lòng và ít nhất thư cũng đến được với ba. Kể từ hôm đó, khoảng hơn mỗi tháng một lần gia đình tiếp tục nhận được thư ba. Mỗi lần chỉ hơn một trang giấy, nhưng cũng mang đến cho chúng tôi một niềm vui và hy vọng. Hy vọng sẽ có ngày ba trở về.

Cho đến một ngày, cũng từ K2 trại cải tạo Tân Lập, Vĩnh Phú. Cũng nội dung ba đang học tập tốt, cán bộ đối xử với ba rất tốt, cũng khuyên các con cố gắng học tập trở thành cháu ngoan của "Bác", nhưng nét chữ run run, nguệch ngoạc, khó đọc và ngắn hơn rất nhiều so với các thư trước. Mẹ và các em vẫn mừng rỡ như mọi lần, nhưng riêng tôi linh cảm một điều gì đó không hay đang xảy ra. Hai vợ chồng đem thư ba lên phòng đọc đi đọc lại nhiều lần. Hình như chữ "tốt" (học tập tốt, sức khỏe ba vẫn rất tốt) được viết đậm hơn, to hơn các chữ khác. Chữ ba viết quá xấu so với bình thường. Rất bất thường. Không tốt nghĩa là xấu. Không khỏe nghĩa là bệnh.

Vì vậy tôi quyết định đi tìm và thăm ba. Vào những năm đầu sau 1975, muốn đi thăm nuôi tù cải tạo, những người dân bình thường như tôi phải làm đơn xin phép, phải có lý do chính đáng và phải có người bảo lãnh mới được đi thăm nuôi. Trong Nam đã khó, ra Bắc còn khó hơn. Thời gian được cấp giấy phép thường rất lâu, nhất là đối với những gia đình thuộc diện "ngụy quân ngụy quyền" như chúng tôi.

Thật lo lắng cho ba, nhưng không biết làm sao, đêm đêm tôi chỉ biết cầu nguyện cho ba sức khỏe, và mong chờ một phép lạ. Và phép lạ cuối cùng cũng đã xảy ra.

Tháng 8, hiệu trưởng loan báo có đợt cho nhân viên và giáo viên trường Bưu Điện đi tham quan miền Bắc xã hội chủ nghĩa và du ngoạn tại bãi biển Đồ Sơn 1 tuần. Là giáo viên, tôi và vợ tôi có tên trong danh sách được đi. Lúc đó vợ tôi đang mang thai đứa con đầu được 5 tháng. Phần làm việc vất vả, phần thể trạng yếu đuối, không dám đi xa, vợ tôi đành ở nhà.

Tôi đi ra miền Bắc một mình. Không phải vì yêu "Hà Nội Xã Hội Chủ Nghĩa" cũng không phải để tắm biển Đồ Sơn, mà trong lòng tôi đang hình thành một kế hoạch đi tìm ba.

Cả đoàn đi ra Hà Nội bằng xe lửa. Chuyến đi gồm hai phần. Phần đầu là phần nghe giảng về chính trị, về chủ nghĩa Mac Lenin, về miền Bắc xã hội chủ nghĩa 4 ngày tại Hà Nội (phần này bắt buộc không ai được vắng mặt). Phần sau 3 ngày là về nghỉ ngơi vui chơi tại bãi biển Đồ Sơn. Phần này kỷ luật tương đối lỏng lẻo hơn. Đa số các cán bộ quê miền Bắc nhân thời gian này tranh thủ về thăm gia đình, chỉ có những người miền Nam lần đầu tiên ra Bắc là theo đoàn về Đồ Sơn tắm biển. Tôi thì đã có chủ đích từ trước, xin trưởng đoàn ở lại Hà Nội với lý do thăm gia đình ông chú ruột là trung tá chính ủy đơn vị phòng không không quân Hà Nội.

Cũng phải viện một lý do gì đó để đơn xin có trọng lượng. Cũng phải cho trưởng đoàn biết là con ngụy nhưng cũng có bà con là cán bộ cộng sản chức vụ cao cấp, mặc dù thời đó có cũng như không, ba vẫn phải đi cải tạo như thường. Hồn ai nấy giữ.

Thế là những ngày đầu tháng 9 năm 1978, tôi bắt đầu chuyến hành trình tìm cha. Chưa một lần ra miền Bắc. Với tôi tất cả đều xa lạ. Manh mối duy nhất là địa chỉ trên thư: K2 Trại cải tạo Tân Lập, Vĩnh Phú. Phương tiện di chuyển: chiếc xe đạp Phượng Hoàng mượn của ông chú và một ít quà nhỏ gồm thuốc lá và thức ăn sấy khô.

Sáng mồng 3 tôi bắt đầu ra đi từ nhà chú, khu tập thể Nam Đồng, Đống Đa, Hà Nội. Trạm đầu tiên: ga xe lửa Hàng Cỏ. Hỏi thăm các người bán hàng rong ở ga. Vĩnh Phú thì nhiều người biết nhưng trại Tân Lập ở đâu thì không ai hay. Thôi thì cứ lên tàu đi về hướng Vĩnh Phú trước đã.

Đúng là tàu chợ, xe lửa thì cũ kỹ, hôi hám, trên các toa đông nghịt người, đa số là người lao động và người bán hàng rong. Vướng chiếc xe đạp, chật vật lắm tôi mới leo được lên toa cuối cùng khi tàu bắt đầu chuyển bánh. Vì lên sau cùng, tàu đông kịt người, chỗ đứng chỗ ngồi hầu như không còn, tôi ngồi xuống một khoảng trống sát vách cầu tiêu. Lần đầu tiên tôi cảm thấy nỗi cô đơn giữa một rừng người cùng tiếng nói, cùng một màu da.

Mỗi một trạm tàu dừng, tôi đều hỏi thăm những người khách và những em bé bán chè xanh nhảy lên từ mỗi trạm. Cuối cùng cũng có được một tin tức mơ hồ từ một em bé:

– Có lần đi bán nước chè, em có gặp một đoàn người hình như ở trong Nam ra vì không giống người ngoài này, đi lao động, hình như ở gần ga Ấm Thượng, Vĩnh Phú. Em bé nói thêm hình như có trại giam giữ những người miền Nam gần đó.

Tôi bám tàu đi tiếp. Tàu lắc lư đi về hướng Cao Bằng - Lạng Sơn. Mùi hôi thúi bốc lên từ cái cầu tiêu công cộng hòa quyện vào cái mùi mồ hôi của hàng trăm người đứng ngồi lóc nhóc không làm tôi bận tâm. Tôi mải suy nghĩ khi nào thì đến ga Ấm Thượng? Vì không nhìn được qua cửa sổ, tôi đành nhờ một bà lão ngồi sát cửa sổ nhắc giùm khi đến ga.

Xuống được ga Ấm Thượng thì cũng đã giữa trưa. Phải nói là trạm thì đúng hơn. Nhà ga là một căn nhà nhỏ, vách lá, trống huơ trống hoắc. Vùng đất thật hoang vu, dân đi lại thưa thớt. Ra khỏi ga là một con đường đất đỏ duy nhất về một làng nào đó ở xa xa. Tôi vừa đi, vừa hỏi đường. Hỏi xem có ai biết về trại Tân Lập không? Không ai biết. Phải đến lần thứ 9 hay thứ 10 gì đó, khi tôi đã vào sâu khoảng 5, 7 cây số, mới có được câu trả lời tương đối rõ ràng: – Phải đi thêm 20 đến 25 km về phía dãy núi, bên này là Trại Tân Lập, bên kia là biên giới Trung Quốc.

Đoạn đường đi xa diệu vợi, chân tay rã rời, đôi khi tôi kiệt sức muốn bỏ cuộc quay về. Nhưng nghĩ đến ba, tôi gắng gượng tiếp tục lên đường. Con đường càng vào sâu càng lúc càng khó đi. Khi thì ngoằn nghoèo, khi thì lồi lõm. Có những đoạn không đạp xe được vì mưa trơn trượt, tôi xuống xe dắt bộ. Nhà cửa càng lúc càng thưa thớt, càng ít người qua lại. Tôi vừa mệt, vừa sợ, vừa đi vừa nhìn chung quanh, dáo da, dáo dác. Nói thật lúc đó có ai nhảy ra, phang cho mình một gậy, cướp xe đạp, vất xác xuống ven đường, chắc cũng không ai hay.

Từ cha sinh mẹ đẻ đến nay có bao giờ tôi đi đâu một mình như thế này. Hồi nhỏ thì có cha có mẹ, vào trường thì có bạn có bè. Đi đâu cũng đi với người này hay người khác. Ngay cả khi đi trồng cây si, cũng rủ thêm thằng bạn nối khố cùng đi. Đi đâu cũng xe đạp hay xe Jeep của ba. Đi bộ thì nhiều nhất là một, hai cây số. Chạy thì nhiều nhất một vòng sân trường là thở dốc. Vừa mệt vừa sợ cướp, vừa sợ ma, tôi vừa đạp xe vừa lẩm bẩm cầu nguyện, nhiều lúc nản quá muốn quay về. Rồi lại nhớ đến ba, nhớ đến khuôn mặt buồn thê thảm của ba trước cổng trường Chu Văn An ngày đi trình diện, tôi lại lê lết lên đường đi tiếp.

Đúng là lê lết. Đường càng lúc càng khó đi. Mưa phùn, đường hẹp, đất bùn quyện nước mưa nhão nhoẹt bám vào bánh xe càng làm nặng nề. Tôi bắt đầu cảm thấy lạnh. Một cái lạnh cắt da cắt thịt. Nhưng nỗi khổ chưa dừng ở đó.

Trên con đường độc đạo duy nhất về trại cải tạo Tân Lập, tôi phải vượt qua hai con sông. Quen với cái hiền hòa của dòng sông Hương thuở nhỏ, chưa bao giờ tôi thấy con sông nước chảy dữ dằn như vậy. Dòng nước đục ngầu và đỏ như máu chảy cuồn cuộn. Đứng bên này nhìn thấy bờ bên kia nhưng không biết cách nào qua. Không cầu không cống. Không một bóng người. Men theo bờ sông, tôi đi về hướng ánh đèn leo lét xa xa.

Hỏi thăm, thì ra muốn qua sông thì đi một đoạn nơi có bờ đá dô ra ở mé sông, chụm hai tay gọi lớn sang bên bờ bên kia "Đò ơi... ơi". Thế là từ bên kia bờ, chênh chếch phía trên có một thuyền nhỏ một người chèo qua. Nói thì rất dễ dàng nhưng để băng qua được bên này không dễ chút nào. Khoảng cách hai bên bờ không lớn lắm, nhưng do nước chảy xiết, từ bên kia muốn qua bên này, người lái đò phải khéo léo dựa theo dòng nước chảy, từ trên xa trôi xuống, tấp đúng vào kè đá nơi tôi đứng. Điều khiển không khéo thì thuyền lật như chơi, còn nếu không thì thuyền tấp xuống quá kè đá, không đúng chỗ đón khách.

Bác lái đò giúp tôi đưa xe đạp và tôi xuống thuyền. Nhìn người lái đò, nhìn dòng nước sông đục ngầu cuồn cuộn chảy, tôi nhớ các đoạn văn của Nhất Linh, của Khái Hưng thời Tự Lực Văn Đoàn kể về các tỉnh miền Bắc xa xôi này. Hình như nơi đây, bánh xe thời gian đã ngừng lại. Cảm giác giống y chang như trong các bài văn ngày nào.

Vẫn như xưa, nếu không nói là cũ kỹ hơn, nghèo khổ hơn. Và có lẽ vì vậy người dân ở miền đất sát biên giới Việt - Trung này hiền lành và chân chất gấp vạn lần những con người tôi gặp ở Hà Nội. Vì vậy, may mắn tôi vẫn còn cái mạng quay về.

Đi thêm một đoạn dài, vượt qua thêm một nhánh sông tương tự thì trời đã tối đen. Lúc này tôi không còn đạp xe được nữa. Tôi dắt xe, vừa đi vừa run cầm cập. Dân thành thị như tôi, lần đầu tiên mới cảm thấy nỗi sợ hãi cùng cực khi một mình giữa đồng không mông quạnh, âm thanh toàn là tiếng côn trùng ếch nhái, thỉnh thoảng là những ánh đom đóm lập lòe. Lại thêm cái lạnh cắt da của ban đêm và mưa phùn miền Bắc. Khổ không thể cực khổ hơn. Sợ không thể nào sợ hơn. Nếu không vì ba, tôi đã bỏ cuộc từ lâu. Nhưng rồi cuối cùng tôi cũng gặp được một căn chòi trống ven đường. Đây có thể là nơi tạm trú của những nông dân hay của những em bé chăn trâu nào đó.

Căn nhà (cái chòi thì đúng hơn) nhỏ xíu, trống không, có một cửa bằng tre nhỏ xíu. Đặt chiếc xe đạp sát vách, tôi ngồi xuống tựa lưng nghỉ mệt. Có thể nói trong đời, lúc này, đây là căn nhà ấm áp nhất mà tôi từng ở, dù rằng những giọt mưa vẫn từ các khe hở nhỏ xuống lạnh buốt. Bây giờ mới cảm thấy đói.

Bữa ăn tối đầu tiên trên miền đất tận cùng biên giới của người con đi tìm cha đang học tập cải tạo là một cái bánh bao không nhân mua vội trên tàu. Cái gọi là bánh bao thật ra chỉ là một cục bột hôi mốc, nhờ mưa ẩm ướt làm mềm đi, nếu không chắc sẽ cứng như đá. Nhưng không sao, khi đói thì đất cát vẫn thấy ngon như thường. Vừa ăn tôi vừa cố nuốt đi những giọt nước mắt. Cùng với cơn lạnh ban đêm, dù trải qua một ngày không ngủ, mệt lả, tôi vẫn không tài nào chợp mắt được. Tôi ngồi bó gối co ro ở một góc nhà. Lần đầu tiên tôi thấy cái vô tận của đêm dài.

Trời vừa hơi sáng là tôi lên đường ngay. Đi thêm một chặng đường đất khá dài, khoảng hơn 2 tiếng đồng hồ, cuối cùng tôi cũng đến được trại Tân Lập. Thật ra cái tôi gặp đầu tiên ở giữa cái đồng không cô quạnh này là một ngôi nhà tranh, tương đối lớn, phía trước có treo một tấm bảng nhỏ "K10 Tân Lập". Bên trong là một cái bàn dài có hai dãy ghế bằng tre. Không thấy có ai canh gác. Tôi nghĩ đây là nhà khách. Đợi một lúc quả nhiên tôi thấy một công an đi ra. Tôi trình giấy tờ, ghi rõ là cán bộ Bưu Điện ra Hà Nội công tác, luôn tiện thăm cha đang học tập tại K2 Tân Lập.

Mừng hụt. Trại cải tạo Tân Lập thì đúng rồi nhưng đây là nhà khách thuộc K10. Toàn trại gồm có 10 khu vực. Nếu tính từ ngoài vào trong thì bắt đầu từ khu K10, K9... cuối cùng sát biên giới là khu K1. K10 là khu vực đầu tiên của trại Tân Lập. Từ đây sẽ không có nhà dân mà chỉ có những trại giam, cán bộ và tù nhân. Sau này tôi mới biết khu trại Tân Lập không chỉ giam giữ các tù nhân từ trong Nam mà còn là nơi giam giữ các thành phần bất hảo ăn cắp ăn trộm ngoài Bắc. Thành phần này được giam ở các khu K10, K9 gần phía nhà dân.

Các tù nhân sĩ quan từ miền Nam được phân loại và giam giữ theo thứ tự, chức vụ càng cao, càng ác ôn thì được đưa về các khu số nhỏ K1, K2 sát núi gần biên giới, khí hậu khắc nghiệt và rất khó trốn thoát. Nếu có vượt thoát được công an ở các khu vực K1, K2, K3... thì chắc không qua được các thành phần bất hảo của K9, K10. Ai nói Việt Cộng ngu. Có đào thoát khỏi trại, mặc áo tù đi lang thang 30 km, ra khỏi đây không bị bắt trở lại mới lạ.

Lại tiếp tục lên đường. Hai bên đường là những cánh đồng khoai mì, những cánh đồng trà cằn cỗi. Thỉnh thoảng tôi bắt gặp từng toán người mặc áo tù đang cuốc đất. Từng nhóm làm việc lặng lẽ. Lúc này đường đất tương đối dễ đi hơn. Tôi cúi thấp người cố gắng đạp thật nhanh. Đi riết rồi cũng đi qua hết khu K3 và bắt đầu vào địa phận

K2. Có lẽ khoảng 10 giờ sáng, mưa phùn vẫn còn rơi. Tính ra từ sáng tới giờ tôi đã đi một lèo gần 4-5 tiếng đồng hồ. Không ăn uống gì nhưng tôi vẫn không cảm thấy đói. Tôi đang náo nức với cái cảm giác sắp được gặp lại ba. Vừa đi tôi vừa suy nghĩ những chuyện sẽ hỏi ba, chuyện gì sẽ kể cho ba. Tự nhủ phải thật bình tĩnh, phải không được xúc động, phải không được khóc. Nghĩ tới lúc sắp gặp ba, quên cả mệt nhọc, tôi ráng sức đạp thật nhanh.

Qua khỏi khúc quanh cuối K3 để vào K2, tôi thấy cách đường đất đỏ khoảng 5 đến 10 mét một nhóm khoảng mươi người áo quần lam lũ, người đang cuốc đất, người đang vác những bó củi khô, cạnh đó mấy tay mặc áo vàng đội mũ cối, cầm súng đi qua đi lại. Tôi biết chắc chắn đó là những tù nhân đang lao động cải tạo. Như một phản xạ tự nhiên, tôi đạp xe chậm lại, đưa mắt nhìn quanh. Cùng lúc một tù nhân đang đội nón lá lui cui gần vệ đường ngước mắt nhìn về phía tôi. Dù đã bao năm qua không gặp, dù bây giờ đã quá khác xưa, gầy gò, mặt mày đen thui, râu tóc dài bạc phơ, nhưng tôi vẫn nhận ra đó là ba. Nhảy ra khỏi xe, tôi thảng thốt kêu lên một tiếng ba thật to. Tiếng kêu làm nhiều người quay lại hướng về phía tôi, trong đó có mấy tên công an cầm súng đứng ven đường. Trong khoảnh khắc, tôi bắt gặp đôi mắt hoảng hốt của ba, cặp mắt của con thú hoang ngây dại và đầy vẻ lo sợ. Ba vừa chớp mắt vừa lấy tay xua lia lịa như muốn tôi đứng lại và chỉ về phía căn nhà xa xa. Tôi khựng lại, tôi biết tôi không được quyền đứng lại hay trò chuyện với ba. Nuốt giọt nước mắt đang chực chờ chảy, tôi lên xe phóng nhanh về căn nhà khách, không quên nhìn lại ba. Vẫn kịp thấy ba đang cúi xuống, tấm lưng gầy gò yếu đuối run run ngã quỵ bên đường.

Tiếp tôi trong căn nhà khách K2 là một công an mặc áo vàng, gương mặt gầy nhọn, non choẹt và giọng nói rặt Bắc Nghệ An. Tôi đưa giấy tờ chứng nhận là cán bộ giáo viên trong Nam ra công tác Hà Nội tranh thủ thăm cha đang học tập cải tạo ngoài này. Sau khi xem giấy tờ, tên cán bộ hỏi tại sao tôi biết nơi này. Không lẽ nói do tự tìm kiếm, tôi nói do chú là trung tá chính ủy chỉ đường. Thái độ có vẻ nhã nhặn hơn nhưng gã ta cho biết là tôi không thể thăm được ba tôi lần này được với lý do: – Ông nhà đang trong thời kỳ bị kỷ luật do vi phạm nội quy của trại, đang bị biệt giam.

Thú thật nếu không gặp mặt ba ngoài kia, chắc chắn tôi đã phải tin lời quay về. Tôi biết hắn đang làm khó dễ. Tôi nắm chặt bàn tay dằn cơn giận dữ. Xuống nước:

— Nhưng thưa cán bộ, tôi mới gặp ba tôi ở ngoài kia.

Tên cán bộ gằn giọng:

— Anh có chắc không? Ông đang bị biệt giam, ai cho ra ngoài, chắc anh nhìn lầm.

Sao có thể lầm ba với ai được. Dù có bị đày đọa cỡ nào, dù ba có thay đổi bao nhiêu, thì tôi vẫn không bao giờ lầm ba với ai khác. Cặp mắt ấy, con người ấy với tôi là duy nhất. Đuối lý nhưng tay công an vẫn khăng giữ vững ý định không cho tôi gặp ba. Nhiều lý do được đưa ra: Thứ nhất đây không phải là mùa thăm nuôi, thứ hai tôi cũng không có giấy phép thăm nuôi (hèn chi các nhà khách tôi đi qua vắng như chùa Bà Đanh).

Tôi cố gắng trình bày là đi công tác đột xuất, hơn nữa đường đi xa xôi, đã lỡ đến đây rồi, xin cán bộ thông cảm. Làm ra vẻ tử tế, lão cán bộ chép miệng:

— Thật ra tôi cũng muốn thông cảm cho anh, không phải tôi làm khó dễ nhưng thú thật không thể cho anh gặp được.

Tôi càng năn nỉ, tên cán bộ càng cứng rắn. Lão nổi nóng:

— Nhưng tôi nói không gặp được là không gặp được, anh về khi nào có giấy tờ thăm nuôi thì chúng tôi sẽ giải quyết.

Nhìn khuôn mặt tên cán bộ mặt mày lấc cấc, máu tôi sôi lên, tôi muốn đấm cho nó một cái, ra sao thì ra. Nhớ đến ánh mắt của ba ngoài kia, cặp mắt ngây dại của con thú hoang đang co cụm dãy chết. Nhớ đến đôi vai gầy gò run rẩy trong gió lạnh ngoài kia, lòng tôi dịu lại, tự nhiên tôi bật khóc, khóc ngon khóc lành. Vừa khóc tôi vừa năn nỉ tên cán bộ đáng tuổi em mình. Tiếng khóc động đến lòng trời, đúng lúc một tay cán bộ nữ bước vào. Có lẽ khuôn mặt một người đàn ông đang khóc nhìn thê thảm, xấu xí và cảm động quá, sau khi bàn bạc, cán bộ nữ đồng ý cho tôi được gặp ba nhưng chỉ được gặp đúng 15 phút mà thôi. Dù sao đàn bà vẫn tình cảm hơn.

Chờ khoảng một tiếng, một tên công an đi vào, theo sau là ba tôi. Lúc này tôi mới có cơ hội nhìn rõ ba. So với hồi ở nhà, hoàn toàn khác hẳn. Khuôn mặt đen sạm, tóc tai bạc trắng, râu dài tới ngực, mặc bộ đồ tù cũ kỹ, tay cầm chiếc nón lá rách tả tơi. Không kềm được tôi phóng người về phía ba, hai tay dang rộng. Ba giật mình bước tránh qua một bên, miệng lắp bắp "dạ thưa cán bộ, tại con tôi không biết". Nói xong ba lầm lủi theo tên công an đến chiếc bàn tre chính giữa phòng. Đợi tên công an ngồi xuống chiếc ghế ở giữa hất đầu ra lệnh, ba ngồi xuống ở chiếc ghế đầu kia đối diện với tôi. Tên CA hất hàm:

— Anh có 15 phút để nói chuyện với ông.

Dù tự nhủ phải cố gắng bình tĩnh nhưng vẫn không thể được, tôi òa khóc như một đứa bé. Trong khi đó, ngoài trừ cặp mắt ánh lên một nỗi niềm khổ đau vô hạn, ba bình tĩnh hơn tôi nhiều. Ba nói trước, ba hỏi thăm về mẹ, về các em. Cũng vẫn là lời lẽ như trong các thư ba gửi về. Thỉnh thoảng dù rất cố gắng kìm lại nhưng ba vẫn húng hắng ho. Tiếng ho vẫn đục như có đàm chặn trong cổ. Vừa khóc, vừa trả lời, tôi mãi nhìn ba, muốn nhảy đến ôm ba vào lòng. Nhưng khoảng cách hai đầu chiếc bàn quá xa và tên công an ngồi chính giữa như một bức tượng lạnh lùng, đe dọa. Tôi để cho ba hỏi ba nói và tôi trả lời. Có nhiều điều muốn hỏi, muốn kể với ba nhưng nỗi xúc động làm tôi không nói được nên lời.

Thật ra nếu nhớ ra, có hỏi, chắc chắn cũng là câu "cách mạng khoan hồng, ba học tập tốt sẽ được cho về". Nhìn ánh mắt ba, tôi biết sẽ không bao giờ ba học tập tốt được, ngày về sẽ còn xa lắc xa lơ. Tôi lấy từ trong túi sách, mấy gói thực phẩm khô, chuối khô do mẹ làm, một ít bánh đậu xanh, mấy hộp diêm, một tút thuốc lá đen đẩy về giữa bàn về phía ba. Ba đẩy tất cả về phía tên CA, miệng nói: nhờ cán bộ giữ giùm. Cặp mắt sáng lên, mặt bớt lạnh lùng, tên CA đem các món đồ vào chiếc tủ nhỏ ở góc phòng. Không biết ba sẽ nhận được lại các món này hay không, tôi không có tâm trí để nghĩ đến.

Tôi cứ mãi nhìn người đàn ông gầy gò tội nghiệp và yếu ớt đang ngồi trước mặt mình không nói được lời nào. Nước mắt cứ không ngừng tuôn. Nói chuyện được khoảng 15 phút, tên công an lạnh lùng đứng dậy tuyên bố hết giờ. Ba chậm chạp đứng lên, cặp mắt nửa như ngây dại, nửa thảng thốt, nửa tiếc nuối nhìn tôi, bước theo tên công an ra khỏi nhà khách. Không kìm được, tôi vùng chạy tới, ôm choàng lấy ba khóc như mưa. Lần đầu tiên tôi thấy mặt gã công an như dịu lại, quay mặt ra nơi khác. Bây giờ thì ba cũng khóc. Không biết chúng tôi đứng bên nhau được bao lâu cho đến khi tên CA kéo tay ba tôi đi. Ba lủi thủi đi không quay lại. Cái dáng đi khòm khòm, nhẫn nhục đến tội nghiệp. Và đó là lần cuối cùng tôi gặp ba, còn sống.

5 tháng sau, mẹ và tôi ra thăm ba đúng ngày ba mất. Chuyến đi thăm nuôi trở thành chuyến đi tiễn biệt lần cuối cùng. Mẹ không gặp được ba lúc còn hơi thở nhưng vẫn còn may mắn ôm tấm thân vẫn còn hơi ấm của ba lần sau chót.

Mỗi người có một lý do, có một cách khác nhau khi đến định cư tại nước Mỹ. Với tôi chắc chắn không phải vì tiền và cũng không phải nước Mỹ là thiên đường. Thiên đường hay địa ngục chỉ dành cho những người đã chết. Tôi đến đất nước này chỉ vì một vết thương chưa bao giờ lành và một nỗi hận chưa bao giờ phai. Hôm nay trong ngày giỗ ba trên xứ người, tôi viết để nhớ về ba và cũng để cảm ơn nước Mỹ, nơi đã cưu mang gia đình của một sĩ quan tù cải tạo. Một đất nước không phải nơi tôi sinh ra nhưng chắc chắn sẽ là quê hương thứ hai, nơi tôi chọn để nằm xuống những ngày cuối đời.

Từ ngày ôm xác ba lần cuối cùng, tôi đã quyết định bỏ xứ ra đi, vì tôi biết nếu còn ở lại quê nhà, ký ức đau buồn của tôi, của mẹ và của các em tôi sẽ không bao giờ nhạt phai.

Viết để mãi nhớ về ba và như một lời cám ơn về một đất nước đã cưu mang gia đình chúng tôi trong những tháng năm lưu lạc.

ĐI HỐT CỐT BA TỪ TRẠI TÙ

Câu chuyện sau đây có thể không liên quan nhiều đến nước Mỹ nhưng là một trong những mảnh vỡ cuộc đời của một đứa con người tù cải tạo sau ngày thất trận bi thảm 1975. Là lý do của những cuộc ra đi và định cư tại miền đất cách xa quê nhà hơn nửa vòng trái đất.

Ngày đưa ba đi trình diện học tập dành cho "sĩ quan ngụy quân" tại trường Chu Văn An năm 1975 là khoảnh khắc cuối cùng mẹ nhìn thấy mặt ba còn sống. Chuyến đi tưởng chỉ 10 ngày trở thành 2 năm 6 tháng chia lìa và xa nhau mãi mãi. Mỏi mòn chờ đợi để cuối cùng chỉ được ôm xác người chồng yêu thương lần cuối cùng ở một trại cải tạo ngút ngàn tận cùng biên giới Việt - Trung.

Tháng hai năm 1979, trở về Sài Gòn sau khi để lại ba nằm hiu quạnh trong trại cải tạo Tân Lập, Vĩnh Phú, mẹ trở thành một người hoàn toàn khác hẳn. Cái tính cứng cỏi ngày xưa của mẹ giờ thêm lòng căm thù và nỗi đau mất chồng khiến mẹ trở nên điên dại. Đã có những tháng ngày mẹ không thiết tha gia đình, lang thang từ nhà ra chợ. Câu chuyện mất chồng của mẹ lan truyền nhanh chóng trong khu xóm đường Lam Sơn với toàn gia đình sĩ quan chế độ cũ. Lan truyền đến tận cái chợ nhỏ Cây Quéo cuối con đường Hoàng Hoa Thám, quận Bình Thạnh. Ai cũng biết câu chuyện người đàn bà Huế mất chồng trong trại cải tạo.

Cuộc sống gian khổ, nỗi nhớ chồng quay quất làm mẹ ngày một gầy guộc đi. Đã không còn là người đàn bà trắng tréo mập mạp phúc hậu của khu phố sĩ quan ngày nào. Ban ngày chỉ là tạm quên, đêm về là những giây phút mẹ nhớ đến cái lặng lẽ cô độc của ba nơi miền đất phía Bắc xa xôi. Nhớ đến cặp mắt chưa kịp khép của ba trong ngày gặp mặt. Mẹ cứ hay bảo, không biết ba mày có đói hay không, áo quần có lành lặn hay không, có ai hành hạ ba mày hay không. Rồi mẹ lại khóc và mẹ lại nhớ đến cái khuôn mặt hốc hác, tiều tụy ngày ba qua đời. Nhớ đến hàm râu dài lưa thưa, cái thân hình gầy guộc và cái áo cũ rách nát tả tơi. Có những đêm ngồi bên cửa sổ nhìn ra khoảng tối mênh mông, mẹ lặng lẽ khóc nức nở một mình.

Những tháng năm sau đó với mẹ con tôi, thời gian qua thật dài. Không biết làm gì để an ủi mẹ ngoài chuyện cùng mẹ thay ba lo cho những đứa em còn nhỏ dại. Ngoài giờ làm việc tại Bưu Điện, vợ chồng tôi phụ mẹ làm đủ thứ nghề để sinh sống. Bán quần áo cũ tại chợ trời, làm bánh đậu xanh, nuôi gà trong phòng ngủ, nuôi heo trong cầu tiêu để chỉ thật mong đến ngày đủ sức đem ba trở lại quê nhà.

Cùng với những vất vả lo toan cho cuộc sống, qua thời gian, mẹ và chúng tôi phải làm quen những ngày tháng không có ba. Các em vẫn hằng ngày cắp sách đến trường. Vợ chồng chúng tôi đã có đứa con đầu tiên. Đứa cháu ra đời chưa bao giờ thấy được ông nội bằng xương bằng thịt. Mỗi khi nhìn con tôi lại nhớ đến ba. Cháu bao nhiêu tuổi, bấy nhiêu năm ba rời xa chúng tôi.

Có những ngày ăn bo bo thay cơm. Có những ngày liên tiếp không có gạo chỉ có bột mì. (Thời đó tại Sài Gòn chúng tôi phải làm quen với chế độ tem phiếu như ngoài Bắc.) Tùy theo lúc, theo số người trong gia đình, có khi được cấp gạo, có khi nhận toàn bột mì, cũng có khi cả tuần nhận toàn bo bo. Mẹ xoay xở chế biến thành đủ thứ món ăn bằng bột mì cho đỡ ngán. Dù sao thì cũng không thể gian khổ bằng ba trong những ngày tù miền Bắc. Tôi tự an ủi như vậy để sống. Mẹ bề ngoài rất can trường nhưng trong lòng lúc nào cũng canh cánh nỗi lo về ba. Mẹ lúc nào cũng ao ước đem được ba về. Hết than ngắn lại thở dài.

Thường phải qua 3 năm mới có thể dời mộ, nhưng chỉ mới chưa đầy 3 năm, thương mẹ mỏi mòn trông đợi, tôi cùng mẹ xin giấy phép ra Bắc đem xác ba về. Dĩ nhiên mọi chuyện không dễ dàng. Thời đó làm gì có cái loại giấy phép ra trại cải tạo để đem xác chồng. Lên phường xin đại cái giấy phép ra thăm ông chú còn ở lại ngoài Bắc. Cứ ra Hà Nội cái đã, mọi chuyện tính sau.

Thế là sáng ngày 15 tháng 8 năm 1981, hai mẹ con khăn gói lên tàu hỏa "thống nhất", miền Bắc trực chỉ. Ở lại nhà chú một đêm, hôm sau cùng với ông Tiến, người chuyên bốc mộ thuê do chú giới thiệu, ba chúng tôi lại lên tàu chợ Hà Nội – Vĩnh Phú tiếp tục cuộc hành trình. So với 2 lần đi thăm ba những năm về trước, chuyến đi này tương đối dễ dàng hơn. Hành lý của hai mẹ con chỉ là một cái xách tay nhỏ đựng vài bộ áo quần và một ít thức ăn khô; duy chỉ có ông Tiến là lỉnh kỉnh cuốc xẻng, mấy cái bị lác và mấy chai dầu hồi, ông bảo dùng để rửa xương.

Tướng người ông Tiến đen đúa khắc khổ nhưng nhanh nhẹn và vui tính. Cái giọng Bắc 75 mới đầu hơi khó nghe, rồi cũng quen dần. Chuyến đi có thêm người đào mộ thuê cũng nhờ thế làm thời gian trôi qua nhanh hơn. Ông làm cái nghề này cũng đã mấy mươi năm sau cái ngày cởi bỏ áo quần bộ đội. Ai cần đào mộ là có mặt ông. Thường bốc xác lên đem đi chôn chỗ khác, cũng có khi đem đi thiêu. Miền Bắc hồi đó có rất nhiều những ngôi mộ vô danh nằm lẫn trong các ruộng vườn. Người ta nhờ ông. Ông lại có thêm công việc tìm kiếm, đào xới, dọn dẹp và đem vào các hố chôn tập thể. Hay có khi chỉ cần tẩm dầu và đốt. Ông kể, công việc tuy vất vả nhưng cứ có hoài. Tiền thì không bao nhiêu vì dân ở đây thường rất nghèo, nhưng cũng đủ sống qua ngày.

Ông lão chép miệng. 30 năm đi lính, chỉ biết đánh nhau, xuất ngũ không có tay nghề, làm cái việc suốt ngày bên các xác chết ít người chịu được, cũng ít gian khổ hơn thời chiến tranh. Ông nói thêm, đây là lần đầu tiên có người trong Nam ra nhờ ông, lại là đào mộ của người học tập cải tạo. Tôi hỏi, người chết là sĩ quan miền Nam, sao ông vẫn nhận. Ông lão chép miệng, cũng là con người cả. Ai chết rồi cũng như nhau, hận thù gì nữa. Mà thật ra tôi có thù hận ai đâu. Ngày xưa đi lính, bảo bắn thì tôi bắn, không bắn thì chết sao ông. Lần đầu tiên trên một miền đất với tôi chỉ là thù hận, tôi thấy một cảm giác an toàn.

Từ sáng sớm ba người chúng tôi lên ga Hàng Cỏ và đến tối thì chúng tôi đến trại K2. Sáng hôm sau chúng tôi gặp cán bộ trại xin đào lấy xác ba đem về chôn tại quê nhà và như dự đoán, bị từ chối ngay. Lý do phải có giấy cho phép của cấp trên. Thời gian chờ đợi ít nhất cũng phải trên ba tháng. Hơn nữa, tay cán bộ trại giam nói thêm, ông nhà chết chưa quá ba năm chắc cấp trên không cho đâu.

Không còn cách nào khác, không lẽ lặn lội mấy ngàn cây số ra đây rồi về tay không, chúng tôi quyết định đi bốc mộ trộm. Đến lúc này mỗi khi nhớ lại tối hôm đó tôi vẫn còn rùng mình. Tôi vẫn không hiểu tại sao mình lại quyết định liều lĩnh như vậy. Đào mộ chui, chết hoặc ở tù như chơi. Có lẽ phần vì còn trẻ liều lĩnh, phần thương ba, thương mẹ và một phần do sự khuyến khích của người đào mộ thuê. Cũng may là ngôi mộ của ba nằm ngoài vòng đai trại cải tạo, nếu không ai biết trước việc gì sẽ xảy ra cho chúng tôi.

Đêm đó đợi lúc trời chạng vạng tối, trời mưa lất phất, 3 người chúng tôi đi đến khu rừng có mộ ba. Tôi vẫn nhớ rất rõ đường đi. Cũng không xa lắm vành đai trại và cũng chỉ một con đường đất nhỏ hẹp. Vẫn không thay đổi gì nhiều, chỉ khác là cỏ mọc um tùm hơn. Cây thánh giá trước mộ vẫn còn đó, xiêu vẹo. Dấu khắc tên ba trên cây vẫn còn dù thời gian có làm mờ đi. Và cũng chỉ duy nhất một mình ngôi mộ của ba nằm ở đó, lạnh lẽo, hiu quạnh. Chung quanh không có ngôi mộ nào khác. Có lẽ chỉ một mình ba tôi là có thân nhân đến tiễn đưa khi chết nên được chôn nơi đây. Những người khác chắc chỉ được bó chiếu, nằm chung nhau trong một ngôi mộ tập thể vô danh nào đó.

Chúng tôi bắt đầu công việc đào đất trong cái ánh đèn cầy leo lét. Người đào mộ làm việc chuyên nghiệp và nhanh thoăn thoắt. Lớp đất xốp có lẽ được lấp vội vàng nên công việc đào xới cũng dễ dàng. Rồi cũng đến lúc chạm đến cái nắp hòm cũ kỹ mục nát. Nén xúc động, tôi mở nắp quan tài. Ba nằm đó, bộ xương còn nguyên vẹn với một phần da thịt và tóc chưa phân hủy hết.

Chúng tôi nhặt xương ba lên theo thứ tự: đầu, giữa, chân, tay, bên phải bên trái. Mẹ nức nở nhưng không dám khóc to. Mẹ vừa khóc vừa rửa xương ba bằng chai nước cánh hồi, sau đó chúng tôi phụ nhau bỏ vào hai xách tay bằng lác mang theo. Một bao tôi xách gồm phần đầu và phần tay chân bên trái. Bao lác của mẹ gồm xương sống và phần tay chân bên phải. Người đào mộ dặn phải làm như thế để khi về đem chôn trở lại, ba mới siêu thoát với hình hài còn nguyên vẹn chân tay.

Chúng tôi lặng lẽ vượt gần 30 cây số lên đường trở ra ga Ấm Thượng ngay trong đêm. Cũng phải vượt qua hai con sông nước chảy xiết, qua những con đường đất quanh co, và những ngôi nhà leo lét ánh đèn. Không một bóng người. Tiễn chúng tôi chỉ là những tiếng côn trùng ếch nhái và những giọt mưa phùn lành lạnh. Vừa đi vừa cầu nguyện. Rồi cũng suôn sẻ ra đến ga Ấm Thượng khi trời tờ mờ sáng. Kịp đón chuyến tàu về đến ga Hàng Cỏ, Hà Nội thì cũng đã xế chiều. Mệt lả người vì thiếu ăn và thiếu ngủ nhưng chúng tôi rất vui vì đã đem ba về an toàn.

Chia tay người bốc mộ ngay tại sân ga, bấy giờ tôi mới cảm thấy đói. Hai mẹ con ngồi tựa cột đèn nhà ga, mỗi người ôm chặt một bị lác chứa xương người. Chúng tôi chia nhau ăn ổ bánh mì dai nhách, uống ly chè xanh đắng chát, nhưng thật ngon lành. Đêm lạnh, hai mẹ con chúng tôi ngồi bên nhau, cô độc ngay trong cái sân ga đông kịt người. Miền Bắc Xã Hội Chủ Nghĩa mãi mãi với tôi vẫn là nơi vô cùng xa lạ và không bao giờ muốn quay về.

Đang nằm thiu thiu ngủ, bỗng dưng tôi thấy tay mình nhẹ tưng. Bừng tỉnh cũng là lúc tôi thấy một bóng người phóng qua mình tôi về phía trái. Ôi, cái bị lác của tôi. Tôi phóng người đuổi theo, vừa chạy vừa la: xương người, xương người. Đứa bé ăn trộm bị tôi đuổi kịp quăng bị lác xuống đất, chạy vào bóng đêm mất dạng. Tôi lượm bị lác lên và ôm chặt vào lòng. Đêm đó hai mẹ con lại ngồi tựa cột đèn, thức trắng. Lại một đêm thật dài, dài đến vô cùng.

Trời mới tờ mờ sáng, chúng tôi lên chuyến tàu sớm đầu tiên xuôi Nam và đến ga Huế vào nửa đêm. Nhà ông bà ngoại tôi nằm dưới chân núi Ngự Bình, cách lăng Thành Thái không bao xa. Ngôi nhà cổ với sân vườn sau là các ngôi mộ của gia tộc bên ngoại. Về nhà quá khuya nhưng đã có rất đông họ hàng, các em cùng vợ con tôi từ Đà Nẵng về cả ngày hôm trước. Có cả ông Cặn hàng xóm, người chuyên môn lo về cúng kiếng với hòm rương nhang đèn đầy đủ.

Đám ma của ba tôi được tổ chức đơn giản nhưng với đầy đủ thủ tục lễ nghĩa như với một người vừa mới qua đời. Xương của ba được sắp xếp lại theo thứ tự tay chân trái phải và được đặt vào quan tài cùng với các đồ dùng còn sót lại của những ngày trong trại cải tạo. Không thể mặc cho ba manh áo mới lành lặn, mẹ xếp ngay ngắn bên cạnh.

Bà con hàng xóm láng giềng khu vực An Lăng có mặt thật đông. Hôm đó mẹ đã khóc ngất đi nhiều lần mặc dù ba qua đời đã lâu. Dù sao mẹ cũng đã mãn nguyện thực hiện được ước muốn từ bao năm qua: đưa được ba về, nằm ấm cúng trong mảnh vườn nhỏ gia tộc bên cạnh ông mệ, họ hàng. Hôm đó tôi đã khấn trước mộ ba: Ba ơi, hãy yên nghỉ, chúng con luôn thương nhớ ba. Con sẽ thay ba lo cho mẹ và các em. Ba có linh thiêng xin phù hộ cho mẹ và cho chúng con.

Tôi tin là có một thế giới, nơi ba đang sống, thật gần với chúng tôi, luôn theo dõi phù hộ chúng tôi, trong những ngày đen tối còn lại tại quê nhà và những tháng năm lưu lạc trên quê người.

Đã 40 năm sau ngày ba mất, đại gia đình chúng tôi, một mẹ và 9 người con vẫn đang thật bình yên trên xứ Mỹ này. Mỗi năm chúng tôi đều thay phiên về thăm ba. Ngôi mộ được chăm sóc sạch sẽ bởi một người bà con còn ở lại. Chỉ riêng tôi, hơn 20 năm qua vẫn chưa một lần trở lại. Chắc ba cũng hiểu, nỗi đau vẫn còn mãi trong tôi. Đã có những khó khăn, đã có những vất vả trên quê hương thứ hai này, nhưng mẹ và anh em chúng tôi đều kiên cường vượt qua để sống một cách lương thiện.

Dù mẹ đã lúc quên lúc nhớ nhưng tôi vẫn luôn tin rằng hình bóng của ba vẫn luôn còn mãi trong tận cùng trái tim của mẹ. Mẹ không nói, nhưng chắc vẫn nhớ nhiều điều trong quá khứ, nhất là cái ngày hai mẹ con mình đi nhặt lại xác cha, phải không mẹ của con.

Viết trong ngày Vu Lan 2019

TULSA
INTERNATIONAL AIRPORT

TULSA,
BƯỚC ĐẦU TRÊN ĐẤT MỸ

Sau 23 năm chờ đợi, ngày 20 tháng 12 năm 1998, gia đình chúng tôi được qua Mỹ định cư theo diện ODP. Đứa con trai đầu của một gia đình có cha là sĩ quan cảnh sát chết trong trại cải tạo cuối cùng cũng được đoàn tụ với mẹ và 8 em trên một đất nước thật xa quê nhà. Chuyến đi chính thức nên không có những gian truân, khổ cực và bi thảm như những người vượt biển, vượt biên nhưng cũng đẫm đầy nước mắt của tiễn đưa. Với gia đình chồng là đoàn viên nhưng với gia đình vợ là một cuộc chia ly không biết ngày gặp lại. Theo chồng, nàng đành bỏ lại quê nhà một mẹ già và một em gái. Ngày trở về chắc chắn sẽ còn xa lắc xa lơ.

Sau khi đổi 3 chuyến bay tại các phi trường Taiwan, Los Angeles và Dallas, chiếc máy bay của hãng hàng không American Airline cuối cùng cũng đã đáp xuống phi trường Tulsa lúc nửa đêm trong cái lành lạnh của những ngày cuối năm. Trái ngược với cái hào nhoáng và nhộn nhịp của các phi trường trung chuyển, Tulsa International Airport, điểm đến cuối cùng của một cuộc ra đi đoàn tụ, là một phi trường nhỏ, hoang vắng và cái ảm đạm của một đêm mùa đông mưa tuyết làm tăng thêm nỗi buồn của những đứa con mới rời xa quê hương. Dù đã không còn lưu luyến cái mảnh đất có quá nhiều kỷ niệm đau buồn, nhưng đêm đầu tiên trên quê người vẫn không khỏi chạnh lòng xót xa khi nhớ đến ba, vẫn còn nằm lại một mình sau vườn quê ngoại.

Mẹ cùng các em đã chờ sẵn tại phi trường và đưa thẳng chúng tôi về nhà cô em gái út. Mặc dù đang choáng ngợp trong cái hạnh phúc được gặp lại mẹ và các em sau một thời gian dài xa cách, nhưng quả thật đêm đầu tiên trên nước Mỹ đã làm tôi thực sự bị hụt hẫng.

Đường về nhà em gái ở thành phố Broken Arrow là một con đường 2 lane nhỏ xíu. Ánh đèn đỏ mờ hiu hắt làm tăng thêm cái hiu quạnh của một miền đất mới. Một nước Mỹ mà gia đình tôi sẽ sống là như vậy sao?

Những ngày sau đó tôi sống với những niềm vui nhưng cũng không ít nỗi buồn. Mặc dù từ những năm 1975, Sài Gòn, Đà Nẵng, Huế đã không còn là những thành phố hoa mộng của tôi thuở nhỏ, đã có quá nhiều đắng cay, tủi nhục trong đời đứa con người tù cải tạo, nhưng vẫn là nơi tôi sinh ra và lớn lên. Có quá nhiều kỷ niệm. Nhớ những niềm vui và nhớ cả những nỗi buồn. Dễ gì cũng đã sống với nó suốt một chặng đường dài đến nửa đời người. Đã quá quen thuộc từng ngõ ngách. Quen luôn cái ồn ào, cái vất vả của những năm tháng lăn lóc, cho nên qua bên này ban ngày với tôi là hạnh phúc nhưng ban đêm là những giọt nước mắt nhớ quê, nhớ bạn bè, nhớ những người thân còn ở lại. Cái tĩnh lặng của một thành phố nhỏ an bình, cái rảnh rỗi của những ngày đầu càng làm tăng thêm nỗi nhớ, nhất là với vợ tôi, nỗi buồn xa mẹ, xa em.

Nhưng rồi, sau vài tuần nghỉ ngơi làm xong mọi thủ tục giấy tờ, thẻ xanh, cũng đã đến lúc chúng tôi bắt đầu nghĩ đến việc sinh sống trên miền đất mới. Làm lại cuộc đời khi tuổi đã gần 50, chính xác 47 năm 4 tháng, chắc chắn sẽ không bao giờ dễ dàng.

Thấy tôi mới qua Mỹ, lớn tuổi lại có 3 con nhỏ, bạn bè khuyên tôi không cần đi làm, nộp đơn theo diện low income, xin housing và những trợ cấp khác của chính phủ. Mặc dù qua đây theo diện bảo lãnh nhưng hồi đó Tulsa đất rộng người thưa, ngân sách tiểu bang dồi dào nên cũng dễ xin.

Mới đầu nghe cũng hợp lý, xiêu lòng tôi định chọn con đường dễ dàng như thế để tồn tại. Đâu phải ai cũng có đủ điều kiện như gia đình chúng tôi. Tuổi già, con đông, không tài sản. Vất vả quá nửa đời người rồi, dại gì có cơ hội được chính phủ lo, không nắm lấy, để sống an nhàn. Nhưng rồi, với cái tính không bao giờ chịu ngồi yên của tôi, nghĩ đến tương lai của những đứa con sau này, nghĩ đến ba, chúng tôi quyết định chọn con đường mặc dù có thể sẽ dài hơn, sẽ gian khổ hơn nhưng chắc chắn sẽ làm ba tôi hãnh diện, con cái sẽ tự hào hơn.

Thế là cả nhà quyết định đi kiếm việc làm. Một bước khởi đầu của đứa con tuổi không còn trẻ, nhưng cũng chưa phải quá già để có thể sống bám một cách lặng lẽ trên xứ người. Vợ tôi xin vào làm phụ bếp một nhà hàng Việt Nam, tôi và cháu đầu, có TOEFL, ghi danh tiếp tục học đại học. Hai đứa nhỏ, một đứa học lớp 2, đứa học lớp 8. Chưa có bằng lái xe, mấy đứa em rể và em gái thay phiên nhau đưa đón đi học đi làm. Có khi đi bằng xe bus. Thành phố Tulsa nhỏ nhưng hiền hòa, người Việt không nhiều nhưng cũng có chùa, nhà thờ và chợ Việt Nam. Hàng hóa không phong phú nhưng cũng có tương cà, mắm muối, đủ làm vơi bớt nỗi thèm đồ ăn quê nhà.

Ở với em út một thời gian ngắn, sau khi thi đậu bằng lái xe, chúng tôi chuyển về ở với mẹ trong căn apartment 2 phòng thuộc khu phố Meadow dành cho người lợi tức thấp. Mẹ với cháu gái một phòng, hai vợ chồng một phòng, hai thằng con trai chia nhau phòng khách. Chật chội cho một gia đình 6 người nhưng ấm áp và hạnh phúc. Và mẹ cũng vui hơn nhiều. Tôi biết, khi thay ba, một mình đem được toàn bộ những đứa con qua, mẹ đã rất mãn nguyện. Nhưng qua bên này, theo thời gian mẹ biết cái mong ước được sống cùng nhau tưởng chừng như rất bình thường lại quá đỗi khó khăn. Cuộc sống đã không như ngày xưa của mẹ. Những đứa con lần lượt rời xa, mỗi đứa một phương trời. Đứa New York, đứa North Carolina, đứa Dallas... Ba đứa còn lại ngay tại Oklahoma này thì mỗi đứa cũng một gia đình, cũng một mái nhà riêng. Đã không còn cái thời mười một, mười hai người chen chúc trong căn nhà nhỏ xíu của mẹ. Cái ước muốn được ấp ủ và che chở những đứa con mãi mãi nhỏ bé như ngày xưa của mẹ đã không còn thực hiện được nữa. Mẹ thèm da diết cái hơi ấm của gia đình. Cho nên khi chúng tôi về ở chung, mẹ vui lắm. Lâu lắm rồi chúng tôi mới ở bên nhau. Có nhiều đêm hai mẹ con thức trắng chỉ để ngồi nói chuyện ngày xưa. Chuyện của ba. Chuyện của ngoại. Lại nhắc đến cái ngày gặp ba lần cuối cùng. Hồi đó mẹ chưa bị mất trí nhớ, mỗi khi nhắc đến ba mẹ lại khóc. Mẹ hay nhắc đến lần ôm xác ba trong bệnh xá hay là cái đêm hai mẹ con đi đào mộ chui ngoài Bắc.

Mẹ nhớ như in những ngày đó. Qua đây, mẹ lãnh tiền già, ở nhà chính phủ, mẹ không phải làm việc cực nhọc như hồi quê nhà, sự rảnh rỗi làm nỗi nhớ càng nhiều hơn và càng làm mẹ buồn hơn. Khi chúng tôi về ở chung, mẹ vui hơn nhiều nhưng tôi biết nỗi đau mất chồng trong mẹ vẫn không bao giờ nhạt phai.

Đi học một thời gian, tôi xin vào làm cho Compusa, một cửa hàng chuyên bán đồ điện tử, máy tính. Sửa máy tính là nghề của chàng nên phỏng vấn một lần là được nhận ngay. Tôi là người Việt Nam duy nhất làm ở bộ phận sửa chữa và phục vụ khách hàng. Biết thêm tiếng Việt nên có nhiều lợi điểm. Mỗi khi có người Việt Nam đem máy tới, tôi là người trực tiếp nhận máy, giải thích, sửa và giao trả. Lương cũng chỉ bình thường 13-14 một giờ nhưng công việc nhẹ nhàng, nhờ đó tôi vừa có thêm tiền phụ giúp gia đình vừa có thì giờ chuyên tâm tiếp tục con đường đại học của mình.

Tôi luôn tin ba luôn ở bên cạnh chúng tôi. Cuộc hội nhập tiến triển một cách thuận lợi. Có lẽ những năm dài gian khổ dưới chế độ cộng sản đã làm gia đình tôi dễ dàng thích ứng với mọi hoàn cảnh và cuộc sống xứ người. Vì vậy, chính tại cái thành phố mà chúng tôi thường hay nói vui, nhỏ như cái lỗ mũi và quê mùa như làng Nam Phổ Thượng (quê nội tôi ở Huế), lại là một nơi khởi đầu đầy may mắn cho gia đình chúng tôi. Qua trễ cũng có cái lợi của nó, đỡ bỡ ngỡ hơn. Thành phố nhỏ cũng có cái hay của nó, ít tội phạm hơn, ít cám dỗ hơn. Tulsa hiền hòa, tụi tôi hay nói vui cái xứ nhà thờ nhiều hơn nhà dân (vì hầu như cách vài block đường lại có một nhà thờ), cộng đồng người Việt ít nên hầu như ai cũng biết nhau. Ở đây hình như ai cũng biết đến câu chuyện của người đàn bà góa chồng có 9 đứa con người Huế. Cái tin toàn bộ đại gia đình chúng tôi đoàn tụ tại thành phố Tulsa sau 23 năm dưới chế độ cộng sản không những lan truyền trong cộng đồng người Việt mà còn được nhiều người bản xứ biết đến nhờ bài viết được đăng trên tờ báo ngày duy nhất tại Tulsa thời bấy giờ. Nhờ vậy gia đình cũng nhận được sự giúp đỡ nhiều hơn từ các hội đoàn và đoàn thể.

Ở với mẹ chưa đầy một năm, dành đủ tiền down payment, tôi mua nhà ra ở riêng. Nhà cửa bên này quá rẻ. Chỉ sáu đến bảy chục ngàn cho một căn nhà 4 phòng ngủ. Con cái đã lớn cần có chỗ học hành, sinh hoạt. Hơn nữa ở quá nhiều người trong căn nhà housing của mẹ là không hợp pháp. Muốn mẹ về ở chung nhưng mẹ nói, mẹ quen sống một mình tự do, không muốn làm phiền đứa nào, muốn ăn muốn uống gì cũng được. Về với tụi bây, lại chê hôi chê hám. Mẹ nói cũng phải, hơn nữa nhà cũng gần nên mỗi ngày chúng tôi đều ghé thăm mẹ.

Một năm rồi hai năm trôi qua. Chúng tôi sống ổn định và an bình trong cái thành phố yên lành đó. Chúng tôi đã quen dần với cái mùa đông đầy tuyết, cái mùa hè nắng gay gắt. Đã quá quen với những cơn mưa long trời lở đất và quen cả với những cơn gió xoáy khủng khiếp của tiểu bang miền Nam nước Mỹ này. Tôi nhớ có lần, thèm một tô phở ngon chỉ có ở thủ phủ tiểu bang, vợ chồng con cái lên xe Oklahoma City trực chỉ. Chuyến đi buổi sáng ghé ngang một cái mall thật lớn mua sắm, nghỉ ngơi, chụp hình. Buổi chiều về chỉ còn là một bãi đất trống ngổn ngang nhà cửa cây cối và xe cộ lật ngang lật dọc la liệt. Một cơn gió xoáy vừa ghé qua đã cuốn đi sạch sẽ cả một khu shopping sầm uất. Ai ở tiểu bang Oklahoma đều quen với cái tiếng còi báo động, cái tiếng rít ghê người, cái cảnh tượng khủng khiếp của các miền đất mỗi khi có những cơn gió xoáy ngang qua. Và chắc cũng đã quen với những trận mưa tuyết ngập trắng mái nhà, những con đường đông đá trơn trượt. Khí hậu, thiên nhiên khắc nghiệt, nhưng ở lâu rồi cũng quen. Có khó khăn, có vất vả nhưng vẫn là thời gian hạnh phúc bên vợ con, bên mẹ và bên các em. Đã không còn những đêm dài lo sợ, những giờ phút chầu chực lãnh từng miếng thịt heo, từng khẩu phần bobo, khoai mì... không còn những ngày tháng lăn lóc trên những chuyến tàu, chuyến xe xuyên Việt. Có gian khổ nào bằng những ngày tháng đó, phải không em?

Chúng tôi bằng lòng cái bình an hiện có và luôn nghĩ rằng có lẽ sẽ sống cho đến cuối đời trên cái thành phố nhỏ bé này. Nhưng, lại cái chữ nhưng định mệnh suốt đời quyện chặt vào cuộc đời vốn không bao giờ yên lặng của tôi. Năm 2000, được một người bạn giới thiệu, tôi nộp đơn xin việc tại Kla-Tencor, một công ty chuyên sản xuất máy test silicon wafer tại San Jose. Nộp vậy thôi chứ tôi cũng không suy nghĩ gì về nó nhiều. Được cũng tốt mà không được cũng không sao. Cuộc sống ở Tulsa đang bình an và dễ chịu. Không ngờ khoảng độ 2 tuần sau tôi nhận được giấy gọi đi phỏng vấn. Phải nói là rất bất ngờ vì không ngờ đơn xin việc được cứu xét nhanh như thế. Lại kèm theo tấm vé máy bay khứ hồi nữa chứ. Thế là xin nghỉ phép một tuần để đi Cali. Được hay không tính sau. Mọi công việc thường ngày đều được gác lại, tôi tập trung tất cả vào chuyến đi sắp tới. Ôn lại các kiến thức đã học. Dợt lại vốn liếng ngoại ngữ. Lần đầu tiên kể từ khi qua Mỹ, sắp sửa được tiếp xúc một công ty lớn của một thành phố nổi tiếng là thung lũng điện tử nên cũng hơi lo nhưng vô cùng háo hức. Và đó là một chuyến đi làm thay đổi cả một cuộc đời của tôi sau này.

Người phỏng vấn tôi đầu tiên là một kỹ sư Việt Nam. Mừng vì tưởng gặp đồng hương tha hồ trao đổi những vấn đề liên quan đến kỹ thuật bằng tiếng mẹ đẻ. Dân bách khoa mà, chuyên môn kỹ thuật tôi không ngán. Trả lời bằng giấy bút cũng không lo. Sợ nhất là khi phải trình bày bằng cái tiếng Anh giọng Huế nặng trịch của mình. Ai ngờ, mới vừa gặp nhau tay này xổ luôn một tràng bằng tiếng Anh. Tưởng chỉ vài câu xã giao thôi, ai ngờ suốt buổi phỏng vấn không thèm nói một câu tiếng Việt. May là tiếng Anh chuẩn Cali (lai lai châu Á nên dễ nghe) chứ cái âm tiếng Mỹ country vô cùng khó nghe của xứ da đỏ Oklahoma thì bỏ xừ. Tiếng Anh thì tiếng Anh, sợ gì. Nói chuyện văn chương, chữ nghĩa thì còn sợ chứ chỉ loay hoay trong tính với toán, với mạch điện, phương trình thì cũng OK. Có lẽ đã đọc lý lịch tôi từ trước, biết dân bách khoa Phú Thọ trước 1975 cũng thuộc hạng khá, nên sau một vài câu hỏi nặng về chuyên môn, ông này chuyển sang giới thiệu những công việc của bộ phận sản xuất trong công ty, sau đó hẹn tôi ngày mai trở lại.

Ngày hôm sau, tiếp tôi là một ông người Phi. Tự giới thiệu là manager của toàn bộ phận nơi tôi sẽ làm việc nếu được mướn, ông không hỏi tôi về kỹ thuật mà toàn những câu không dính dáng đến chuyên môn. Nào là từ đâu anh biết về Kla-Tencor, tại sao nộp đơn xin vào làm việc cho công ty, nếu được chấp thuận sẽ làm gì để đóng góp cho sự thành công của công ty... Cứ nghĩ sao trả lời vậy. Nhờ mấy thằng bạn đã từng đi interview bên này mách nước, tôi nhìn thẳng mặt xếp, trả lời chậm rãi, rõ ràng và tự tin. Thích làm cho công ty quá đi chứ, tại sao ư, vì đúng với chuyên môn của mình. Biết công ty vì bạn giới thiệu. Nếu được nhận vào sẽ làm hết sức mình, cái chưa biết sẽ tìm hiểu học hỏi thêm... vân vân và vân vân. Đại để chỉ là những câu hỏi thông thường, có lẽ đã quyết dịnh nhận tôi vào làm việc nên ông manager đến để chỉ xem mặt mũi, cách ăn nói và trình độ tiếng Anh của tôi là chính. Thế là xong buổi phỏng vấn.

Khoảng một tuần sau, tôi nhận email đề nghị của công ty với tiền lương tháng hơn gấp ba số tiền tôi đang làm ở Compusa, kèm thêm tiền trợ cấp di chuyển chỗ ở. Dĩ nhiên là tôi trả lời chấp nhận ngay, không điều đình gì lôi thôi, cứ sợ công ty đổi ý. Sau này mấy người bạn cùng công ty nói, đúng ra đừng bao giờ nhận lời ngay, phải email qua lại vài lần, điều đình thế nào cũng được mức lương cao hơn.

Nhưng phải nói lúc đó, lần đầu tiên nhận việc làm từ một công ty lớn của Mỹ tại Silicon Valley nổi tiếng thế giới, công việc phù hợp với chuyên môn, manufacturing engineer, có nằm mơ tôi cũng không bao giờ nghĩ tới. Cho nên nhận được offer là accept ngay. Thì giờ đâu mà tính với toán, lợi với hại. Thật ra mức lương có thấp hơn tôi cũng sẽ nhận lời. Với tôi môi trường làm việc mới là điều quan trọng nhất.

Nộp đơn xin nghỉ việc tại công ty cũ, trừ ông xếp người Mỹ: good lucks, congratulations, còn bạn bè người thân toàn bàn ra. Người nào cũng cản. Người thì nói lương cao, nhưng vật giá, nhà cửa tại San Jose rất đắt đỏ, sống nổi không, hay vài tháng lại bò về. Mấy đứa em thì nói, bên này có nhà cửa ổn định, có đồng lương của hai vợ chồng, qua đó chỉ mình anh, dễ gì chị kiếm được việc làm. Chưa kể bán nhà mấy chục ngàn đô bên này, qua đó chắc chỉ mua được cái garage. Rồi chưa kể còn việc học của mấy cháu...

Nói chung toàn chỉ thấy khó khăn. Nghe riết cũng cảm thấy nản. Nhưng thật ra, nỗi băn khoăn lớn nhất của tôi chính là mẹ. Chưa chi bà đã khóc nức nở. Tưởng qua đây để mẹ con đoàn tụ, giờ con đi xa, mẹ làm sao chịu nổi. Bà còn nói lẫy: biết vậy tao ở lại Việt Nam với ba tụi mày, qua đây con cái không có đứa nào nghe lời. Mỗi đứa mỗi ngả. Mấy đứa em đã vậy, bây giờ thằng con trai lớn cũng vậy.

Tôi là đứa mẹ thương nhất. Hai năm qua mẹ đã rất vui, vẫn luôn kỳ vọng vợ chồng tôi ở mãi bên bà cho đến cuối đời. Mỗi lần gặp mẹ, nghe khóc mủi lòng, càng không nỡ rời xa. Nhìn mẹ khóc tôi lại nhớ đến cái ngày mẹ ôm xác ba trong trại cải tạo. Cũng tội cho bà, cả đời chưa một ngày sống cho riêng mình, tưởng qua đây sẽ sống gần với 9 đứa con như hồi còn ở quê hương. Thế mà đoàn tụ chưa bao lâu, hết đứa này đứa khác lần lượt xa bà, chỉ còn 4 đứa ở quanh quẩn. Bây giờ thằng con trai lớn cũng tính chuyện ra đi.

Cứ vậy mà tôi chần chờ không quyết định được. Muốn đem mẹ đi theo thì bà không muốn. Còn 3 đứa em còn ở lại, đi sao được. Xin công ty trình diện trễ để lo việc gia đình nhưng cũng chỉ hoãn được 1, 2 tuần, thêm nữa là không xong. Người ta cần mới mướn, công việc không lẽ cứ đợi mình mãi. Nhiều khi quá rối trí định buông. Hay thôi, cứ an phận cho khỏe. Cũng đã lớn tuổi rồi, còn bay nhảy gì nữa. Nghĩ vậy nhưng rồi lại thấy tiếc cái cơ hội mà tôi biết nếu bỏ qua, sẽ không bao giờ trở lại. Đi cũng đúng mà ở lại cũng không sai. Nhiều đêm đã cầu xin ba một lời khuyên, một giải pháp thật vẹn toàn. Cuối cùng vợ tôi góp ý:

- Anh cứ nói mạ đi thử việc tạm thời, 6 tháng hay một năm. Anh đi một mình lên San Jose. Em biết công việc này rất phù hợp với anh. Và anh cũng rất thích nó. Nếu mọi chuyện ổn, anh kiếm nhà kiếm cửa, mùa hè sang năm mẹ con em sẽ qua sau, lúc đó cũng tiện cho việc học của mấy đứa nhỏ. Còn nếu thấy cuộc sống khó khăn thì trở về. Em sẽ cố gắng thuyết phục mẹ, từ từ mọi chuyện rồi cũng sẽ ổn thôi. Mấy năm trước mình chưa qua Mỹ, mẹ cũng chịu được thì bây giờ chắc cũng sẽ không sao. Hơn nữa khi nào ổn định chỗ ăn chỗ ở, đem bà qua chơi một thời gian. Biết đâu lúc đó bà lại thích cái khí hậu bên đó, chịu ở luôn cũng không chừng.

Giải pháp quá dễ dàng, tại sao không nghĩ ra. Thế là tháng 6 năm 2000, tôi một mình khăn gói lên San Jose, California lập nghiệp. Lại bắt đầu một cuộc phiêu lưu trên một thành phố mới, xa lạ, đắt đỏ và nhộn nhịp khác xa cái thành phố nhỏ yên bình đang sống.

Giã biệt Tulsa. Xin cám ơn mảnh đất đã cưu mang tôi những năm tháng đầu định cư trên xứ người. Không biết khi nào trở lại, không biết rồi cuộc đời ngày sau sẽ ra sao, nhưng thôi thì lòng đã quyết cứ mạnh dạn bước tới, rủi hay may phó mặc cho số phận. Nước Mỹ là đất nước của cơ hội mà cơ hội trong cuộc đời, dôi khi chỉ đến có một lần. Tại sao không nắm lấy?

IBM
Google
SAN JOSE

SAN JOSE, LÀM LẠI TỪ ĐẦU Ở TUỔI 50

Tháng 6 năm 2000, nhận việc làm tại Kla-Tencor, tôi một mình khăn gói về sống tại San Jose, California. Được mệnh danh là thung lũng điện tử, Silicon Valley là headquarters của rất nhiều công ty nổi tiếng thế giới. Từ IBM, Google, Apple, Cisco... đến những công ty, hãng xưởng nhỏ hơn. Phải nói là nhiều vô số. Công ăn việc làm nhiều, hot nhất là trong lãnh vực điện tử và máy tính. Lại thêm cái khí hậu ấm áp, người nhập cư nhiều nên giá nhà cao chóng mặt. Giá thuê nhà cũng lên cao ngất ngưởng. Tôi thuê một studio được xây thêm phía sau căn nhà của một người quen. Có cầu tiêu, bếp và lối đi riêng. 700 USD/tháng còn cao hơn giá thuê nguyên một căn nhà 3 phòng ngủ ở Tulsa. Dù sao cũng có chỗ ăn chỗ ở để bắt đầu một cuộc đời mới vào cái tuổi 50.

Không muốn bỏ phí thời gian, không có vợ con bên cạnh, tôi hối hả lao vào công việc. Lần đầu tiên được làm việc trong một công ty lớn tại Mỹ, kỹ thuật hiện đại và mới mẻ, mọi thứ với tôi như trở lại từ điểm khởi đầu. Ôn lại kiến thức đã học, nghiên cứu những bo mạch tân tiến, hoàn thiện vốn liếng tiếng Anh... biết bao nhiêu chuyện cần phải làm. Nói là ngày làm việc 8 tiếng, nhưng hầu như ngày nào tôi cũng ở lại công ty đến khuya khi ca làm việc chiều vừa chấm dứt. Nhờ vậy tôi làm quen rất nhanh với môi trường làm việc mới. Cái kiến thức từ những năm tháng đại học, cái thời gian lăn lóc sửa chữa hàng second hand điện tử, khoảng thời gian làm cho các công ty nước ngoài trước khi qua Mỹ đã giúp tôi hội nhập rất nhanh vào công việc. Thật ra công ty càng lớn thì công việc càng dễ dàng vì các phần việc được chia nhỏ. Mỗi người chỉ cần thật giỏi trong lãnh vực của mình. Tôi phụ trách phần bo mạch điện tử. Đúng với chuyên môn của một kỹ sư điện tử.

Vào làm rồi mới thấy thằng bạn nói đúng. Xin được việc mới là vấn đề, chứ làm thì không quá khó. Chỉ cần chịu khó học hỏi và siêng năng. Gì chứ cái khoản cần cù và khéo tay thì người Việt Nam mình là số một. Đã vậy chịu khó cày overtime nên mấy ông xếp rất khoái dân "mít" làm trong các dây chuyền kỹ thuật lắp ráp và sửa chữa.

Hình như cha mẹ đặt tên tôi là Mỹ nên mọi chuyện từ khi qua Mỹ đều tốt đẹp và may mắn. Tulsa cũng vậy mà San Jose cũng vậy. May mắn lớn nhất khi vào làm việc tại Kla-Tencor chính là được làm việc chung với những người bạn cùng lớp thời đại học. Phải nói là ơn trên đã phù hộ, là ba tôi luôn bên cạnh đứa con trai đầu. Không thể có một tình cờ nào có thể tốt đẹp hơn khi mà trong bộ phận kỹ thuật của chúng tôi có đến 4 thằng bạn học cùng khóa. Bạn sẽ càng ngạc nhiên hơn khi biết khóa 2 điện tử chúng tôi ra trường 14 đứa, 5 đứa còn kẹt lại quê nhà; trong 9 đứa định cư quê người, hết 4 đứa làm việc cho Kla-Tencor. Đặc biệt hơn là cả 4 đứa cùng làm trong một bộ phận sản xuất. 1 đứa làm thiết kế, một đứa là trưởng dây chuyền sửa mạch, một đứa làm bên hệ thống. Tôi là đứa vào công ty sau cùng, phụ trách những vấn đề liên quan đến mạch điện tử. Toàn phe ta.

Trong công ty tôi, cũng giống như đa số công ty điện tử khác ở Thung Lũng Điện Tử này, có một sự sắp xếp tương tự nhau về nhân sự. Lãnh vực computer đa số toàn dân Ấn Độ, bộ phận thiết kế thường là từ Châu Âu, Trung Hoa, Liên Sô, quản lý thường là Mỹ; riêng ở bộ phận lắp ráp, sửa chữa, chạy máy hầu như toàn người Việt. Tụi tôi hay nói đùa với nhau, nhớ bảo vệ vương quốc của mình, đừng để kẻ địch xâm nhập. Có một Việt Nam nhỏ trong lòng một công ty lớn. Nhờ vậy đỡ nhớ nhà, đỡ nhớ quê hương.

Công ty có nhà hàng riêng nhưng nhóm dân tech Vietnam chúng tôi ít khi ăn trưa tại đó. Một phần vì giá mắc, phần vì không hợp khẩu vị. Healthy thì có healthy nhưng cái kiểu ăn gắp từng món như xà lách, thịt gà, bacon, trứng luộc... rồi bỏ vô hộp đem cân tính tiền là không hợp với dân "mít" tụi tôi rồi. Thế là không hẹn mà hầu như dân "mít" tập trung ăn trưa ngay tại phòng ăn của bộ phận sản xuất.

Người mì gói, người cơm hộp, người bánh mì... Hâm nóng có microwave, lò nướng. Người hâm cá, kẻ nướng thịt, người hâm cơm. Nói thiệt chứ tụi nhân viên nước ngoài ít khi đến phòng ăn của dân tech chúng tôi vào buổi trưa. Nội cái mùi cá kho, thịt kho, đôi khi hòa quyện thêm mùi mắm quê nhà là đủ cho các ông bạn Tây mũi lõ chạy dài.

Buổi trưa trong công ty là thời gian vui nhất trong ngày. Như một nước Việt Nam thu nhỏ. Đủ mọi thành phần: lắp ráp, kỹ thuật, kỹ sư, thiết kế... Từ đủ mọi miền đất nước: Nam, Trung, Bắc. Thức ăn đủ mùi đủ vị. Vừa ăn vừa tha hồ bàn chuyện thời sự, chuyện gia đình, chuyện trên trời dưới đất. Ăn xong còn có cà phê, trà nóng. Đứa ra xe, bật máy lạnh ngã lưng; những tay còn ghiền "khói thuốc" rủ nhau ra mấy gốc cây, nhâm nhi vài điếu. Cuối tháng vào tuần lãnh lương, cùng nhau kéo ra nhà hàng Tàu ăn trưa. Dĩ nhiên là chia nhau trả tiền theo lối Mỹ, sòng phẳng. Vậy mà vui.

Sau một thời gian làm quen với công việc, tôi quyết định chọn nơi này sẽ là nơi định cư lâu dài. Thế là đầu hè năm 2000, vợ tôi nghỉ việc, thu xếp nhà cửa, cùng 3 con qua San Jose. Tạm thời, gia đình 5 người cùng ở chung trong căn studio xây thêm đó. Chật chội một tý nhưng xoay xở cũng tạm được. Vợ và con gái ngủ trong phòng riêng, ba cha con chia nhau phòng khách. Cũng phải cùng nhau chịu thương chịu khó, tiết kiệm được một ít tiền rồi mới tính chuyện mua nhà.

Đến đây vào cái thời chồng tech "technician", vợ ly "assembly", nên kiếm được một việc làm trong ngành kỹ thuật không phải quá khó khăn. Vợ tôi được tuyển vào làm cho hãng 3Com, cũng là một công ty về kỹ thuật lớn. Công việc không khó, biết sử dụng computer để vận hành máy test bo mạch điện tử là được, nhưng rắc rối là làm sao đi đến chỗ làm. Công ty ở xa, vợ tôi lại không dám lái freeway, đi đường trong dài hơn nhưng cũng còn loạng quạng vì không biết đường. Thế là thời gian đầu tôi kiêm nhiệm phần việc lái xe đi trước dẫn đường. Cứ như cho phái đoàn VIP, phải đi lane trong chầm chậm. Kẹt đèn đỏ bà tôi không theo kịp, lại phải tấp vô lề đợi. Phải mất cả tháng mới dám lái xe đi làm một mình.

Nhưng cũng đâu hết khổ, thời đó GPS chưa thịnh hành, mở Yahoo in bản đồ chỉ đường đem theo cho khỏi quên. Đến đâu, quẹo trái, quẹo phải nhớ trước. Nhưng đâu có yên cho cái thân già tui, có lần con đường rẽ quen thuộc bị đóng để sửa chữa, thế là phải đi thẳng và... dừng lại vì đường lạ. Lại tạm ngừng công việc chạy ra dẫn đường.

Chuyện lái xe của vợ tôi ở cái thành phố San Jose này, nói hoài không hết. Có lần đang đi, bỗng dưng thấy cái đèn báo hết xăng đỏ lên, luýnh quýnh tấp xe vô lề gọi cầu cứu. Tôi bảo, nó báo nhưng em chạy thêm cả 20 miles nữa chưa hết xăng đâu. Vậy mà dứt khoát không dám đi. Có lần không biết đi cái kiểu gì, leo tuốt vào đường ra freeway. Thấy xe cộ chạy ào ào, sợ quá tấp vào lề. Báo hại lần đó đang họp với xếp lớn, phải nhờ đến 2 thằng bạn ra đem xe về.

Trong khi việc làm, đi lại được sắp xếp dần dần vào nề nếp thì chuyện ở lại trở thành một vấn đề lớn. Mới tạm ổn định được vài tháng, chưa hết mùa hè, chủ nhà thông báo xin tăng tiền nhà. Lý do lúc đầu chỉ một, bây giờ cả gia đình 5 người, điện nước cái gì cũng nhiều hơn. Tôi đồng ý trả thêm nhưng 1200 thì nhiều quá, xin bớt nhưng chủ nhà không chịu. Nói nghe thấy ghét: nếu thấy cao quá thì thôi, cho người khác thuê. Tưởng người quen tình cảm, ai ngờ lại cái kiểu "đồng hương gặp đồng hương, đồng tiền là trên hết". Chán tình đời, tôi quyết định sẽ dọn đi kịp trước khi hết hè để còn xin trường cho hai cháu nhỏ. Thuê nhà cũng không phải dễ. Tìm được căn vừa ý chưa kịp đặt cọc đã có người khác nhảy vô. Có cái như ý muốn thì giá thuê cao quá, có cái giá được được thì nhỏ quá. Có lần tìm được căn nhà 3 phòng vừa ý, giá được thì nằm ngay trong khu Mễ; ông hàng xóm là thợ sửa xe, suốt ngày hết nẹt bô đến xả khói, chịu gì nổi. Đi mòn chân, gần hết hè vẫn chưa tìm được nhà, sốt ruột. Nhưng rồi trời vẫn còn thương, cuối cùng cũng tìm được một căn nhà gần trường trung học Independence. Nhà 4 phòng với giá 1800 một tháng. Với thời giá lúc bây giờ, ai cũng khen rẻ mặc dù tính đi tính lại mất toi gần 1/2 tháng lương của tôi. Cũng phải cắn răng bấm bụng ký hợp đồng thuê nhà nhưng lòng cứ ấm ức. Cái này ở Tulsa có ma mà thèm ở.

Đúng thật cũng đúng như ông bà mình hay nói, như tiền nào của nấy. Của rẻ là của ôi. Căn nhà đầy gián và nhện, bếp núc cũ kỹ. Ổ điện thì sập xệ. Tủ bếp xộc xệch. Căn nhà chuyên để cho thuê nên cửa ngõ không có cái nào ra hồn. Mới mở miệng than phiền bị chủ nhà phán một câu xanh rờn: "Thì nhà tôi như vậy nên mới cho thuê giá đó, ông bà không thuê, có khối người nhảy vào." Đúng là thời của mấy vị chủ nhà giàu. Vậy mà cứ tưởng gặp đồng hương tốt bụng. Lúc xem nhà, cái miệng ngọt như mía lùi: tại thấy ông bà mới qua lại quen với cháu nên lấy rẻ. Đúng là "miệng lưỡi không xương". Qua sông phải lụy đò. Không lẽ mất toi một tháng tiền cọc, thời gian lại cấp bách. Thế là vợ chồng con cái xắn tay, hì hà hì hục clean up, xịt gián diệt chuột. Ông anh tới giúp đóng lại mấy cái cửa tủ, sơn lại vách tường. Thằng bạn cho mượn xe truck, hai chuyến đi về thế là tạm xong việc chuyển nhà.

Trả 1800 cho tiền thuê nhà chưa kể điện nước, bao thứ linh tinh khác kể ra cũng quá căng thẳng, gia đình thu gọn lại ở trong hai phòng ngủ, cho 2 người làm chung công ty share 2 phòng còn lại. Mỗi tháng tiết kiệm cũng được thêm 800. Vậy là ổn. Làm cùng chung cơ quan nên cũng tiện. Dĩ nhiên có người lạ ở chung cũng có nhiều bất tiện, nhưng để trụ được tại thành phố đắt đỏ này vẫn là ưu tiên số 1.

Những tháng ngày sau đó, mọi chuyện diễn suôn sẻ. Chưa bao giờ làm trong lãnh vực kỹ thuật, nhưng vợ tôi cũng đã quen dần với cái dây chuyền gắn từng con chip, test từng bo mạch. Đồng lương hai vợ chồng cộng lại cũng chỉ vừa đủ trang trải mọi chi phí của gia đình. Hèn chi mấy thằng bạn nói, lớn thuyền lớn sóng, lương có gấp 3 lần chưa chắc đã có dư như hồi ở thành phố nhà nghèo Tulsa. Suy nghĩ vậy thôi chứ không mang nợ là OK. Quan trọng là được làm công việc trong ngành nghề mình yêu thích. Bước khởi đầu trên thành phố mới như thế là quá tốt. Bây giờ có biểu về lại, cũng nói không.

Nhưng, lại cái chữ nhưng muôn đời. Mới ở nhà thuê 1 năm, hết hạn hợp đồng, nhà cửa càng ngày càng khan hiếm, chủ nhà đòi tăng tiền thuê. Từ 1800 lên một mạch đến 2400. Năn nỉ lên 2000 thôi, không được. Lại là câu nói của người có tiền: không thích thì dọn đi cho người khác vào. Hồi đó mình mới qua cũng hiền, chỉ làm hợp đồng qua loa. Cứ nghĩ một cách tình cảm kiểu Việt Nam, đồng hương giúp đỡ đồng hương đâu có đọc kỹ giấy trắng mực đen ghi rõ chủ nhà có thể lấy lại nhà sau 1 năm.

Thế là lại chạy đôn chạy đáo đi tìm nhà khác. Tìm mãi không ra, định bấm bụng thuê thêm một năm rồi tính sau. Gặp chủ nhà mắc dịch đòi ký hợp đồng 3 năm mới chịu gia hạn. Mua nhà thì lúc đó quá mắc, bán nhà Tulsa đem qua không đủ down payment, đang bí, bỗng nhiên thằng em út cho ý kiến: hay là mua mobile home. Trả tiền đất nhưng dù sao cũng là nhà của mình. Nó cũng đang ở mobile. Khu tốt, trường học tốt, trả hàng tháng 1000 cộng tiền đất 800. Tổng cộng cũng bằng tiền thuê nhà hiện nay, nhưng khỏi sợ chủ nhà làm khó làm dễ. Nghe cũng có lý, hơn nữa không còn cách nào khác, vậy là mua một căn mobile home cũ vùng Sunnyvale giá chưa đến trăm ngàn. Lại dọn nhà lần thứ hai. Bây giờ mới thấm câu hai lần dọn nhà bằng một lần cháy nhà. Lần đầu chỉ một cái giường queen, một sofa. Lần này 3 giường ngủ, sofa, love seat, thêm bàn ăn, bàn làm việc, tủ sách... Không biết bao nhiêu là đồ đạc linh kinh. Chỉ mới một năm, đồ đạc không biết từ đâu ra, nhiều quá là nhiều. Cái này đúng là cái bệnh của người Việt mình. Thấy cái gì cũng rẻ cũng tha về. Mới có, cũ có, đồ Macy's, đồ sale, đồ garage sale. Mạnh ai nấy mua. Vợ mua, con mua, cha mua. Trên đầu tủ, dưới gầm giường. Bình thường nhét đâu đó không thấy, dọn nhà mới lòi ra. Hai chuyến xe Uhaul, thêm 3, 4 chuyến xe truck mượn của thằng em cũng chở chưa hết.

Dọn dẹp cho xong để trả nhà, đem về mobile home chất đại một đống. Mới hết cực nhà cũ, qua nhà mới khổ tiếp. Mobile home nhỏ chỉ hai phòng lại không có garage. Chỗ nào chứa cho đủ. Ông anh sửa cái hành lang thành một phòng phía ngoài; dĩ nhiên không có sưởi và máy lạnh, ở tạm cũng được nhưng trước mắt để chứa đồ. May mà mobile home có cái basement, nơi có cái bánh xe để di chuyển đến để lắp ráp (bởi rứa mới gọi là mobile home), khá rộng. Thế là lại nhét, lại dồn đồ đạc (tiếc của giữ vậy lại vậy thôi chứ chắc là sẽ không bao giờ đem ra sử dụng). Thôi kệ cho yên với bà nhà. Cũng tội cái gì cũng tiếc. Mà không phải chỉ mình vợ tôi đâu nhé, hình như bà nào qua đây cũng y chang. Cả mấy bà Mỹ, bà Mễ cũng vậy. Garage không dùng để xe mà để chứa đồ. Chiếc xe mới cáu cạnh 20-30 ngàn đô để ngoài phơi nắng chơi, trong khi garage thì chứa toàn đồ tạp nham.

Trở lại chuyện nhà. Về ở căn mobile home nhỏ 2 phòng, thế là phải đành lưu luyến chia tay hai ông bạn share phòng. Cũng tiếc cái khoản tiền 800 đô phụ thêm nhưng đành chịu, không lẽ cho share cái master bedroom, rồi hai vợ chồng ra hành lang ngủ. Nhưng, lại chữ nhưng. Mình tuổi con mèo mà sao giống như số con ngựa. Cuộc đời cứ xoay qua xoay lại như chong chóng. Chưa tới hai năm lại thay đổi chỗ ở. Vốn là khi mới về Kla-Tencor làm việc, gần công ty có một khu nhà đang xây dựng. Để giúp đỡ cho những người mới mua nhà lần đầu, builder có để dành bán một số căn townhouse với giá rẻ hơn thị trường để giúp cho người chưa có nhà. Ưu tiên cho những người đang làm việc tại Milpitas, và chỉ cần trả trước 5%. Nghe lời bạn bè tôi cũng nộp đơn nhưng không hy vọng lắm vì chỉ có 2 căn dành cho công ty tôi trong khi số người đủ điều kiện xin mua cả trăm.

Không ngờ tôi là một trong hai người được lá thăm may mắn. Căn nhà 3 phòng mới tinh. Không trả tiền đất nhưng phải trả tiền quản lý HOA, cộng lại vẫn rẻ hơn và tự do không gò bó như ở mobile home. Không tin cũng phải tin có sự sắp đặt của ơn trên và sự dõi theo phù hộ của ba tôi.

Thế là năm 2003, một lần nữa tôi lại dọn nhà. Kỳ này rút kinh nghiệm của lần trước, chúng tôi chỉ đem theo những thứ cần dùng. Nhà mới rộng hơn nên cũng đủ chứa các đồ dùng từ nhà cũ. Các vật dụng dưới basement đã lâu không dùng, đem bán garage sale cũng được cả ngàn bạc mà khỏi phải tốn tiền vận chuyển.

Vừa lo chuyển nhà vừa phải lo chuyển trường cho hai đứa nhỏ. Vất vả nhưng rồi cũng xong. Nhà mới gần công ty nên thuận tiện cho tôi. Đôi khi tôi đi bộ đi làm. Trưa thỉnh thoảng còn chạy về nhà ăn cơm. Căn nhà chưa thật sự là của mình, vẫn còn nợ ngân hàng nhưng dù sao đây vẫn là lần đầu tiên tôi thực hiện được giấc mơ "American dream" trên đất Cali. An cư để lập nghiệp.

Vậy đó rồi thời gian cũng qua mau. Thấm thoát cũng đã 20 năm trên cái thành phố thung lũng này. Các con tôi đều đã tốt nghiệp đại học, có gia đình và có công ăn việc làm lương thiện. Nhà cửa ngày càng đắt đỏ, toàn bộ gia đình chúng tôi vẫn ở chung với nhau trong một căn nhà. Có thể một ngày nào đó sẽ có những đứa tách ra riêng, nhưng cho đến lúc này, 10 người thuộc 4 thế hệ vẫn sống cùng nhau hạnh phúc. Vẫn còn một mẹ già để lo lắng, những đứa cháu để yêu thương và những đứa con để chia sẻ vui buồn. Vẫn còn đó những lo toan của những tháng ngày về hưu, những gập ghềnh trong cuộc đời vẫn sẽ luôn mãi còn, nhưng tôi tin rồi chúng tôi cũng sẽ cùng nhau vượt qua như đã từng vượt qua trong quá khứ.

Khi viết về bài này, tôi muốn chia sẻ với những đứa con và những đứa cháu của tôi về những thăng trầm của cuộc đời tôi. Muốn các cháu hiểu rằng nếu đã trải qua những năm tháng đen tối tại quê nhà thì những khó khăn, vất vả tại quê người chỉ là những hạt cát. Để sống lương thiện trong bất kỳ xã hội nào cũng luôn luôn không dễ dàng, nhưng nếu để so sánh với cái thời của cha, của ông thì con đường của các con, các cháu quá đỗi bình yên.

Đã 20 năm trôi qua. Sẽ không ai biết được chuyện gì sẽ xảy ra cho gia đình tôi nếu ngày đó tôi quyết định ở lại Tulsa. Hạnh phúc hay bất hạnh hơn, vui hay buồn hơn, không thể nào có một câu trả lời chính xác. Nhưng chắc chắn một điều, nếu phải bắt đầu trở lại tôi cũng sẽ chọn Silicon Valley này làm nơi khởi nghiệp.

Happy Thanksgiving

CÁM ƠN NƯỚC MỸ, CÁM ƠN CUỘC ĐỜI

Như trong bài hát "Khóc Một Dòng Sông" của nhạc sĩ Đức Huy: "Cũng may thời gian qua vun vút không như Sài Gòn", quay qua quay lại cũng đến ngày về hưu. Mới đó thấm thoát cũng đã trôi qua hơn 20 năm trên nước Mỹ này. Gần 70 năm cuộc đời với bao nhiêu gập ghềnh sóng gió. 25 năm dưới chế độ Cộng Hòa, 23 năm với Cộng Sản và 21 năm trên một miền đất thật xa quê nhà. Những quãng đời với những xúc cảm thật khác nhau. Những ngày hạnh phúc thời Việt Nam Cộng Hòa, những năm tháng tủi nhục sau 1975 và thời gian an bình trên xứ người. Kỷ niệm nhiều không kể xiết. Có những giây phút rất muốn giữ lại trong trí nhớ nhưng cũng có những khoảnh khắc muốn quên nhưng không thể nào quên được.

Đã đi qua hết 3/4 của cuộc đời. Đã đến lúc phải dừng lại những đam mê, những tham vọng, những toan tính. Thanksgiving là ngày tôi chọn để "gác kiếm, quy ẩn". Một ngày rất dễ nhớ cho một quyết định đặc biệt và quan trọng của đời người. Về hưu chính là lúc nhìn lại chặng đường đã qua để chuẩn bị một cuộc sống sắp tới. Nếu ví đời người như thời gian với 4 mùa, thì tôi đang bắt đầu những tháng ngày mùa đông. Nhìn lại không phải để hối tiếc mà để nói với đời một tiếng cám ơn, mặc dầu thế hệ chúng tôi thật sự không may mắn. Sinh ra trong những năm 1950-1951, cho đến ngày mất nước, thời gian thanh bình quá ngắn ngủi. Nhưng cũng nhờ vậy chúng tôi mới cảm nhận hết được nỗi bất hạnh của những ngày còn ở lại quê nhà, để tự mình chứng kiến, trải qua những đau khổ tột cùng và do đó mới thấy hết cái giá trị của sự tự do và hạnh phúc nơi quê người.

Ở xứ Mỹ này có rất nhiều ngày để nhớ: lễ mẹ, lễ cha, lễ độc lập, lễ tình nhân... Ngày lễ nào cũng có một ý nghĩa rất riêng, nhưng có lẽ

Thanksgiving là một ngày ưa thích nhất của tôi. Bởi vì không có gì ý nghĩa hơn là lúc nhắc ta nhớ đến những ơn nặng nghĩa sâu. Nhớ để cám ơn đời, cám ơn người. Trên tất cả xin được nói lời cám ơn nước Mỹ, cám ơn miền đất không phải nơi tôi sinh ra nhưng chắc chắn sẽ ôm ấp tôi những ngày còn lại. Cám ơn một đất nước có thể không phải là thiên đường nhưng chắc chắn không là địa ngục. 21 năm sống trên đất nước này, có nhiều điều rất thích nhưng cũng có những việc không bằng lòng. Vẫn còn đó những bất công, vẫn còn đó khoảng chênh lệch quá mức giữa giàu nghèo. Không chiến tranh nhưng vẫn có những bất an của súng đạn. An nhàn nhưng vẫn còn những nỗi lo của những ngày hưu trí. Những băn khoăn về bảo hiểm... Những điều không vừa lòng vẫn còn nhiều lắm, nhưng để ghét, để rời bỏ đất nước này như lần giã biệt quê nhà 21 năm về trước, chắc chắn sẽ không bao giờ, vì với tôi, với gia đình tôi, nước Mỹ là ân nhân. Và có lẽ chỉ những ai sống trong hoàn cảnh của gia đình tôi, những người con của một sĩ quan Cộng Hòa chết trong trại cải tạo, ở lại lay lắt trong một thành phố đầy thù hận suốt mấy mươi năm mới hiểu hết được cái ý nghĩa của cảm kích, ý nghĩa của ân huệ, của tự do và tình người.

Những năm sau này, mặc dầu vẫn còn quá nhiều người nghèo khổ tại quê nhà, nhưng cũng có những người bằng những cách khác nhau trở nên giàu có. Đi ra nước ngoài để chơi, để định cư là một việc không quá khó khăn. Nhiều người thích đất nước này nhưng cũng có không ít xem miền đất này như một nơi tạm dừng chân. Có người bạn tôi tuyên bố: Việt Nam sướng hơn nhiều, tội gì định cư ở đây. Mỗi người có một hoàn cảnh, chỉ có điều khi tôi thắc mắc hỏi: "Ông chê sao ông qua đây mua nhà, tốn tiền chạy chọt cho con cháu học rồi ở lại luôn?" Hình như không có thằng bạn nào trả lời. Tôi nhớ có lần thằng bạn thời trung học từ Úc qua thăm, đem cho tôi bảng danh sách những thành phố đáng sống nhất trên thế giới. Hắn nói Melbourne của Úc đứng nhất nhì gì đó, rồi đến Canada, Na Uy... và hình như không có thành phố nào của Mỹ trong 10 hạng đầu. Hắn nói y tế Mỹ không bằng Úc. Cuối cùng hắn phán một câu xanh rờn: "Có dịp mày qua Úc chơi sẽ biết." Tôi thì chưa có dịp đi Úc, chỉ biết nó có 2 đứa con trai, cả hai đứa đều sang Mỹ học, tốt nghiệp ra làm việc và định cư luôn tại Cali.

Bạn tôi nhiều đứa sau này ở lại Việt Nam, làm ăn khấm khá, năm nào cũng qua Mỹ chơi. Hắn nói ở Việt Nam sướng hơn, nhưng con cái thì toàn ở Mỹ. Nhiều người ở đây ba bốn mươi năm nói "nghỉ hưu về Việt Nam dưỡng già". Nói thì nói vậy chứ chuyển từ "dự định" đến "thực hiện" chắc đến hết đời người vẫn chưa xong. Mà thôi nói cho vui, ai về thì về chứ biểu tôi rời bỏ nước Mỹ, không bao giờ. Sẽ không bao giờ tôi rời bỏ đất nước này bởi vì quên làm sao được cái nghĩa tình của những ngày đầu khốn khó.

Nhớ lại những ngày đầu tiên chân ướt chân ráo đến Mỹ, tôi về sống tại Tulsa. Một thành phố nhỏ bé thật hiền hòa, tuy không có nhiều người Việt Nam như Cali nhưng tình cảm thật đậm đà. Luôn nhớ đến những chăm sóc thật thân tình của những người Việt và cả của những người bản xứ đối với một gia đình đang còn lạ lẫm trên thành phố này. Nhà thờ Việt Nam đem cho những thùng áo quần, nhà chùa đem cho những đồ dùng, nồi cơm điện; nhà thờ Tin Lành đem cho đồ chơi cho hai cháu nhỏ. Những người hàng xóm đem từng món ăn. Những ngày đầu chưa có xe ở tạm nhà em gái, có một mục sư cùng xóm mỗi ngày chở đi làm giấy tờ, đi xin trường cho các cháu, tìm việc làm cho hai vợ chồng. Giáng sinh đoàn tụ đầu tiên của đại gia đình chúng tôi thật ấm áp mặc dầu bên ngoài trời mưa tuyết. Tôi cứ nhớ mãi cái hình ảnh của bà người Mỹ già nhà đối diện: nửa đêm đội mưa gõ cửa nhà chúng tôi để chỉ đưa một dĩa bánh cookies nóng hổi kèm theo lời chúc "Merry Christmas and Happy New Year". Không bao giờ chúng tôi quên được tình cảm của những người láng giềng dành cho chúng tôi trong thời gian đầu định cư. Ngay cả khi về ở với mẹ tôi trong khu low income Meadow, thời gian đầu vợ chồng con cái ít khi ra khỏi nhà, nhất là vào ban đêm. Cái khu toàn người nghèo, lợi tức thấp đủ mọi sắc dân. Một ít gia đình người châu Á, còn toàn là người Mễ và Mỹ đen. Nhìn bộ dạng mấy ông bà to lớn, hay tụ tập thành từng nhóm quanh khu xóm, cười nói ồn ào, nên cũng hơi sợ. Nhưng ở lâu lại thấy mến cái hiền lành và tốt bụng. Có lần trên đường đi làm về, tôi bị trượt xe dạt vào lề vì đường đông đá sau mưa tuyết, phải nhờ ông Mỹ hàng xóm ra kéo xe về giùm. Ở một thời gian rồi cũng quen dần cái nhộn nhịp và ồn ào của xóm nghèo nhưng cũng rất nghĩa tình này. Có lần mưa đá làm lủng một lỗ thật lớn trên mái nhà phòng ngủ. Nước vào đầy nhà từ mái. Qua hàng xóm cầu cứu báo hại nửa đêm 2 tay Mỹ đen cởi trần trùng trục leo lên mái hì hà hì hục lấy tăng che tạm cho khỏi dột. Sau này dọn nhà đi chỗ khác nhưng cứ thấy nhớ cái khu Meadow, lâu lâu lại chạy về thăm lại mấy ông bà hàng xóm.

Sau này vì cuộc sống, vì nỗi khao khát được làm việc trong một công ty kỹ thuật lớn, có công việc phù hợp, tôi di chuyển qua San Jose. Mặc dầu chưa bao giờ hối tiếc về sự lựa chọn của mình sau gần 20 năm sống trên miền đất phía Bắc Cali này, nhưng tôi luôn nhớ về thành phố hiền hòa nhỏ bé đó. Tulsa như Huế quê ngoại của tôi: trầm lắng, dễ thương và nghĩa tình.

Không chỉ Tulsa, San Jose cũng đối xử với tôi thật ấm áp. Người Việt Nam đông, bạn bè nhiều, khí hậu tuyệt vời, Silicon Valley cũng giống như thành phố Sài Gòn nhộn nhịp của tôi những năm trước 1975. Nơi bắt đầu lại của tôi và cũng là nơi đã cứu sống mẹ tôi không biết bao nhiêu lần: về sống với gia đình tôi khi bệnh của mẹ trở nặng. Mẹ vừa bị Alzheimer, vừa bị tiểu đường, vừa cao huyết áp, vừa cao mỡ. Nói chung ở cái tuổi 76 khi mẹ về đây, mẹ có đủ thứ bệnh. Nhờ khí hậu ấm áp, bác sĩ Việt Nam nhiều, vấn đề theo dõi bệnh dễ dàng, sức khỏe mẹ cũng đỡ hơn. Nhưng ở cái tuổi già thì những rủi ro, biến chứng cũng càng nhiều. Mẹ ra vào nhà thương không biết bao nhiêu lần. Có lần đang ngồi coi tivi, cảm thấy hơi mệt nằm xuống sofa, mặt mày tái mét. Đo đường xuống dưới 40. Chưa kịp cho ăn ngọt thì mắt dại ra, mẹ gần như coma. Gọi cấp cứu. May mà chỉ 5 phút xe emergency tới ngay trước cửa, nếu không là đi luôn.

Có lần áp huyết tăng cao (chắc là nửa đêm mở tủ bếp ăn hết chén mắm khoái khẩu), lại xỉu. Lại 911 cấp cứu. May mà tại xứ này chứ ở Việt Nam như mẹ vợ tôi thì ra đi từ lâu. Nội cái đợi xe cấp cứu vô được cái xóm nhỏ, qua hai ba cái chợ chồm hổm đầu đường chắc là không kịp với cái ông thần chết đang đứng chờ chực cạnh giường.

Phải công nhận với những người ở cái class lưng chừng như tôi thì mới lo chứ với những người già không tài sản như mẹ tôi, nước Mỹ đúng là thiên đường. Hàng tháng có tiền già, vô bệnh viện, tiền thuốc men không tốn một xu. Mà thuốc đâu phải rẻ: 13 loại thuốc. Vừa uống vừa chích. Nhìn cái giá thuốc chính phủ phải trả thay cho bệnh nhân là đủ chóng mặt. Chưa kể khi vào bệnh viện, nhìn cái bill bảo hiểm trả cho bệnh viện là xỉu. Nội cái chi phí chữa chạy cái chân gãy của mẹ chắc cũng mất toi số tiền dành dụm của tôi trong suốt 20 năm trên đất Mỹ. Cũng nhờ vậy dù nhớ nhớ quên quên mẹ vẫn còn sống với chúng tôi cho đến hôm nay.

Cám ơn đất nước này và cám ơn cuộc đời đã cho tôi sống những thời gian với đầy đủ cung bậc của cảm xúc: những vô tư của tuổi nhỏ, những lãng mạn của một thời mới lớn, những hạnh phúc của tháng ngày đoàn tụ và tự do. Dù không mong muốn nhưng cũng phải cám ơn cuộc đời đã cho tôi nếm được nỗi đớn đau của những chia xa trong những tháng ngày đen tối. Nỗi cô đơn của những ngày lưu lạc xa quê. Để rồi là những hạnh phúc của những lần gặp lại mẹ, anh em và bạn bè.

Xin được cám ơn ba, người sĩ quan chế độ Cộng Hòa chết trong trại cải tạo. Không có ba, không có những hy sinh của cha ông, đồng đội, bạn bè, chúng con đã không có những tháng năm thanh bình. Và khi cuộc chiến kết thúc, ba vẫn kịp đánh đổi mạng sống cùng với những tháng ngày bi thảm trong trại cải tạo để cho mẹ và các con, các cháu của ba cơ hội qua miền đất tự do này. Bao nhiêu năm ba vẫn luôn theo dõi và phù hộ gia đình chúng tôi.

Cám ơn mẹ, người đàn bà vĩ đại đã dành hết tuổi thanh xuân và đời mình cho chồng cho con. Người đàn bà góa chồng ở tuổi 49, một mình với 9 đứa con còn nhỏ dại, lăn lóc để tồn tại qua những nhiễu nhương và hận thù. Người vợ của một sĩ quan thua trận, vượt qua từng ngày, trải qua từng bữa, cuối cùng cũng đem được toàn bộ gia đình đến bến bờ tự do.

Xin được cám ơn em, đã cùng tôi vượt qua bao gập ghềnh sóng gió. Em đã luôn cạnh tôi trong những giờ phút bi thảm cũng như những khoảnh khắc yêu thương. Mới đó mà chúng ta đã ở bên nhau trọn vẹn 43 năm. Bắt đầu bằng một đám cưới với chiếc nhẫn đính hôn 1 phân vàng và thiệp mừng đám cưới là tấm giấy "mời" đi kinh tế mới vào ngày hôm sau, em đã cùng tôi nếm đủ mùi vị của gian khổ, cay đắng và tủi nhục. Vẫn luôn nhớ mãi cái chặng đường đã qua đó. Cám ơn tình yêu của em.

Còn phải cám ơn nhiều nhiều nữa. Cám ơn tình nghĩa bạn bè. Cám ơn tấm lòng những đứa cháu. Cám ơn những đứa em. Cám ơn những đứa con lương thiện của tôi. Trong những ngày cuối thu của miền Thung Lũng Silicon, đứa con trai đầu của một người tù chết trong trại cải tạo năm nào đã không còn trẻ nữa. Đang bước vào tuổi "thất thập cổ lai hy", rồi sẽ có ngày sẽ nhớ nhớ quên quên như mẹ. Nên trong cái ngày Thanksgiving này không thể nào không viết, không thể nào không nói những lời cám ơn.

Sẽ chưa phải là lần cuối cùng, xin được nói tiếng cám ơn Việt Báo và Viết Về Nước Mỹ. Việt Báo đã làm một nhịp cầu cho chúng tôi được trải lòng qua những mẫu chuyện đời. Những câu chuyện thật đời thường nhưng nếu không được ghi, kể lại có lẽ rồi sẽ đi vào quên lãng. Có lẽ sẽ mất hút đâu đó trong cái trí nhớ đang già nua của tôi. Nhờ Việt Báo, qua những bài viết về cuộc đời, tôi đã tìm gặp lại những người bạn, những người thân đang lưu lạc khắp nơi. Như những mảnh vỡ của quê hương được góp nhặt để ghép lại thành một quê nhà thứ hai trên xứ người. Nhờ vậy chúng tôi sẽ không bao giờ mất đi quê hương Việt Nam yêu dấu.

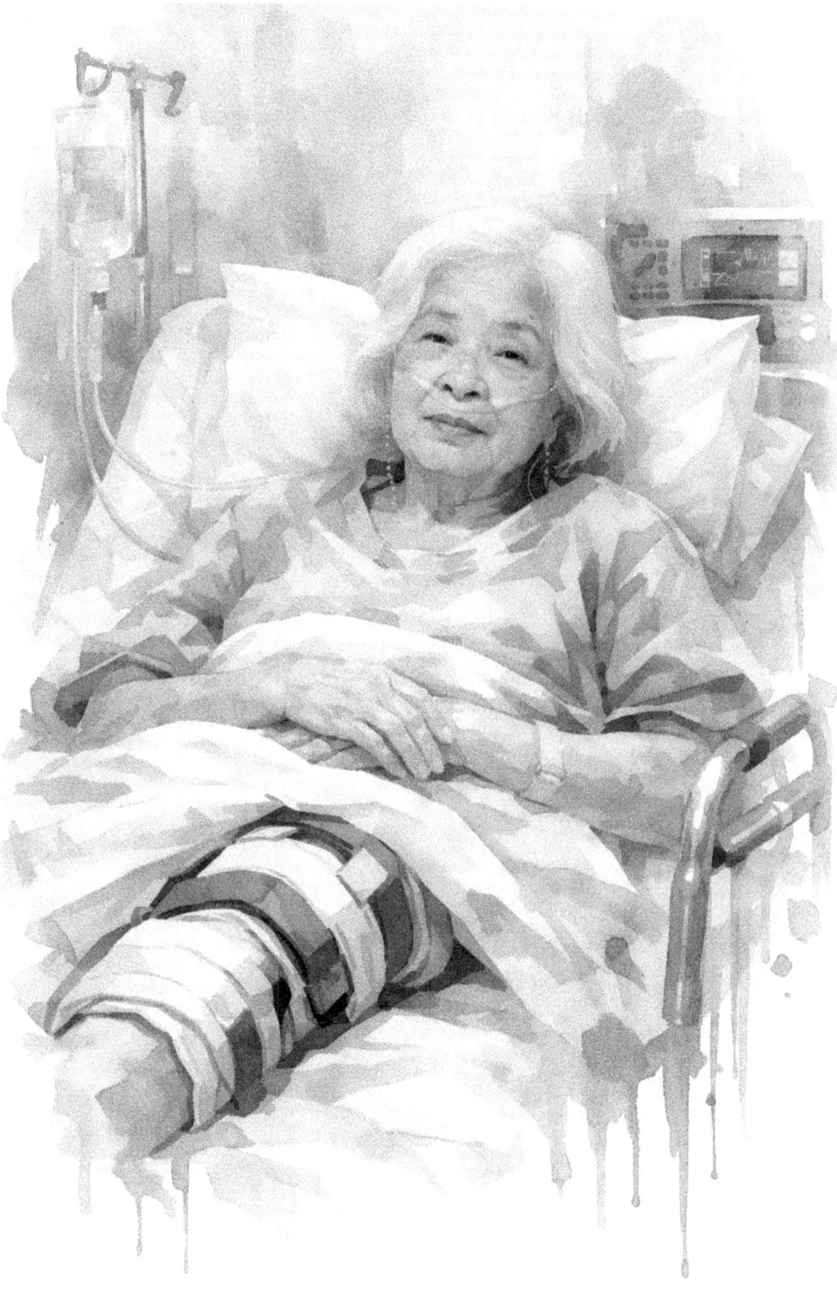

MẸ TÔI
NẰM BỆNH VIỆN Ở MỸ

89 năm trôi qua, và đây là lần đầu tiên mẹ phải làm phẫu thuật. Một cái vấp té tưởng như nhẹ nhàng nhưng đã làm vỡ xương đầu gối chân phải.

Như những lần khó khăn trải qua trong cuộc đời, mẹ chịu đựng những cơn đau mạnh mẽ hơn tôi tưởng tượng nhiều. Những ngày chờ đợi đến ngày lên bàn phẫu thuật, di chuyển khó khăn với cái chân đau nhức, mẹ vẫn không than thở.

Không chịu nằm yên một chỗ, cố gắng di chuyển từ giường ra phòng khách, từ bếp ra phòng ăn. Khập khiễng làm quen với cái walker lần đầu tiên trong đời, bà cố gắng di chuyển chầm chậm từng bước chân. Không ai nghĩ rằng bà lão tuổi 90 đang mang trong mình một đầu gối vỡ đôi sưng húp.

Mẹ tôi là vậy. Kiên cường và mạnh mẽ như những ngày hai mẹ con vất vả kiếm sống sau 1975. Những tháng năm đen tối, nhọc nhằn. Chồng học tập cải tạo đâu đó ở miền Bắc xa xôi, một mình xoay sở với đàn con còn thơ dại. Hai vợ chồng tôi cùng mẹ lăn lóc làm đủ thứ nghề để tồn tại trong một đất nước đã không còn là quê hương yên bình.

Ngày ba rời bỏ chúng tôi một cách tức tưởi nơi miền đất tận cùng biên giới Việt Trung, những tưởng mẹ đã ngã quỵ với những uất hận và đau khổ tột cùng. Nỗi đau của một người đàn bà mất chồng làm mẹ như điên như dại. Cái xóm nhỏ ở khu phố Lam Sơn những năm 1978 không ai không biết bà bún bò Huế của những tháng ngày điên dại đó. Cả cái chợ Cây Quéo đều biết đến câu chuyện của người đàn bà đầu tiên có chồng sĩ quan chết trong trại cải tạo. Cái uất ức khiến mẹ không biết sợ, gặp cán bộ là chửi, gặp công an là mắng.

Nhưng rồi cái gánh nặng gia đình, vì đàn con còn quá nhỏ, nén lại hận thù và đau khổ, mẹ và vợ chồng tôi cùng cố gắng dìu nhau vất vả mưu sinh.

Người đàn bà trước 75 là vợ một sĩ quan cảnh sát, có người ăn người ở; bây giờ lam lũ chạy ăn từng bữa, bán từng chiếc áo, đôi giày cũ, kiếm từng đồng bạc cho mình và cho gia đình, không một chút than van. Mẹ là vậy. Cứng cỏi như cây tùng, cây thông. Cái gia đình này, không có mẹ không biết rồi sẽ ra sao.

Và năm tháng qua đi, chồng chết, một mình thân cò lặn lội suốt gần 20 năm, vượt qua bao cơn sóng dữ, cuối cùng mẹ cũng đem được 9 người con đến định cư trên miền đất xa xôi này. Ba vẫn còn nằm lại ở mảnh đất nhỏ sau vườn ngoại nhưng tôi biết ba lúc nào cũng ở bên mẹ và bên anh em chúng tôi.

Qua một đất nước xa lạ, tiếng Anh tiếng u một chữ cũng không biết, người đàn bà học lực chỉ mới đến trình độ tiểu học, tuổi đã trên 60 một lần nữa lại mò mẫm từng bước đi, cùng các con cố gắng tồn tại một cách lương thiện trên quê người. Mọi thứ đều bắt đầu như những ngày đầu tiên theo chồng bỏ Huế về Đà Nẵng lập nghiệp. Chỉ khác ngày xưa có vợ có chồng; những năm 1992, mẹ một mình gà mái nuôi con với một trái tim cô đơn và một nỗi buồn u uẩn. Nhưng vì mẹ là mẹ tôi, một người đàn bà nhỏ nhắn nhưng vĩ đại, bỏ mặc mọi khó khăn gian khổ, mọi chướng ngại chông gai, mẹ đều can đảm vượt qua.

Và khi những đứa con của mẹ đủ cánh đủ lông, yên bề gia thất, mẹ bị Alzheimer. Đó là nỗi bất hạnh nhưng cũng là điều may mắn. Trên 60 năm sống bên mẹ, cùng nhau qua những tháng năm hạnh phúc bình yên, những khoảng thời gian đen tối tủi nhục và cả những chuỗi ngày lang thang lưu lạc quê người, không ai hiểu mẹ hơn tôi và không ai thương tôi bằng mẹ. Ẩn dấu dưới cái bên ngoài cứng cỏi như đàn ông của mẹ là cái tình cảm yếu đuối của người đàn bà hiền lành xứ Huế. Sau những giờ phút quần quật làm việc là một nỗi nhớ mênh mông trong lòng mẹ. Mẹ hay khóc một mình trong đêm vắng.

Những kỷ niệm của một thời êm ấm cũ không bao giờ phai nhòa trong mẹ. Mẹ nhớ ông nhớ mệ, nhớ chị nhớ em, nhớ bạn bè của khu An Lăng dưới chân núi Ngự Bình xa xưa của mẹ. Mẹ nhớ về ba và những tháng ngày theo ba đi 4 vùng chiến thuật. Những ngày chiến tranh vất vả theo chồng đi khắp các tỉnh miền Trung. Những thời khắc của tình yêu và những hạnh phúc ngắm nhìn những đứa con lần lượt chào đời.

Mẹ nhớ nhiều lắm. Nhất là vào những ngày mùa đông trời mưa tuyết, mẹ nhớ da diết cái ngày thật xa đó. Khi những đứa con lần lượt xa khỏi vòng tay mẹ, khi tuổi tác càng ngày càng cao, mẹ càng thấy trống vắng, nỗi nhớ trong lòng mẹ càng nhiều. Và khi cái hiện tại không còn là nỗi thiết tha, mẹ bắt đầu quên cái hôm nay, quên những chuyện vừa mới qua đi. Với mẹ đâu có gì vui. Mẹ không còn cái quyền uy của cái thời tuổi trẻ. Mẹ thèm những vòng tay ấm, những vuốt ve quấn quýt của những đứa con thân yêu mà hình như càng ngày càng ít đi. Mẹ càng lúc càng cô đơn. Mẹ càng lúc càng chỉ nhớ đến cái thuở xưa. Mẹ quên trước quên sau, và mẹ bị Alzheimer.

Năm 2008, mẹ về ở với vợ chồng tôi khi bệnh tình trở nên xấu hơn. Không phải dễ dàng để chăm sóc cho một người mắc bệnh về trí nhớ nhưng tôi luôn tin rằng với tình yêu của chúng tôi, với lòng yêu thương về ba trong trí nhớ, thời gian còn của mẹ sẽ dài thêm.

Mẹ không còn có những xúc cảm của những lần gặp mặt, những giọt nước mắt của những buổi chia ly. Người nào với mẹ cũng thấy quen quen mà không bao giờ nhớ mặt nhớ tên. Vậy mà tốt. Nếu không mẹ sẽ nhớ lại những tháng ngày đen tối, cái chết bi thảm của ba. Lại nhớ đến quắt quay những đứa con đang ở rất xa của mẹ. Mẹ ăn được, ngủ được nhưng mẹ không buồn không vui, không giận không hờn. Và vì vậy mẹ sống hồn nhiên mạnh khỏe bên cạnh chúng tôi.

Nhưng dù trí nhớ có thay đổi thì cái tính cách cứng cỏi, kiên cường, chịu đựng gian khó vẫn luôn còn trong mẹ. Ngay cả trong thời khắc khó khăn, đau đớn này, cái ngày mẹ phải vượt qua lần giải phẫu đầu tiên trong suốt cuộc đời của mẹ.

Vào bệnh viện từ 2 giờ trưa. 8 giờ tối mổ. Ca mổ kéo dài 3 tiếng. Khi mẹ được đẩy lên phòng hồi sức thì cũng đã 1 giờ sáng. Hai vợ chồng tôi và đứa em út ở lại bệnh viện cho đến khi bà tỉnh dậy. Mơ mơ màng màng dưới ảnh hưởng của thuốc mê, bà vẫn chưa biết mình vừa trải qua một cuộc phẫu thuật nối xương kéo dài 3 giờ. Với một người khỏe mạnh trẻ tuổi có thể sẽ là bình thường, nhưng với bà già gần tuổi 90, cùng căn bệnh tiểu đường nặng, mọi chuyện không dễ dàng. Bác sĩ bảo tinh thần bà rất mạnh so với những người cùng tuổi nhưng chắc chắn thời gian phục hồi sẽ lâu hơn. Tôi biết mẹ và chúng tôi sẽ có một khoảng thời gian khó khăn phía trước để có thể trở lại như trước. Nhưng tôi tin với tính cách kiên cường của bà, mẹ sẽ lại vượt qua thử thách này như từng làm trong suốt cuộc đời.

Chỉ mới ở bệnh viện 3 đêm, mẹ nổi tiếng ngay. Các y tá bệnh viện ai cũng biết cái bà lão người Việt này. Ba đêm ở ba phòng khác nhau. Không phải vì sự sắp xếp của bệnh viện mà chính vì cái cứng cỏi pha chút ngang bướng của mẹ.

Ngay đêm đầu tiên, khi những người vừa giải phẫu xong còn đang ngủ say, nửa đêm mẹ dậy lò dò bước xuống giường. Không ai nghĩ bà có thể cử động cái chân sau phẫu thuật nhanh như thế. Hình như bà không biết đau. Y tá dìu bà lên giường để rồi sau đó phát hiện bà bước xuống giường lần thứ hai lúc nửa đêm. Thế là sợ bà té trở lại rất nguy hiểm, y tá dời bà sang căn phòng ngay trước cửa phòng y tá trực để dễ theo dõi.

Đêm thứ hai, bà lại bước xuống giường một mình, đòi đi tiểu. Y tá đưa dụng cụ bảo bà nằm tiểu trên giường. Bà dứt khoát không chịu, bảo dơ dáy. Nằm tiểu không được. Năn nỉ mấy cũng không được, phải gọi hai y tá trực mới đưa bà vào restroom được. Rồi cũng giống như đêm trước, lại thấy bà bước xuống giường khi gần sáng. Thế là y tá trưởng quyết định dời bà qua phòng 5 người có người theo dõi ngay trong phòng 24/24. Cho chắc ăn.

Y tá nói lần đầu tiên mới thấy một người như vậy. Thường sau khi mổ đầu gối, rất đau, bệnh nhân chỉ nằm yên, sau đó có người tới tập mới đi lại được nhưng cũng chỉ từng bước một và cũng phải vài ngày sau. Chứ đâu như bà lão người Việt này. Có thể người bệnh Alzheimer, cái cảm giác nóng lạnh, cái đau đớn nó mơ hồ như trí nhớ. Bà có thể đã không nhận ra cái thể trạng yếu đuối của đôi chân mình. Nhưng như vậy cũng rất nguy hiểm. Có thể bà thấy ít đau nhưng thực tế thì cái chân mới mổ xong vẫn rất mong manh. Có thể bà tin vào cái mơ hồ của tiềm thức, không khéo té lại thì khổ. Bác sĩ dặn, với những người như mẹ, càng cần phải để ý nhiều hơn. Cần phải chăm sóc kỹ càng hơn.

Khi đem mẹ về nhà, vợ chồng chúng tôi phải ngủ sofa phòng khách. Thôi thì coi phim Đại Hàn toàn tập cho chắc. Vừa coi phim vừa thay phiên nhìn vào camera trong phòng mẹ 24/24. Mỗi khi nghe tiếng lục đục trong phòng là biết bà đang chuẩn bị bước xuống giường. Mạnh quá cũng khổ, cũng lo. Chỉ sợ mẹ té thôi, nhưng tôi mừng vì sẽ mau thôi, chân mẹ sẽ trở lại bình thường như trước kia, phải không mẹ của con.

ALZHEIMER VỚI MẸ CŨNG LÀ MỘT MAY MẮN

Đã từ lâu, mẹ không còn nhớ ngày sinh nhật của mình. Với căn bệnh Alzheimer, thời gian và không gian chỉ là một khái niệm mơ hồ nào đó trong ký ức. Nỗi nhớ về những ngày tháng xa xưa đôi khi hiện lên rất rõ ràng nhưng ngày tháng hôm nay chỉ là đám mây mờ của sương khói.

Mẹ có thể ngồi hàng giờ trước truyền hình để chỉ coi đài Mễ. Tiếng Mỹ hay tiếng Việt đều OK. Miễn là có hình ảnh chuyển động trước mặt. Gặp ai cũng tay bắt mặt mừng. Cũng thấy quen quen. Nhưng tên thì không bao giờ nhớ. Con cháu có đến thăm cũng chỉ cười vui năm ba phút rồi lại trở về chiếc sofa quen thuộc, lặng lẽ một mình. Vậy mà hay. Nếu trí nhớ còn minh mẫn, trong nỗi cô đơn, mất mát và hận thù, có lẽ bà sẽ không sống được đến ngày hôm nay.

Tôi sống với mẹ trong hầu hết 65 năm của đời mình. Những năm tháng thanh bình hạnh phúc trước 75, những ngày đen tối sau mất nước, những năm tháng bên mẹ trên vùng đất tạm dung và những ngày mẹ đang mất dần ký ức. 9 anh em ai cũng thương mẹ. Không thể nói là mình thương mẹ nhất vì các em có lẽ sẽ có đứa thương mẹ hơn tôi. Nhưng chắc chắn một điều, để nói về mẹ, không ai hiểu mẹ hơn tôi, và chắc chắn không ai thương tôi bằng tình yêu của mẹ.

Mẹ là một người rất đặc biệt. Gia đình có 5 anh chị em. Người con trai bị Việt Minh giết chết từ nhỏ, chỉ còn lại 4 chị em gái. Mẹ là con út. Trong khi các bà chị hiền lành ít nói bao nhiêu, mẹ là người phải nói là cứng cỏi, lanh lợi và giỏi giang bấy nhiêu. Thuở nhỏ chuyên làm chim xanh, chuyên đi giao thơ tình cho các bà chị. Bà nào cũng lấy chồng có chức có quyền, có danh có phận, riêng mẹ tôi về làm vợ của ba tôi hồi đó chỉ là một công chức bưu điện bình thường. Mẹ là một người có đủ đức tính của một người phụ nữ Việt Nam thời xưa: tam tòng, tứ đức. Nhưng không ai nói mẹ hiền. Trong nhà ai cũng sợ mẹ. Từ con cháu đến các chị. Mẹ thẳng tính, ăn to nói lớn. Nghĩ là nói không nể nang ai. Miễn sao phải thì thôi. Ba tôi sau này là một sĩ quan cảnh sát, nhưng tính tình hiền lành trái ngược hẳn với mẹ, nam tính cứng cỏi. Ba tôi chỉ lo việc sở, việc nhà toàn bộ một mình mẹ tôi quán xuyến. Anh em tôi lúc nhỏ phải nói là theo ba nhiều hơn theo mẹ. Xin gì ba cũng cho, năn nỉ một tí là ba xiêu lòng ngay. Mẹ thì đừng hòng, cho thì cho ngay, còn đã không thì thôi. Tuyệt đối không được cãi lại. Mẹ có một câu nói mà đến bây giờ tôi vẫn nhớ: "Mẹ bảo đi đường tắt là đường tắt, đi đường cong là cong, không 'on đơ' gì cả". Đúng ra mẹ nên là chồng, ba là vợ thì đúng hơn.

Sợ nhưng không ai ghét mẹ. Cứng cỏi, trực tính nhưng mẹ rất thương người, thương con thương cháu. Những người bà con nghèo khổ từ dưới quê lên chơi mẹ không một lời nặng nhẹ, luôn luôn đối xử hết lòng và vui vẻ. Biến cố Mậu Thân, gần 20 người hàng xóm chạy giặc từ Huế vào tá túc. Mẹ lo lắng chỗ ăn chỗ ở cả tháng trời. Không một lần chau mày. Tối các bà còn tụ lại thành các sòng tứ sắc, chơi đến khuya.

Không có mẹ, chắc chắn gia đình tôi không được như hôm nay. Ba tôi ngoài việc sở, về nhà là bạn bè. Khi thì đánh bài chược, khi thì đánh tài bàn. Khi thì dẫn con cái đi chơi, khi thì đi đánh tennis. Mọi chuyện còn lại, sinh hoạt, nhà cửa, kiếm sống chỉ mình mẹ. Chạy ngược, chạy xuôi, hết buông cái này, bắt cái kia. Cái đồng lương sĩ quan cảnh sát hồi đó, chắc là không đủ cho một gia đình mười mấy miệng ăn. Ba hiền nhưng vô tâm, đóng vai ông thiện; mẹ nam tính cứng cỏi "dữ dằn" đóng vai bà ác.

Mẹ là vậy. Người chỉ biết cho và chưa bao giờ biết nhận. Vợ tôi giống bà. Từ khi theo chồng, vui với cái vui của chồng; bạn bè của mẹ thì ít mà bạn của ba thì nhiều. Mẹ lặng lẽ sau lưng chồng chọi với đời. Vừa nấu ăn khéo, vừa may vá tài. Mẹ học hành ít, chỉ mới hết cấp 2 nhưng xử lý mọi chuyện khôn khéo.

Tôi nhớ có lần ba đi công tác Sài Gòn. Đẹp trai, có chức có quyền nên chắc cũng có lén phén gì đó với cô nhân viên Nha Cảnh sát. Không biết là có thật hay chỉ là tin đồn. Mẹ chẳng nói chẳng rằng, đi với ông tài xế, đáp máy bay vào Sài Gòn, tới tận văn phòng của ba, rồi sang bàn cô nhân viên.

Để khẩu súng một cái cụp lên bàn làm việc (chắc là súng không có đạn của ông tài xế). "Tôi là vợ của ông Đ. Ông đã có vợ và 5 con. Cô hãy liệu hồn. Nếu lần sau còn nghe được chuyện gì về cô với chồng tôi, đừng trách tôi không nói trước." Xong chuyện, đơn giản và dứt khoát. Cô đó sau đó êm re và ba tôi cũng êm re.

Mẹ chưa bao giờ làm gì cho riêng mình. Ba làm cảnh sát. Thay đổi chỗ ở như chong chóng. Lúc thì Đà Nẵng, lúc thì Huế. Mẹ đem con cái theo ba không một lời phàn nàn. Lấy chồng, mẹ đã không còn là cô gái quê xóm An Lăng dưới chân núi Ngự Bình năm nào. Một tay mẹ gìn giữ giang san nhà chồng. 9 anh em tôi tuy rất sợ mẹ nhưng chưa bao giờ hết yêu mẹ cũng như chưa bao giờ mẹ hết yêu chúng tôi.

Sau 75, mất nước, ba bị đi cải tạo ngoài Bắc, căn nhà tại Đà Nẵng bị cộng sản chiếm. Căn nhà đang ở tại Sài Gòn bị tịch thu vì thuộc diện ác ôn. Tay trắng, mẹ và anh em chúng tôi trải qua những ngày tháng vất vả đen tối. Các em còn nhỏ; là con đầu, dâu trưởng, vợ chồng tôi cùng mẹ bương chải đủ mọi ngành nghề, len lỏi để tồn tại trong cái thành phố từ ngày đó đã không còn thuộc về mình. Những con người bại trận. Những khó khăn, những bi thảm mà chỉ những ai có trải qua mới cảm nhận hết. Những ngày xếp hàng lãnh phần bo bo thay gạo, khoai mì cứng ngắt thay cơm. Những hôm bán hàng lề đường, bỏ chạy trốn công an. Những ngày lặn lội tìm cha, tìm chồng trong trại cải tạo biên giới phía Bắc xa xôi. Những ngày băng rừng, lội suối tìm thăm chồng, nhưng rồi chỉ để được ôm xác chồng còn ấm trên tay. Những đêm lén lút đào xác chồng đem về chôn lại trong vườn nhà ổn mẹ.

Không ai nghĩ là mẹ chịu đựng được. Những nỗi khổ đau cùng cực và những mất mát không thể nào quên. Nhưng mẹ vẫn kiên cường vượt qua. Mẹ là một người rất tình cảm nên nỗi đau càng thêm sâu đậm.

Nhớ hồi đó, quen hay lạ, ghét hay thương, mỗi khi có người đến ở nhà, khi chia tay, mẹ đều khóc, khóc ngon khóc lành. Mất đi người chồng một cách tức tưởi, tôi không nghĩ là mẹ đã sống được những quãng đời sau đó. Đã có một thời gian điên dại, mẹ mỗi ngày đi từ nhà ra chợ. Vừa đi vừa khóc. Vừa đi vừa chửi chế độ. Cán bộ phường cũng không thể làm gì trước một người đã quên mất chuyện tử sinh.

Những thời khắc vô cùng khó khăn ấy tưởng không thể vượt qua, nhưng rồi mẹ vẫn phải nguôi ngoai, tiếp tục sống vì những đứa con còn non dại. Tôi vẫn luôn bên mẹ trong suốt khoảng thời gian bi thảm đó. Cho đến 1992, hơn 17 năm sau ngày mất nước, mẹ qua Mỹ cùng các em.

Đó là khoảng thời gian tôi xa mẹ lâu nhất. Cùng với một đứa em đi năm 75, 7 em đi năm 1992, mẹ và tất cả 8 đứa em định cư tại Mỹ. Vợ chồng tôi cùng ba đứa con còn phải sống với cộng sản thêm 6 năm nữa. Khoảng thời gian này, tôi có công việc đàng hoàng, kinh tế ổn định. Nhận được giấy bảo lãnh đi đoàn tụ theo diện ODP, tôi đã suy nghĩ, đắn đo thật nhiều. Có nhiều đêm thức trắng chỉ để tìm một câu trả lời. Nhưng cuối cùng tôi vẫn quyết định ra đi. Vì mẹ và vì nỗi hận mất cha không bao giờ phai.

Năm 1998, sau gần 7 năm xa cách, mẹ và 9 anh em chúng tôi cùng nhau đoàn tụ trên một đất nước xa xôi. Ba tôi vẫn còn nằm lại trên quê nhà bên cạnh ôn mệ.

Qua bên này, mẹ không còn phải lo toan quá nhiều cho cuộc sống, nhà có chính phủ lo, con cái lần lượt ổn định, có công ăn việc làm, có gia đình riêng, nhưng nỗi nhớ chồng, nỗi nhớ quê nhà không hề nguôi ngoai trong mẹ.

Chính sự rảnh rỗi, những an bình của hiện tại đã thôi thúc mãnh liệt trong mẹ một nỗi nhớ, một nỗi đau trong quá khứ. Vết thương trong lòng sống dậy mãnh liệt trong những ngày tháng xa quê.

Bên này mọi chuyện không như mẹ nghĩ. Vì cuộc sống, những đứa con dần xa mẹ, mỗi đứa một nơi. Không còn những đêm 9 anh em quây quần bên mẹ. Những khoảng thời gian đoàn tụ bên nhau quá ngắn ngủi. Và mẹ thấy mình cô đơn, vô dụng. Cái quyền uy của mẹ đã không còn. Mẹ thay đổi tính tình, dễ cáu gắt, quên trước, quên sau và thường xuyên bỏ nhà ra đi.

Mẹ bị Alzheimer.

Mẹ về ở với vợ chồng tôi khi căn bệnh trở nặng và đúng lúc tôi bị tai nạn tại sở làm, dưỡng bệnh tại nhà. Với sự giúp đỡ, thương yêu của vợ, hiếu để của con cái, trong cái khí hậu ấm áp của miền Bắc Cali, chúng tôi đã cùng ở bên nhau những năm tháng hạnh phúc.

Căn bệnh Alzheimer với mẹ cũng là một may mắn trong muôn vàn bất hạnh. Cái quên, cái lẫn sẽ làm mẹ có thể sống được với tôi, với con cháu thêm một thời gian. Chứ nếu không, chắc chắn, mẹ sẽ chết vì nỗi nhớ chồng và nỗi nhớ quê hương.

VIẾT CHO CHÁU NGOẠI ĐẦU TIÊN

Có một chân lý mà các bạn phải đồng ý với tôi: cháu mình luôn là người đẹp nhất, dễ thương nhất. Nếu phải bầu chọn cho người giám khảo của một cuộc thi hoa hậu nào đó "có trình độ thẩm mỹ chuyên môn kém nhất, ít vô tư nhất", chắc không ai khác hơn là các ông bà ngoại, ông bà nội. Dù cháu ta có chân dài tới nách hay nách dài tới chân, cao, lùn, mập, ốm, mặt ngắn, mặt dài... ta vẫn chọn cháu của ta là người đẹp nhất trên thế gian này.

Cháu người ta một tuổi bình thường cao 31 inches. Bác sĩ kiểm tra dưới trung bình, cháu ta 27-28 inches, thậm chí 25-26 cũng OK. Lùn hả, không sao. Lớn lên nó cao hơn danh thủ bóng đá Maradona của Argentina là cái chắc. Cháu lé kim, không sao. Biết bao nhiêu sao Hàn mắt hơi lệch đó nghe. Ai nói tài tử Taeyeon xấu. Đẹp quá đi chứ. Lé duyên mà. Mắt hai mí thì "sao mà nó đẹp như Châu Nhuận Phát". Mắt một mí: "Có sao đâu, giống y chang Kim Woo Bin của Hàn". Có má núm đồng tiền, ui chao cháu dễ thương quá, giống mẹ y hệt" (mặc dầu mẹ của bé cũng có đồng tiền, nhưng nằm ở... sau lưng). Không có lúm tiền duyên, "có sao đâu, hoa hậu Kỳ Duyên của Việt Nam đâu có lúm nào đâu mà vẫn đẹp như thường". Vậy đó. Cho nên đừng có mà tranh cãi với các ông bà đang có cháu nội, ngoại. Người ta hay nói đừng có đem chính trị và tôn giáo ra bàn luận. Tôi cho rằng đề tài "my grandchildren" mới là cấm kỵ nhất trong các cuộc họp mặt reunion. Đem cháu ra khoe thì được nhưng đừng chê cháu con người khác. Coi chừng sứt đầu chảy máu, bảo sao già mà không nên nết.

Nói chung là các ông bà nội, ông bà ngoại khi sinh ra lưỡi vốn dĩ có xương, đến khi có cháu thì lưỡi trở thành "boneless". "Mà lưỡi không xương thì nhiều đường lắt léo". Cổ nhân đã căn dặn vậy rồi. Quẹo theo đường nào, trên dưới, trái phải, cuối cùng cũng đi đến một kết luận: "cháu của ta là đẹp nhất".

Thường người ta hay nói "con gái miệng rộng thì sang, con trai miệng rộng tan hoang cửa nhà". Thằng cháu ngoại tui có cái miệng vô cùng rộng, suốt ngày đòi ăn. Tui thấy sao mà dễ thương, cái miệng rộng "thấy ghét". Kệ họ nghe con. Tại cháu người ta miệng hẹp nên người ta ganh tỵ với ông cháu mình. Miệng rộng ăn nhiều mau lớn, con hí. Ngoài cái miệng rộng, còn cái trán "dzồ" nữa chứ. Nhìn riết bây giờ thấy đứa bé nào trán thấp lè tè là tui thấy thương hại, thấy xấu ơi là xấu. Thiếu điều tui khuyên cha mẹ nó dẫn đi mỹ viện để nâng trán thay vì nâng mũi.

Tui có một người bạn, cũng cao ráo đẹp trai, phải cái tội chân đi hai hàng khác hướng. Từ rất xa tui cũng nhận ra ngay ông bạn này nhờ tướng đi không giống ai đó. Trời sinh cũng hay. Ông mới có đứa cháu nội đích tôn tướng đi giống ông như tạc. Ông rất lấy làm hãnh diện. Lúc nào gặp cũng đem cháu mình ra khoe: nào là đẹp trai (cái này tui công nhận có), mập mạp, mạnh khoẻ (cái này cũng có luôn). Nhưng qua cái mục đi và chạy (ông khen lấy khen để: "ông thấy thằng cháu tui không? Tướng đi đã đẹp, tướng chạy còn xuất sắc hơn"). Đến cái mục này thì tui phải xin chào thua ông bạn già của tui. Tướng đi chữ bát của cháu ông mà ông còn khen đẹp thì đúng là bó tay dot com luôn. Mà thôi thây kệ. Tui mà lỡ lời chê cháu ông thì ông đem thằng cháu lùn tịt của tui ra phê bình thì thế nào cũng có chuyện lớn.

Nhưng các bạn phải đồng ý với tui một điều, cháu của mình khi nào cũng đẹp, cũng dễ thương, cũng đáng yêu, mãi mãi là number one. Và có lẽ vì vậy bạn cũng phải đồng ý với tui một điều là trong suốt cuộc đời của chúng ta, bạn cũng như tui qua bên xứ Mỹ này, ai cũng làm rất nhiều job. Từ rửa chén, chạy bàn cho đến may mặc, assembly... cho đến bác sĩ, kỹ sư, nhưng không có cái job nào mà chúng ta làm một cách hăng say, làm ngày làm đêm, luôn nhận thêm giờ overtime và tự nguyện không lãnh lương như job giữ cháu của mình.

Hồi sửa soạn về hưu, có nhiều bạn nói với tôi không biết làm gì cho hết giờ, đi ra đi vô gặp gấu mẹ vĩ đại chắc suốt ngày gây lộn. Đi du lịch thì các bạn cũng đi nhiều rồi (cái mục này thì khỏi lo cho tui, mới loanh quanh Cali nên tui chắc còn nhiều nơi phải đi). Đừng có lo bạn già của tui ơi. Chỉ sợ bạn không có tiền để tiêu thôi chứ cứ biểu các con đẻ cho vài đứa cháu là bạn sẽ biết thế nào là lễ độ. Bạn sẽ biết cái thời gian bạn nghĩ rất dài, sẽ không bao giờ đủ. Bạn sẽ biết những ông bà tuổi về hưu như chúng ta dùng cái quỹ quý báu như thế nào. Chỉ sợ thiếu chứ đừng sợ dư. Bạn sẽ thấy vô cùng hãnh diện là ta còn cần thiết dường nào cho quốc và gia. Quốc thì không biết cái xứ Mỹ này còn cần ta không, chứ gia thì ta còn có giá lắm. Giá trị của những người về già như chúng ta nó lớn lắm bạn ơi. Nhất là ở cái xứ cờ hoa này. Cái giá trị không thể tính bằng tiền bạc hay kim cương đâu bạn. Đứa con nào trong nhà còn có hai con khỉ già như mình thật là giống như trúng số... độc đắc. Nội cái mục chở cháu đi học, mà đâu phải một hai thứ đâu, rồi đón về dẫn nó đi chơi, cũng save cho tụi nó khối tiền. Có tiền cũng làm gì có 2 ông bà oshin như thế này.

Tui có hai cháu ngoại. Một đứa lớp một, một đứa chủ nhật này đúng một tuổi. Thằng bé được sinh ra vào một ngày rất dễ nhớ: ngày 5/2/2017, ngày của Superbowl. Vợ chồng tui vừa ở trong bệnh viện đợi cháu ra đời vừa coi trận bóng bầu dục Super Bowl 2017. Khi cháu sinh ra là lúc đội của Tom Brady kết thúc trận đấu bằng một chiến thắng đầy thuyết phục. Tui là fan của New England (nói nhỏ chứ không phải fan, fo gì chỉ có cá độ một chầu ăn sáng với mấy đứa bạn nên ủng hộ anh chàng cầu thủ đẹp trai này quá xá mà thôi). Coi football mà đâu dám la to, nhưng bù lại thắng độ là OK. Để cám ơn chầu ăn sáng free, về nhà tui đặt tên thằng cháu là TOM. Mặc dầu nhìn là biết tương lai là xấu trai và lùn hơn quarterback nhà ta rồi. Thôi kệ lấy cái hên. Biết đâu sau này "San Francisco forty niner" có tên cầu thủ TOM TỦN nhà ta. Kicker cũng được, không cần quarterback đâu.

Lang bang chuyện đá banh, bây giờ trở lại cái công việc thơm như múi mít của hai vợ chồng về hưu tui.

Sáng sớm cỡ 7:30, sau khi drop đứa lớn tại trường học, cha mẹ drop off thằng nhỏ qua nhà tui. Ông bà ngoại xem như check in thẻ vào cơ quan. Cho ăn, cho uống, cho chơi đùa, cho ngủ, đợi đến giờ đi pick up đứa lớn. Lại cho ăn, chở đi học thêm, tắm rửa, thay diaper và đợi buổi chiều khi cha mẹ đến đón cháu về, giống như check out ra khỏi cơ quan. Giống hệt như hồi mình còn đi làm. Ngày 8, 9 tiếng nếu ba mẹ không bị kẹt xe. Ngày nào bị kẹt xe, xem như ông bà có overtime. Chỉ khác lúc chưa về hưu, giờ phụ trội xem như bonus free. Cháu đón trễ thì cũng giống như mình đi làm bị traffic ở freeway 101 hay 280. Mà phải nói San Jose độ rày kẹt xe khủng khiếp cho nên khi nào vợ chồng nó đến đón cháu đúng giờ là vợ chồng tui mừng còn hơn trúng số.

Người ta hay nói giữ con trai mệt hơn con gái. Mà đúng thiệt, so với cháu gái đầu, giữ cái thằng nhóc trai mệt hơn nhiều. Nhất là biết đi chập chững, suốt ngày lúp xúp đi phá. Cửa tủ bếp nào cũng mở. Máy móc cứ có nút nào cũng bấm, cũng vặn. Đi thì chưa vững, đã muốn chạy. Cầu thang thì hở là leo. Có khi tui để cháu tự leo tuốt lên trên, cũng biết khôn, không dám xuống, ngồi la chí choé.

Công việc không phải là nặng nề gì nhưng xoay qua xoay lại cũng hết ngày, hết tháng.

Con bé lớn thì biết khôn và ngoan nên không cần theo sát nhưng cũng phải đi đón, đi đưa. Con nít bên này thôi thì học đủ thứ. Học nhạc, học múa, học bơi, học võ. Vô phước trong lớp mà có mấy đứa bạn Ấn Độ hay Trung Hoa là thấy con cháu mình đeo theo mệt xỉu.

Rồi còn mẹ già. Alzheimer nên cũng phải ngó chừng 24/24. May mà còn vợ còn chồng nên mọi chuyện cũng xong. Một công hai việc. Giữ cả cháu lẫn bà cùng một lúc. Nhờ vậy mà "ở bên này thời gian qua nhanh quá, không như Sài Gòn". Thoắt một cái là thứ hai, thoắt một cái đến thứ bảy, cuối tuần.

Cứ trông đến ngày cuối tuần y như hồi còn đi làm hãng. Thấy khoẻ ơi là khoẻ. Tự nhủ, có 2 ngày rảnh rỗi 2 vợ chồng già có thì giờ "romantic" bên nhau.

Nhưng đúng như người ta nói, hai con khỉ già tui đúng là sinh tật, là số khổ. Có 2 ngày rảnh rỗi. An nhàn không muốn. Coi tivi cũng thấy thiếu thiếu cái gì. Ngồi bên nhau mà cứ nhớ hai đứa cháu ngoại. Cái thằng quá là dễ thương, cái con quá là dễ ghét. Nhà như vắng vẻ, đìu hiu hơn ngày thường. Giống như bạn, tui cho rằng cháu tui là nhất. Cứ nhớ tướng đi lúp xúp, nhớ cái tướng háu ăn, nhớ cái trán dzô của thằng nhỏ. Rồi lại nhớ tiếng nói luyên thuyên của cháu lớn. Cứ "Bye ngoại. I love you ngoại" mỗi khi ra về. Thế là thứ bảy hay chủ nhật, sướng không muốn, rảnh rỗi không muốn, cũng ráng facetime, cũng ráng gọi phone. Cũng "Có hai đứa ở nhà không, ba mẹ qua thăm một tý". Con cái chưa kịp tắt máy đã thấy ông bà ngoại lù đù trước cửa. Số khổ. Cưng quá cũng khổ.

Không cưng sao được. Nhớ có lần chở cháu lớn đi học về. Trời nóng, tôi quên bật máy lạnh xe.

Bé nói:
— "Ngoại, turn on AC please. Tôi bật máy lạnh nhưng vì xe đời "Bảo Đại" làm trùm nên hơi lạnh lên chậm.

Bé thắc mắc:
— "Sao lâu lạnh vậy ông ngoại. Xe ba con bấm nút là có lạnh ngay."

— "Ừ thì tại xe ngoại cũ."

— "Sao ngoại không mua xe mới."

— "Tại ngoại không đi làm, ngoại nghèo, không có tiền nhiều như ba con."

— "Ủa, ngoại nghèo sao nhà ngoại to hơn nhà ba con. Backyard của nhà ngoại bự ơi là bự. Phòng nhiều ơi là nhiều."

Không biết trả lời, tui đổi đề tài.

— "Con cho ngoại tiền mua xe mới nghe?"

— "Ngoại, con đang đi học không có tiền."

Con bé suy nghĩ một lúc rồi nói:
— "A ngoại, con có một very good idea. Tháng sau ba con mua xe

khác lớn hơn vì mới có thêm baby. Ba nói xe nhỏ quá không đủ space. Con nói daddy cho ngoại."

— "Thế chiếc xe này ngoại làm gì?"

— "Thì ngoại cho Goodwill. Ngoại biết Goodwill không? Nếu không thì ngoại cho ông homeless đầu đường cũng được."

— "OK. Quyết định vậy đi. Nhưng giả sử ba con không cho mà bán thì sao?"

— "Tiền đâu ngoại mua."

— "(Lại con có a good idea) Ngoại cứ lấy xe rồi khi con lớn, con đi làm, con trả cho daddy. Được không ngoại?"

— "Chúng ta là một family nên ba con bán rẻ cho ngoại, ten dollars only, ngoại!"

Hết nói. Vậy đó. Không cưng cũng không được. Ông bà có muốn ghét cháu cũng không được. Nghe không cũng đủ mát cái ruột. Đừng nói tiền, nói bạc. Biểu ngoại đem trái tim ra cho con chơi, làm được ngoại cũng làm. Đừng nói ngày 8 tiếng. 24 tiếng cũng tình nguyện nhận cái job thơm thảo này. Hạnh phúc mà làm, vui vẻ mà làm, phải không các bạn già của tui.

Nhân nói về cháu, có thêm chuyện này kể:

Hồi đầu năm tui cùng các bạn cùng lớp rủ nhau đi Reno. Có cái promotion dành cho các ông bà senior. Uống một ly rượu, tặng một ly bia. Cả nhóm xếp hàng bên cái line riêng dành cho quý vị tuổi trên 65.

Các bạn cũng biết là qua bên này, người Việt Nam mình có khuôn mặt nhìn rất trẻ so với mấy ông bạn ngoại quốc nhà ta. Cho nên khi mười mấy bạn già nhà tui xếp hàng bên line ưu tiên, mấy ông mắt xanh mũi lõ, mặt mày già chát bên line bên cạnh lom lom nhìn sang. Tụi hắn tưởng là Chinese chơi hỗn. Ông Mỹ gác cổng có vẻ cũng không tin lắm. ID please.

Ừ, ID thì ID, vàng thật sợ chi lửa. Hắn xem xong thấy tui sinh năm

1951, "Wow" một tiếng thật lớn. Tao cứ tưởng mày cỡ năm mươi mấy thôi. Thế những người đứng sau mày thì sao.

Tui tự hào:
— "Samc or older. No one is younger."

Đang hào hứng vì được khen trẻ, tui nói với nó:
— "Tao chỉ mày một cách để xem họ có già thật hay không? Mày đừng thèm xem ID. Biểu họ đưa phone của họ cho mày xem. Tao warranty mày là tất cả phone của họ đều có hình con nít. Toàn là ông bà nội, ông bà ngoại cả đó mày ơi."

Thằng Mỹ xem xong 15 phone của các bạn tui liền gật gù:
— "Mày quá có lý. Tao học được một cách kiểm tra người châu Á như mày. Nhưng sao có một đứa không có hình con nít con nôi gì cả."

Tui im lặng cười không nói. Không lẽ tui lại bảo:
— "Mày ngu quá, nó trai tân, không vợ làm sao có con, mà không con làm sao có cháu để khoe."

Vậy đó, sau này, xin mấy cô ở Việt Nam nếu có muốn làm bạn với mấy ông xồn xồn về nước thăm quê hương, đừng bao giờ tin vào khuôn mặt. Đừng tin vào những lời đường mật, ba hoa của những ông già mà không có nết đó. Nhiều ông mặt mày non choẹt chứ thật sự đều trên sáu bó, có khi bảy bó nữa đó. Ngoài tươi nhưng trong héo queo cả rồi. Không làm ăn được gì đâu. Khuyên mấy bà trước khi hẹn hò vui lòng kiểm tra iPhone. Toàn là hình của cháu ngoại, cháu nội thôi. Có khi còn có hình cả chắt nữa đó. Các bạn già của tui có tin không?

STAY
HOME
QUARANTINE

TẢN MẠN THỜI DỊCH BỆNH COVID

Ngày xưa, trong cái thời hưng thịnh của Thung Lũng Silicon, chúng tôi cũng đã từng trải qua cái thời "tách ly". Chồng tách (technician), vợ ly (assembly). Ai đã từng ở thành phố này đều nhớ đến cái thời thật huy hoàng đó. Không cần phải bác sĩ, kỹ sư gì cho nó mệt. Cứ hai vợ chồng, người tách người ly là tha hồ cuối tháng đếm tiền mệt nghỉ. Công việc trong các nhà máy thì dễ dàng, lềnh khênh nhiều không kể xiết. Overtime thì vô cùng thoải mái. Chịu khó ngồi ráng thêm vài tiếng là có tiền gấp rưỡi, hay nếu là ngày nghỉ thì double pay. Thời đó ai làm việc trong các dây chuyền sản xuất, lãnh lương theo giờ còn sướng hơn mấy ông engineer ăn theo lương tháng nhiều. Làm tiền dễ đến nỗi quên cả thời gian. Nhiều khi cả tuần hai vợ chồng chỉ gặp nhau có một vài lần. Cũng tách ly nhưng quá sướng, chứ có đâu như bây giờ cái thời cách ly ôn dịch.

Đúng là cái tai hoạ tự nhiên từ trên trời rớt xuống. Có ai ngờ trong cái thời đại tiên tiến của cái thế kỷ thứ 20 có ngày tại cái xứ Mỹ này, mấy con khỉ già phải ngồi bó gối cô đơn trong cái nhà của mình để nhìn mưa rơi rả rích ngoài khung cửa sổ. Tổ cha cái thằng Vũ Hán, mắc cái chứng chi ham ăn ham uống. Ăn chi cái đồ sống đồ xít rồi mang bệnh mang tật lây hoạ cho nhiều người. Đang an lành, thế là dịch bệnh hoành hành. Mới đầu là một tỉnh, một quốc gia, và bây giờ lan ra khắp thế giới rồi cuối cùng, để tránh lây lan, 2 con khỉ già cùng thái thượng bà bà nhà tôi được lệnh phải nằm nhà, phải cách ly. Chính phủ thì chỉ mới khuyến cáo tạm thời bớt ra đường nhưng con cái đã ra nghiêm lệnh: stay home please.

Ba mẹ và bà nội tuyệt đối không được đi đâu hết. Cần gì tụi con mua đem tới để trước cửa nhà cho ba mẹ. Nó doạ: lớn tuổi dễ mắc bệnh, mà mắc bệnh thì không có thuốc chữa, mà không có thuốc thì chỉ nằm chờ chết. Nghe hoảng kinh. Đứa út thỉnh thoảng đi ra ngoài mua đồ ăn đem về nhưng không ngồi ăn chung. Nó nói, trẻ không sao, lỡ lây cho ba mẹ và nội thì khốn. Ít nhất cách xa 6ft. Virus là kẻ thù vô hình, trốn kỹ chừng nào hay chừng đó.

Thế là bắt đầu ly cách, là bắt đầu cách ngăn. Thật ra, gọi là cách ly cho nó thời thượng chứ nếu cần thiết vẫn có thể ra ngoài, vẫn có thể phóng xe trên đường để cảm nhận cái không khí trong lành và yên ắng của một thành phố thung lũng vốn luôn tấp nập rộn ràng. Xa lộ 101 thật thông thoáng, không heavy traffic như mọi ngày. Nhớ con, nhớ cháu, nhớ bạn bè cũng có thể chạy ngang nhà gọi điện thoại, rồi mở cửa vẫy tay chào nhau.

Phải ở trong nhà đối với hai con khỉ già tôi thì không sao. Người ta ồ ạt đổ xô ra chợ mua giấy mua nước mua đồ ăn tích trữ. Chúng tôi thì không. Bún khô, mì gói còn đầy ngoài garage. Cũng còn nửa bao gạo "ông địa" dành cho mẹ. Tụi tôi thì ăn gì cũng được, chứ mẹ không có cơm là không xong. Bệnh tiểu đường nặng, thêm nhiều thứ cao: cao máu, cao mỡ, nhưng không chịu ăn đồ healthy. Rau cỏ không thích, cứ cơm và cơm. Biểu ăn thịt cá nhiều cho tốt, không chịu. Cứ một lát cá, một miếng thịt là phải đủ 1, 2 chén cơm. Nói đường cao bác sĩ cấm ăn cơm nhiều, cũng như không. Cái não chắc cứ còn in sâu cái thời nghèo khổ dưới quê. Mâm cơm chỉ với một miếng thịt heo nhỏ xíu mà cứ ép mấy đứa con phải 3, 4 chén cơm. Không cho bới cơm thêm lại giận, lại hờn. Bác sĩ nói thôi bà thích cứ để bà ăn. Ăn xong rồi uống thuốc. Cũng đã quá 90 rồi, bà thích gì cũng được, cữ kiêng làm chi nữa. Cố gắng hạn chế thôi.

Từ ngày về hưu tụi tôi cũng ít đi đâu xa. Loanh quanh với mẹ già, với cái vườn, với hai đứa cháu ngoại cũng đã hết thì giờ. Ban đêm rảnh rỗi, vợ một iPad, hết Facebook rồi Internet; chồng hết karaoke, rồi làm thơ viết truyện; thỉnh thoảng cùng nhau coi phim bộ Hồng Kông, Hàn Quốc, cũng hết ngày hết tháng. Với mẹ thì có cách ly thì cũng vậy thôi. Ngày 3 bữa ăn, chích thuốc 4 lần, thử máu 3 lần. Hết ăn rồi coi phim. Phim gì cũng được. Mễ, Mỹ đều same same. Miễn sao có tiếng nói. Hết ra vườn rồi vào trong nhà. Hết bếp là phòng khách.

Chỉ có khác là lúc trước thỉnh thoảng còn được dẫn ra đi bộ ngoài park gần nhà, bây giờ cứ loanh quanh trong nhà. Thôi thì thời dịch bệnh. 90 tuổi, ở nhà cho nó lành.

Cuộc cách ly ngăn ngừa dịch bệnh đã kéo dài hơn một tuần. Và không biết đến bao giờ mới chấm dứt. Tin tức thì tràn ngập. Thiệt có rồi giả có. Số người nhiễm và chết vì virus Covid-19 hình như vẫn chưa có chiều hướng đi xuống. Toàn là tin xấu. Nhìn stock thì toàn màu đỏ choét. Riết rồi cũng không dám vào internet xem tin. Thôi thì cứ wait and see. Mình cũng không làm được gì. Chỉ biết nguyện cầu. Hai vợ chồng già chỉ biết cùng nhau tìm việc cho qua những giờ phút trống trải. Tôi clean up nhà cửa. Thấy cái gì ngứa mắt là dẹp, là vứt vô thùng rác. Vợ tôi thì lo dọn cái tủ lạnh, tìm đồ dư đồ thừa ra nấu. Cũng là dịp cho hai cái tủ lạnh đầy nhóc đồ ăn có không gian để thở. Ai lo thiếu chứ nhà tôi thì chắc không sao. Sợ dịch chứ không sợ đói. Bên Mỹ mà.

Trong cái mong manh của cuộc đời thời đại dịch mới thấy thật quý giá những giây phút ở cạnh bên nhau. Mới thấy mình vẫn có nhiều điều cần làm. Vẫn thấy mình đôi khi còn quá đổi vô tình, quá nhiều hời hợt với gia đình, với mẹ già, với vợ con. Những việc mình làm cho những người thân yêu vẫn còn quá ít. Tiếng là hiếu để, là ở nhà để chăm sóc mẹ, nhưng thật ra thời gian để dành cho mẹ vẫn quá ít. Thời gian cho vợ cho con vẫn còn quá nhỏ, không thấm vào đâu so với cái dành cho riêng mình. Mẹ làm gì trong nhà nhiều khi cũng không biết. Chỉ cần nhớ đến giờ cho ăn, uống thuốc. Rồi mong đến giờ bà bước vào phòng ngủ, lên giường trùm kín mặt mày là thở phào, là an tâm qua hết một ngày. Chỉ đến những lúc như thế này, không bận bịu cháu con, không bạn không bè, bên cạnh bà nhiều hơn mới thấy cái lặng lẽ, cái u uẩn, cái già nua của mẹ. Quả thật mẹ đã thay đổi nhiều. Những bước đi đã không còn nhanh nhẹn. Đã cà nhắc bước thấp bước cao. Cái dáng ngồi xem tivi vốn đã lặng lẽ, bây giờ càng lặng lẽ. Cái dáng lưng vốn đã khòm giờ còn còng xuống nhiều hơn. Cặp mắt đã không còn nhanh nhẹn, tinh anh. Cái tai ngày xưa vốn rất thính đã không còn nghe rõ ràng. Thỉnh thoảng coi phim, mẹ thiếp ngủ lúc nào không hay. Mẹ yếu đi rất nhiều.

Vẫn biết rồi cũng đến cái ngày như thế này, nhưng cũng không thể không chạnh lòng. Không thể không cảm thấy bất an và không thể không cảm thấy thật nhiều hối tiếc. Muốn thời gian dừng lại nhưng nó cứ lặng lẽ trôi qua. Cái phút giây bên người không biết sẽ còn được bao lâu.

Tuần đầu không sao, qua tuần thứ hai cách ly, bắt đầu thấy nhớ, thấy thiếu vắng. Nhớ những người bạn mỗi một tháng gặp nhau vui hát. Nhớ những lúc tán gẫu cafe Lover. Nhớ những lần chú chén anh. Nhớ những lần chở vợ đi chợ, những cuối tuần lang thang farmer market. Nhớ luôn cả những thứ bảy rong ruổi garage sale. Tìm mua cho được đồ thừa đồ thải của người khác rồi đem về chất rải rác đâu đó trong nhà. Nhớ, nhớ nhiều lắm. Có những điều tưởng như thật bình thường nhưng khi mất đi mới thấy thật vô cùng quý giá. Những hạnh phúc tưởng chừng thật nhỏ nhoi đó bây giờ cứ về tràn ngập trong cái trí nhớ vốn đang già nua của mình. Một sự thiếu vắng không thể nào không nghĩ tới, để tiếc nuối khôn nguôi.

Nhớ nhất là hai đứa cháu ngoại. Mới có mấy ngày mà đã thấy nhớ quay nhớ quắc. Nhớ cái tướng ham ăn của thằng nhỏ. Nhớ cái nết nói không ngừng của con lớn. Nhớ nhất là "Ngoại, I am hungry". Cái thằng cứ mới sáng sớm, cha mẹ mới thả xuống là đã chạy vô "I am hungry" rối rít. Nhìn nết ăn của nó mới thật là thương. Không kén ăn như con lớn. Thằng này thứ gì cũng được. Cháo, phở, cơm, cá, tôm, heo, gà đều ăn được tuốt. Miễn là đồ ăn Việt Nam. Con bé lớn thì trái ngược, khoái ăn đồ Mỹ. Nhất là fried chicken. Mỗi chiều đi đón học về cũng "ngoại I am hungry". Nhưng đói thì đói chứ tội nghiệp cũng biết tiết kiệm, không dám đòi. Chỉ nhắc ngoại mua gà rán vào mỗi thứ ba vì tiệm Popeyes Louisiana Kitchen có fried chicken on sale 2.50 một phần. Còn thường ngày thì bánh mì chà bông hay pizza là OK. Không thương cũng không được. Không nhớ cũng không được. Quen hơi cả hai đứa từ cái hồi còn đỏ ong đỏ ỏng. Đã quá quen với cái cảnh mỗi sáng cha mẹ đem tới gửi rồi chiều đón về. Già rồi trông cháu nhiều khi cũng mệt nhưng vui. Giờ cả tuần không gặp mới thấy như thiếu thiếu một cái gì. Mỗi ngày đều facetime, cũng "ngoại I love you" nhưng làm sao vui như khi được ôm cháu vào lòng. Vậy mà lúc trước đôi khi cứ mong đến giờ cha mẹ nó đi làm về để giao trả "hai cái cục nợ". Giờ thì có muốn mang nợ cũng không ai cho.

Nhớ, nhưng thôi cũng phải tạm nén lòng không dám qua thăm. Ba mẹ nó cũng sợ mà mình cũng sợ. Nó sợ lây cho mình, mình sợ lây cho cháu. Ngay cả mấy đứa cháu con ông anh ở ngay bên kia đường cũng chỉ dám gọi phone thăm hỏi. Hết rồi những cuối tuần barbeque. Đúng là virus vô hình khốn kiếp. Nghĩ càng tức. Ông mà biết kẻ nào phát tán cái con Covid, ông tru di tam cửu tộc, tứ ngũ mã phanh thây, truyền cho 9, 10 đời không được đầu thai làm người.

Thôi thì tức chửi cho đã chứ cũng phải ráng ngồi yên cho qua cái thời ôn dịch loạn lạc này. Có sinh phải có diệt, không lẽ cả cái thế giới này lại thua cái thứ nhỏ xíu như mày sao, Covid. Chắc chắn phải có ngày hết cách, hết ly. Lẩn thẩn lại nghĩ may mà con virus này nó chưa tàn phá hết cái net, cái phone. Xa nhau thì còn chịu được chứ như phải xa cái phone, xa cái net thì chắc chỉ có nước chết vì buồn. Nhất là với bà nhà của tôi. Một ngày không có face thì ra sao hả em. Chắc còn khổ hơn đại dịch Covid, em nhỉ?

STOP
HERE
Wash Hands
Wear Mask

NGÀY ĐẦU TIÊN ĐI HỌC THỜI COVID

Những ngày nghỉ hè cuối cùng rồi cũng qua. Chưa hết những ngày nắng nóng, mùa thu lá rụng vàng chưa đến, dù đang giữa mùa ôn dịch Covid, những đứa bé vẫn phải chuẩn bị để bắt đầu cho một niên học mới. Năm nay gia đình 11 người 4 thế hệ của chúng tôi chỉ có hai đứa cháu ngoại được cắp sách đến trường. Con lớn 9 tuổi lớp 4 và thằng nhóc 3 tuổi đi mầm non-preschool.

Đứa lớn vô cùng náo nức trông chờ cái giây phút gặp lại bạn bè, thầy cô giáo. Chưa bao giờ những tháng hè lại trôi qua nhàm chán như thế. Nghỉ học nhưng không được đi đâu xa như mọi năm. Loay hoay mãi trong nhà. May có ba mẹ làm việc ở nhà cũng vui được đôi chút, nhưng làm sao bằng bạn bè cùng trang lứa vui đùa bên nhau. Mỗi ngày hết đi ra rồi lại đi vào, hết truyền hình rồi computer, chán thì thôi. Thằng nhỏ thì trái lại, chuyện đi học không phấn khởi chút nào. Nghe nói được đi đến trường, dù chưa hình dung sẽ như thế nào nhưng cứ la bai bải. "No, I don't want to school, ngoại". Cũng phải thôi. Suốt mấy tháng trời, kể từ khi lệnh cách ly giao tiếp xã hội được ban hành, cả cha lẫn mẹ là dân tech đều ở nhà làm việc từ xa. Tưởng ở nhà làm việc dễ dàng hơn nhưng rốt cuộc lại căng thẳng hơn, cực hơn vì suốt ngày ngồi trên máy tính, hết nói chuyện với sếp lại phải tư vấn khách hàng. Lúc trước thời gian ở tại chỗ làm, thời gian làm việc thường chỉ gói gọn trong 8 tiếng. Ra khỏi hãng là tắt phone, xong. Bây giờ thì on call. Sếp gọi bất cứ lúc nào. Khách hàng cũng vậy. Nhiều khi trái múi giờ, nhận điện thoại lúc nửa đêm là chuyện bình thường. Nhưng cũng tiện là có thời gian bên cạnh con suốt ngày, dù đôi khi cha mẹ mỗi người một phòng trên lầu, hai đứa nhỏ chơi riêng phòng khách. Suốt 3 tháng trời, thằng bé quen với hơi ấm của cha, mẹ và của chị hai. Giờ nghĩ đến cái cảnh phải xa cha xa mẹ xa chị là thằng bé không ưa rồi. "No, no, mommy".

Cái chuyện đi học của thằng cháu ngoại đích tôn cứ được đem ra bàn suốt cả tháng nay. Chuyện đến trường học hay không trong thời buổi dịch bệnh lan tràn là đề tài gây nhiều tranh cãi của cha mẹ ông bà. Ông bà ngoại thì không muốn. Đi preschool là ngày trọng đại, là dịp để cháu bước vào đời, có bạn có bè. Nhưng trong cái thời ôn hoàng dịch lệ này, nguy hiểm quá. Con nít đi học mà mỗi đứa ngồi một góc phòng, không ra sân chơi vui đùa chạy nhảy thì có gì vui. Còn chán hơn ở nhà. Thằng bé chắc gì chịu ngồi im. Chưa kể còn nhỏ quá xa cha xa mẹ, tội nghiệp. "Không preschool thì sang năm lên thẳng mẫu giáo, có chết thằng tây nào". Nhưng cha mẹ thì theo cung cách bên này, vẫn muốn cho thằng bé lần lượt đi preschool rồi mẫu giáo như lệ thường. Để thằng bé có bạn có bè, tự lập cho quen. Cái tuổi hiếu động bắt nó ở nhà mãi cũng không tốt. Trường học cũng có nhiều biện pháp để không bị nhiễm virus đâu. Ừ thì quyền của ba mẹ nó, ông bà ngoại lo thì bàn vậy thôi chứ con nó, nó lo.

Cha mẹ dụ thằng nhóc bằng cách dẫn nó đi Target mua đủ đồ dùng. Team của nó là Paw Patrol, thế là cặp bút, áo quần... ngay cả mask che mặt cũng Paw Patrol. Ông ngoại tuy vẫn còn giận thằng cha về chuyện đi học, nhưng cũng hứa sẽ cho thằng nhóc một chiếc xe truck Paw Patrol thật to với đủ các nhân vật Chase, Marshall, Zuma, Skye, Rocky, Rubble (tên của những nhân vật trong Paw Patrol toy). Cái gì chứ có Paw Patrol là thằng bé chịu liền. Cũng phải nói các nhà sản xuất đồ chơi có đủ mọi mánh lới để moi tiền cha mẹ của mấy nhóc tì. Mỗi độ tuổi mỗi loại đồ chơi khác nhau. Hết Mickey Mouse rồi Minnie Mouse. Hết Power Ranger, giờ đến Paw Patrol. Những nhân vật tưởng tượng từng ngày đi vào trí óc của bọn trẻ. Nhất là vào thời gian cách ly này, đồ chơi trở thành những người bạn không thể thiếu của chúng. Chiếm hết thì giờ của lũ trẻ và cạn hết hầu bao của ông bà. Cũng phải thôi, trái tim ông còn cho huống chi ba cái đồng lương hưu ít ỏi của ông hả cháu ngoại yêu quý nhất đời của ông.

Thế là từ "I don't want it" đã trở thành "Yes, I want". Thằng bé háo hức mong chờ cái ngày đầu tiên đi học vô cùng trọng đại đó. Cái khoảnh khắc mà tất cả chúng ta, dù giàu hay nghèo, sang hay hèn đều đã từng trải qua. Có thể khác nhau khi người thì đến trường ở lớp mẫu giáo, cũng có người khởi đầu từ lớp một, nhưng chắc chắn đều có những cảm xúc ban đầu thật khó quên như nhau.

Đã qua rất lâu cái thuở ban đầu đó nhưng mỗi khi đến mùa tựu trường tôi cứ nhớ mãi bài văn của Thanh Tịnh:
"Hằng năm cứ vào cuối thu, lá ngoài đường rụng nhiều và trên không có những đám mây bàng bạc, lòng tôi lại nao nức những kỷ niệm hoang mang của buổi tựu trường."

Và những câu thơ của Viễn Phương:
"Ngày đầu tiên đi học
Mẹ dắt tay đến trường
Em vừa đi vừa khóc
Mẹ dỗ dành bên em
Ngày đầu tiên đi học
Em mắt ướt nhạt nhoà
Cô vỗ về an ủi
Chao ôi! Sao thiết tha..."

Ai cũng có những xúc cảm một ngày đầu tiên tương tự như vậy trong cuộc đời của mình, trừ... thằng cháu ngoại của tôi. Bởi vì thằng nhóc đi học vào cái thời... ôn dịch Covid. Cũng có áo quần mới, giày mới, cặp mới... nhưng đặc biệt là thêm cái... mask che mặt mới toanh. Cái này đúng là thời của cha ông nó không có. Cái ngày đầu tiên của thằng bé không giống ai.

8 giờ sáng, đi theo thằng bé tới trường có cha mẹ và chắc chắn không thể thiếu hai fan cuồng, ông bà ngoại. Mới vừa đến cổng trường đã thấy cái bảng màu xanh to tướng: "Please practice social distancing when entering the school. Stay 6 ft apart." Đi tiếp thêm một đoạn, thêm một tấm bảng: "Stop here. Wash your hand and wear mask please." Đi học mà cứ như đi vào thăm dinh tổng thống. Bảng biểu dặn dò răn đe giăng tứ phía. Lại thêm bảng: "Waiting for teacher". Thằng cháu ngoại khóc thét lên khi cô giáo chờ sẵn dí cái

máy đo nhiệt độ vào trán. Tội nghiệp thằng nhỏ vốn đang căng thẳng lo lắng, càng sợ thêm, ôm ghì chặt lấy mẹ. Sao giống như đi khám bác sĩ. Nó bắt đầu la toáng lên: "Mommy, I don't want it. I don't want to school". Thiệt tình, ông ngoại cũng còn sợ chứ nói chi nó. Mẹ càng dỗ dành, thằng nhóc càng khóc to, ướt cả cái mask che miệng. Nhiệt độ OK. Cô giáo hỏi thêm mấy câu về Covid cho đúng thủ tục: "Cháu có ho không, cháu có đi đâu gặp ai bị nhiễm không..." Rồi bảo, ông bà cứ để cháu lại có thể về rồi 11:45 ghé đón.

Đúng là preschool thời Covid. Lớp học không giống ai. Bình thường đây là lớp đông học sinh nhất trường, phải từ 15-20 học sinh. Đồ chơi sách vở đầy sàn, đầy kệ. Bây giờ cái gì cũng khác. Lớp loe ngoe có 5 đứa. Căn phòng rộng chỉ có 5 cái bàn nhỏ. Mỗi bàn có vài cái lego, vài món đồ chơi, một vài cuốn tập, vài cây bút. Mỗi đứa ngồi một bàn riêng mỗi góc. Sợ lây bệnh, không được chơi chung đồ chơi. Lớp có hai cô giáo. Một người phía trước, một người cuối phòng. Học trò mang mask. Cô giáo cũng mang. Lớp học bắt đầu nhưng lặng lẽ thiếu vắng nụ cười. Mà có cười cũng không ai thấy. Lớp mầm non mà như phòng thi tốt nghiệp trung học. Cách xa nhau cả mấy mét. Vui chi nổi.

Thời dịch bệnh mọi thứ đều đổi thay. Làm việc thay đổi, đi học cũng thay đổi. Nhưng dù sao thằng bé còn được đi đến trường, con cháu ngoại lớn, lớp 4 cũng đi học nhưng mà học tại nhà, học từ xa. Cái khái niệm mà ông ngoại già sáu, bảy chục tuổi như tôi chưa bao giờ nghĩ đến.

Cha một phòng, mẹ một phòng, bé một phòng, một người một máy. Nhờ Covid đứa bé nào cũng giỏi sử dụng máy tính. Đúng 8 giờ ngày tựu trường, bàn tay thoăn thoắt, con bé mở iPad, click vào ứng dụng Zoom, bên kia đường dây hình cô giáo hiện ra. Good morning. Cô bắt đầu giới thiệu những học sinh trong lớp. Từng khuôn mặt bạn bè hiện ra trên màn hình. Cô giới thiệu tên của mình và ngày đầu tiên của niên học mới bắt đầu như thế, đơn giản và high tech. Cô truyền đạt kiến thức qua màn hình. Những học sinh ngồi nghe chăm chú qua màn hình. Giờ nghỉ giữa các môn học, bạn bè nói chuyện với nhau cũng qua cái màn hình iPad nhỏ xíu. Nỗi vui mừng được gặp lại nhau sau ba tháng hè được thể hiện qua những câu hỏi, những lời chào, nhưng vẫn nghèn nghẹn trong lòng các bé một nỗi buồn. Không còn được gặp nhau trên sân trường, trong lớp học. Không có những giây phút chạy nhảy quanh sân. Không có những vòng tay ôm để "see you tomorrow" sau mỗi lần tan học. Covid đã làm các cháu trưởng thành hơn, chững chạc hơn nhưng cũng làm ngắn lại cái tuổi thơ vô tư của chúng. Không biết đến khi nào mới trở lại như xưa. Vaccin vẫn là nỗi mong chờ, không những của những cha mẹ ông bà mà còn của những đứa bé như cháu ngoại tôi.

Dù mau hay lâu tôi tin ngày đó rồi cũng phải đến, nhưng cuộc sống chắc chắn không bao giờ trở lại như trước. Sẽ luôn còn đó những nỗi sợ hãi, những nỗi ngại ngùng. Sẽ còn rất lâu mới có lại những vòng tay ôm từ giã, những cái bắt tay trùng phùng. Quá nhiều những nỗi sợ vô hình trong một thế giới đã không còn bình an sau thời ôn dịch. Thương quá những đứa bé, những học sinh trong thời ôn dịch. Thương quá những đứa cháu ngoại yêu quý của tôi.

CHỈ VÌ YÊU ANH

Tôi nhận tin Mẹ mất khi đang chở chồng đi bệnh viện chuẩn bị mổ vai sau một tai nạn tại hãng. Tin nhắn của em gái đến quá bất ngờ. Tôi tấp xe vào lề đường, gục đầu trên tay lái, khóc ngon khóc lành. Thế là hết, lời hứa về thăm Mẹ một lần cuối cùng đã không bao giờ thực hiện được nữa. Nhớ lần duy nhất về thăm Mẹ cũng đã trên mười năm. Lúc đó Mẹ vẫn đang còn khoẻ. Hai mẹ con đã có những ngày thật vui bên nhau. Suốt thời gian ở Việt Nam tôi không đi đâu xa, chỉ loanh quanh bên Mẹ. Chỉ được hai tuần ngắn ngủi rồi tôi về lại Mỹ. Ngày đi Mẹ đứng cạnh cửa dõi mắt nhìn theo. Tôi biết Mẹ buồn lắm nhưng vẫn ráng làm mặt vui cho tôi an lòng ra đi. Không ngờ đó là lần cuối cùng tôi được trông thấy Mẹ. Mãi mãi một niềm nhớ và ân hận không nguôi.

Tôi sinh ra trong một gia đình người Nam, có hai chị em gái. Ba làm Bưu Điện, Mẹ ở nhà nội trợ. Thời trước 1975, tuy Ba chỉ là một viên chức bình thường, nhưng chúng tôi đã có một quãng đời bên nhau thật hạnh phúc, an lành và vui vẻ. Chị em tôi chỉ biết học hành, vui chơi trong thương yêu, đùm bọc của Mẹ Cha và trong những ngày tháng thanh bình của đất nước. Những ngày cuối tuần gia đình đi Vũng Tàu, Đà Lạt. Ký ức về tuổi thơ là những ngày thật ấm áp, bình an. Cuối năm 1973, theo bước chân Ba, tôi vào làm cho Trung tâm Bưu Chính Viễn Thông, thư ký cho ông Giám Đốc phụ trách chương trình Viện Trợ của Liên Hiệp Quốc. Đó là thời kỳ vàng son nhất của gia đình chúng tôi, khi mức lương tôi còn cao hơn những kỹ sư.

Hồi đó, trong những kỹ sư mới ra trường về làm cho Bưu Điện, anh là một người tôi không ưa nhất, và có lẽ tôi cũng là người anh ghét nhất. Anh đẹp trai, con nhà giàu, mỗi cái tội mặt kênh kênh và cái giọng Huế. Cái giọng nói nặng trịch, oang oang sao mà khó ưa. Không những tôi mà cả mấy đứa bạn cùng cơ quan mỗi khi thấy anh đi ngang là che miệng cười nhái: đi mô rứa tê. Tôi ghét nhất là có lần anh lái xế hộp chở mấy ông bạn đi uống cafe, thấy tôi đi ngang mấy người bạn bảo dừng xe rủ tôi đi cùng, anh nói kệ nó, cái con nhỏ phách lối. Sau này thân nhau rồi, có lần tôi hỏi tại sao anh làm vậy, anh trả lời: "Lúc nào cũng thấy mấy thằng bạn cùng lớp xoay quanh em, mà mặt em cứ tỉnh bơ như thể ta là cái rốn vũ trụ, nhìn xốn mắt!"

Sau ngày mất nước, nhờ có chuyên môn chúng tôi được tạm thời giữ lại làm việc. Anh có cha là Sĩ Quan Cảnh Sát chế độ Cộng Hoà, tôi chỉ là một người dân bình thường, nhưng hai chúng tôi đều có những lý do khác nhau để ghét Cộng Sản. Nói thật, lúc đó tôi không ghét những tay Cộng Sản từ chiến khu về bằng những tên tay sai ba mươi tháng tư, những kẻ ăn theo. Trước bảy lăm, chúng đã từng là bạn bè cùng cơ quan mà bây giờ quay lưng, mặt mày lấc ca lấc cấc. Còn ôm súng đi nghênh ngang. Có đứa còn nửa đêm đến nhà tôi ra oai bắt may cờ đỏ sao vàng.

Và thế là trong những buổi học tập chính trị, học tập chủ nghĩa Mac Lenin trong công ty, chúng tôi thường chọn ngồi cuối hội trường. Lý do chỉ để tránh cái nhìn soi mói của mấy tay cán bộ diễn giảng, vì trong đầu chúng tôi có lọt được chữ nào đâu. Những điệp khúc chúng nhai đi nhai lại như con vẹt cứ vào tai phải, ra tai trái, như nước đổ đầu vịt. Hơn nữa, chúng tôi thích ngồi phía cuối cũng để dễ ngủ gà ngủ gật.

Anh và tôi thân nhau từ những ngày đó. Không biết có phải nói chuyện nhiều không mà dần dần tôi lại thấy cái tiếng Huế pha âm Quảng Nam của anh thật trầm ấm dễ thương. Anh kể về gia đình. Về Đà Nẵng, về Huế, những thành phố tôi chưa một lần ghé thăm. Anh kể về những cơn mưa phùn, những trận lụt, về An Cựu, Kim Long, cầu Trường Tiền, Thiên Mụ. Rồi về Ngũ Hành Sơn, Tiên Sa... Tôi thì kể cho anh nghe về quê nội Bình Dương và quê ngoại Long Xuyên. Và cứ thế, hai cánh chim lẻ loi trong thành phố đang đầy nhiễu nhương thù địch đã thương nhau và yêu nhau không biết từ lúc nào.

Ngày tôi đem anh về ra mắt, anh nhanh chóng chiếm được cảm tình của Ba Mẹ tôi. Ba Mẹ tôi là người Nam rặt, tính tình dễ dãi, lại thương con nên tôn trọng tình cảm của tôi, chỉ khuyên tôi nghĩ kỹ trước khi quyết định. Mẹ nói: "Nghe nói gia đình M người Huế lại anh em đông, con về làm dâu có được không?" Mấy đứa bạn cũng bàn ra: "Tau nghe ông M có một đống em, lại là người Trung, mấy bà Mẹ chồng Huế nổi tiếng khó khăn lắm đó; hơn nữa có bầy em tám đứa, mày có chịu nổi không?"

Tôi cũng có một chút xao động. Tôi vốn tính người Nam bộc trực, nghĩ gì nói nấy, nhà chỉ có hai chị em, tôi lại là con đầu được Ba cưng từ nhỏ. Tiếng là con gái lớn chứ ở nhà Mẹ lo hết. Từ cơm nước giặt giũ tới chi thu trong gia đình. Nghĩ đến cảnh về làm dâu nhà người, cũng hơi ớn. Em gái nói: "Anh M có cha là sĩ quan cảnh sát, thế nào cũng bị Cộng Sản bắt, chưa chi em thấy chị khổ là cái chắc." Nhưng như ông bà mình hay nói, khi yêu người ta hay mù quáng. Mà thiệt, biết là sẽ khổ nhưng tôi cứ cương quyết đâm đầu vào. Cũng chỉ vì yêu anh.

Có thể đây là điểm giống nhau giữa tôi và Mẹ chồng. Khi đã quyết thì phải thực hiện, kệ ngày sau sẽ ra sao. Sắp đến ngày đám cưới thì Ba anh bị tập trung đi cải tạo. Anh buồn và lo lắng. Mấy đứa bạn lại hùa vào bàn ra, huỷ hôn còn kịp. Nhưng tôi vẫn cương quyết ở bên anh.

Thế là sau khi Ba đi được một tháng, chúng tôi thành hôn. Một đám cưới đơn giản, chỉ người thân và những người bạn thật thân thiết. Nhẫn cưới chỉ là một chỉ vàng nhỏ xíu, không phụ dâu, không phụ rể. Hai đứa dìu nhau bằng chiếc xe Honda Dame cũ kỹ, ghé lạy Cha Mẹ bên vợ rồi về lạy Mẹ chồng. Và thế là tôi bắt đầu cuộc đời làm dâu người Huế.

Ngay ngày đầu tiên về nhà chồng tôi đã bắt đầu nếm mùi gian khổ. Phường gởi giấy yêu cầu ra khỏi nhà đi kinh tế mới, giao nhà cho nhà nước quản lý vì gia đình thuộc diện ác ôn. Tôi vào cơ quan xin gặp ông xếp nhờ giúp đỡ. May ông xếp là cán bộ nằm vùng cao cấp. Trước 1975, ông thương tôi như con cháu trong nhà. Không biết ông làm như thế nào mà hôm sau cán bộ phường đến thông báo gia đình tạm thời không đi kinh tế mới nữa, nhưng dĩ nhiên căn nhà vẫn bị kiểm kê và do nhà nước quản lý. Thôi thế cũng còn may mắn, mất của không mất mạng là được rồi.

Từ ngày Ba chồng tôi đi "học tập cải tạo", cuộc sống gia đình bên chồng rơi vào cảnh vất vả, túng thiếu. Nhà còn tám anh chị em, thêm tôi, Mẹ chồng và bà cô chồng. Tất cả mười một miệng ăn trong một thành phố mà mình đã bị đẩy ra ngoài lề.

Chúng tôi đã làm đủ thứ nghề để sinh sống và tồn tại. Các đồ đạc còn sót lại trong nhà lần lượt bị đem chợ trời. Vợ chồng chúng tôi ngoài giờ đi làm, nuôi gà nuôi heo, làm bánh... nói chung là làm bất cứ việc gì. Những sĩ diện của một thời khá giả đều vất lại phía sau.

Chưa tới ba năm cha chồng mất trong trại cải tạo ngoài Bắc xa xôi, và cùng năm ba tôi cũng mất sau một cơn bạo bệnh. Cuộc sống càng ngày càng chồng chất khó khăn, và càng khó khăn hơn sau khi chúng tôi nộp đơn xin đi xuất cảnh, cơ quan lập tức cho hai đứa nghỉ việc. Tưởng chừng như có lúc chúng tôi phải quỵ ngã. Có những đêm không ngủ, hai vợ chồng ôm nhau khóc. Quá khứ thì bi thảm, hiện tại thì chông gai và tương lai thật mịt mờ. Nhưng chúng tôi quyết không đầu hàng số phận, và tôi chưa một lần hối hận khi yêu anh. Cũng may, Mẹ chồng chịu đựng và cứng cáp hơn chúng tôi tưởng tượng nhiều. Dù có những lúc điên dại vì mất chồng, vì cuộc sống quá khó khăn, nhưng người đàn bà nhỏ nhắn ấy vẫn vững vàng như cây tùng, cây thông.

Mẹ và hai vợ chồng tôi đứng mũi chịu sào, kiếm ăn cho cả nhà. Danh sách việc làm của ba mẹ con bao gồm đủ thứ: bán cafe, bán bún, dạy thêm, buôn trầm hương, buôn đường dài, sửa máy điện tử... Việc gì cũng làm, miễn sao lương thiện là được. Tội nghiệp nhất là anh. Khuôn mặt trắng trẻo thư sinh ngày nào đã trở thành đen thui, đen thùi, choắt lại vì những chuyến đi buôn xa nhà, ngủ bờ ngủ bụi. Tôi ở nhà cùng Mẹ lây lất nuôi bà, mấy đứa em và mấy đứa con lần lượt ra đời. Tình yêu cũng chính là động lực để chúng tôi cùng nhau tồn tại. Rồi cũng qua những tháng những ngày đen tối đó.

Cuối năm 1998, tôi đi Mỹ theo diện ODP với sự bảo lãnh của gia đình bên chồng. Với anh là nỗi vui mừng náo nức của một cuộc đoàn tụ, nhưng với tôi là đau đớn của một cuộc chia ly. Cuộc chia tay tại phi trường Tân Sơn Nhất đẫm đầy nước mắt. Lần đầu tiên tôi xa Mẹ và em gái để theo chồng đi về miền đất mới. Quay lại nhìn dáng Mẹ và em gái xa dần qua khung cửa phòng cách ly, tôi không kềm được nước mắt. Không biết bao giờ mới gặp lại Mẹ và em.

Thời gian đầu qua Mỹ định cư chúng tôi ở Tulsa, thành phố nhỏ nhưng hiền hòa, dễ sống. Thay vì xin trợ cấp của chính phủ, chúng tôi quyết định kiếm sống bằng chính đôi tay của mình. Anh vừa ghi tên đi học vừa đi làm tại CompUSA; tôi xin vào làm phụ bếp tại nhà hàng Việt Nam Mekong. Người chủ đầy lòng nhân ái đã giúp đỡ chúng tôi rất nhiều trong những ngày đầu bỡ ngỡ xa quê. Và bà cũng cho hai đứa con chúng tôi vào làm phụ bưng bê để có thêm thu nhập. Nhờ vậy cuộc sống của chúng tôi cũng mau chóng ổn định trên quê hương thứ hai này. Nhưng nỗi nhớ thương Mẹ già và em gái còn ở lại quê nhà cứ ray rứt mãi. Có những đêm tôi ngồi lặng lẽ khóc một mình. Đã bao năm từ ngày theo anh về làm dâu, những bận rộn vất vả của tháng ngày đen tối và những năm lăn lộn quê người đã làm tôi đôi khi quên mất mình vẫn còn một Mẹ già và một đứa em. Nhìn hạnh phúc đoàn tụ của gia đình anh, đôi khi tôi chợt thấy thật cô đơn, lẻ loi. Những giọt nước mắt cứ tuôn trào trong nỗi nhớ Mẹ. Con bất hiếu quá, Mẹ ơi.

Hai năm ở Tulsa là khoảng thời gian khởi đầu của chặng đường kiếm sống trên quê hương thứ hai. Tuy vất vả nhưng bình an, và là lần đầu tiên trong cuộc đời lấy chồng tôi không phải làm dâu. Khác với thời còn ở Việt Nam, khi cha chồng đi cải tạo rồi mất đi, chúng tôi phải cùng nhau chạy cơm từng bữa để lo cho những đứa em chồng còn nhỏ dại, qua bên này đứa nào cũng có gia đình, có nhà riêng, tôi chỉ lo cho gia đình nhỏ của riêng tôi thôi. Dĩ nhiên để kiếm sống và tồn tại bằng bàn tay của chính mình và với một công việc lương thiện thì dù ở nơi đâu vẫn không phải dễ dàng. Suốt ngày trong bếp, mồ hôi chảy ròng ròng. Có những ngày khách đông ráng làm thêm để có overtime, khuya trời lạnh cắt da, về tới nhà là mệt rã rời, ngã lăn xuống giường ngủ, bỏ luôn buổi cơm tối.

Hình như cũng là định mệnh sắp đặt, số tôi lại giống như Mẹ chồng. Cái số gian nan, ít khi được an nhàn. Vất vả từ ngày đầu làm dâu. Chỉ có khác với Mẹ chồng, tôi còn anh bên cạnh, hai chúng tôi cùng an ủi, cùng chia sẻ cảm thông để cùng nhau vượt qua bao nhiêu những chông gai, gập ghềnh của cuộc sống. Chúng tôi đã qua được biết bao nhọc nhằn, tủi nhục, để tồn tại trong những ngày đen tối trên quê nhà thì những vất vả trên quê người đâu có thấm tháp gì. Rồi cũng qua đi, rồi cũng quen dần.

Nhưng khi bắt đầu tạm ổn định thì anh xin được việc làm ở San Jose. Thú thật tôi là người đầu tiên thuyết phục anh đừng đi. Tôi vốn là người muốn sống an phận. Tôi mãn nguyện với cuộc sống ở Tulsa sau hai năm đầu lập nghiệp. Đã có một căn nhà nhỏ đủ che mưa che nắng, con cái đều đã đi học. Thằng lớn cũng đã xong hai năm đại học. Tôi cũng đã quen với công việc bếp núc tại nhà hàng. Anh cũng có công việc ổn định. Lương anh đủ chi trả cho tiền nhà và chi dùng hàng ngày. Lương của tôi để dành cho các cháu mai sau. Với tôi là quá đủ. Ở tuổi trên 50, tôi sợ phải bắt đầu lại từ đầu trong một cuộc phiêu lưu mới. Mẹ dĩ nhiên không muốn xa chúng tôi. Bạn bè và anh em cũng cản ngăn. Qua San Jose lỡ trụ lại không được, trở về lại bắt đầu từ đầu, dở dang việc học các con. Nhưng tính anh lúc nào cũng vậy, tuy hiền lành nhưng khi đã quyết thì có mà trời cản. Cũng phải thông cảm cho anh. Đâu có dễ gì kiếm được việc làm đúng với khả năng và ý thích của anh. Thôi thì đành thuận theo, miễn sao anh vui.

Thế là cuối cùng năm 2000 chúng tôi lên San Jose lập nghiệp. Mọi chuyện cũng tiến triển thuận lợi. Công việc kỹ thuật trong nhà máy phù hợp với kiến thức của anh, các con cũng đã đi học trở lại. Tôi cũng xin được việc làm tại công ty 3Com. Nói chung công ăn việc làm rất ổn. Chỉ có chuyện ở mới là rắc rối. Năm đó, San Jose có rất nhiều việc làm lôi cuốn người nhập cư, giá sinh hoạt tăng kéo theo giá địa ốc và tiền thuê nhà.

Căn garage sửa lại thành phòng chúng tôi mới thuê với giá 700 đô la được vài tháng, chủ tăng thành 1200. Người quen giới thiệu qua thuê một căn nhà giá 1600, chỉ năm tháng sau chủ đòi 2200. Quá mệt với giá thuê tăng vọt, cũng vừa lúc bán được nhà ở Tulsa, chúng tôi mua một căn mobile home giá 90,000. Mobile home có nhiều bất tiện và hạn chế nhưng dù sao cũng là nhà của mình. Xoay sở cũng tạm ổn. Tính ra chỉ trong vòng chưa đến một năm từ Tulsa lên San Jose chúng tôi dọn nhà ba lần. Ba lần phải chuyển trường cho những đứa con. Dù đồ đạc chưa nhiều nhưng mỗi lần dọn nhà cũng vất vả nhiêu khê. Nhiều khi cực quá tôi cũng cằn nhằn anh, biết vậy ở lại Tulsa cho nhàn, nhưng rồi lại thấy anh cũng đầu tắt mặt tối, vừa đi làm vừa chạy đầu này, đầu kia, tôi lại thấy hối hận, lại thấy thương.

Tôi mới qua lái xe còn yếu, đi làm chỉ dám đi đường trong thành phố, nên mọi chuyện đưa đón hai đứa nhỏ đi học đều nhờ vào anh và đứa con lớn. Nhiều khi đang làm việc, anh phải chạy đón con về rồi mới làm tiếp. May mà anh làm bộ phận quản lý, giờ giấc cũng uyển chuyển, xếp cũng thông cảm nên mọi chuyện rồi cũng qua đi những ngày đầu khó khăn.

Tôi luôn tin rằng mọi chuyện đều có Trời sắp đặt. Trong cái khó ló cái khôn, cứ ở hiền rồi cũng có ánh sáng cuối đường hầm.

Gần Great Mall, khu mua sắm nổi tiếng của vùng Milpitas, thành phố xây dựng một khu townhouse mới. Như đa số các khu mới xây, chủ công trình phải dành vài chục căn để bán giá rẻ cho những người đi làm thu nhập trung bình và chưa có nhà ở. Bạn bè rủ làm đơn và gửi đi, nhưng chúng tôi không hy vọng lắm vì số người nộp gần cả ngàn.

Nhưng may mắn mỉm cười với chúng tôi, trong công ty anh là một trong ba người được mua nhà giá rẻ với tiền đặt cọc thấp. Thế là bán mobile home ở Sunnyvale và dọn nhà về townhouse Milpitas. Một công đôi chuyện. Nhà gần hãng làm nên cần gì anh chạy đi chạy lại, cũng tiện. Thế là chúng tôi lại có những ngày tháng thật hạnh phúc yên bình.

Nhưng số khổ nên ông Trời cứ luôn muốn thử thách chúng tôi.

Cuối năm 2008, đang từ phòng họp ra, không biết căng thẳng như thế nào, anh bước hụt chân và rơi theo cầu thang từ lầu hai xuống lầu một, đầu tông vào vách tường máu me đầm đìa. Và thế là kể từ ngày đó anh nằm viện và ở nhà ăn tiền mất sức lao động (disability). May là anh bị tai nạn tại sở làm bên Mỹ nên với bảo hiểm Worker Compensation mà các công ty bắt buộc phải mua cho nhân viên, anh vẫn có đầy đủ thu nhập như khi đi làm. Mọi chi phí chữa trị mổ xẻ, thuốc men, bác sĩ đều do bảo hiểm chi trả. Nếu như ở Việt Nam chắc có mười căn nhà cũng phải bán hết.

Tuy tài chánh không bị ảnh hưởng, nhưng với riêng tôi là cả một xáo trộn lớn. Mọi việc trước nay anh là người đứng mũi chịu sào, tự nhiên bây giờ tôi trở thành người trụ cột trong gia đình từ sửa soạn ăn uống đến đưa đón con và cả đưa anh đi bệnh viện khám hàng tuần. Anh bệnh không lái xe được. Tôi vốn là người ít lái xe freeway mà bây giờ làm tuốt. Nhiều khi chở anh đi mà sợ muốn chết. Nhất là cái đoạn chuyển từ freeway 101 sang 280, phải qua hai, ba lanes ngoằn ngoèo. Hồi trước có anh, bây giờ mình tự lo, có sợ cũng phải làm. Riết rồi cũng phải quen. Sức khỏe của anh dần dần ổn định nhưng cuộc giải phẫu vai và các chấn thương đầu làm anh yếu hơn nhiều. Những cơn đau vẫn còn, nhất là những ngày thời tiết thay đổi, anh không còn làm việc được như xưa. Công ty không sắp được việc làm thích hợp, thế là anh ở nhà ăn tiền bệnh cho đến ngày qua tuổi bảy mươi, anh chuyển sang lãnh tiền hưu.

Cũng chính trong thời gian này, bệnh Alzheimer của Mẹ chồng trở nặng, tính tình Mẹ thay đổi, lần lượt ở với các em nhưng rồi không ai ở được, cuối cùng Mẹ qua ở với chúng tôi.

Thế là sau tám năm tương đối thong thả, tôi trở lại làm dâu. Nhưng lần này Mẹ không còn cái quyền uy của năm xưa. Mẹ không còn là cái gương giúp tôi có thêm nghị lực sống, Mẹ là một người bệnh Alzheimer.

Mẹ đã quên rất nhiều, tính khí lúc vui lúc buồn, lúc giận lúc hờn, lúc hiền lúc dữ. Vừa phải lo cho chồng bệnh, vừa lo cho Mẹ, có những lúc thật tủi thân, tôi khóc một mình trong đêm. Đôi lúc cực khổ quá, tôi gắt gỏng với anh. Nhưng rồi lại thấy thương anh vô cùng. Mặc dầu vẫn còn bệnh, anh vẫn cố phụ tôi chăm sóc cho Mẹ. May là tôi vẫn còn những đứa con luôn luôn bên cha Mẹ từ những ngày đầu tiên đến Mỹ. Cho đến bây giờ, các cháu đã có gia đình, nhưng bốn thế hệ vẫn còn ở gần nhau, thương yêu nhau. Có đứa đã ra riêng nhưng cuối tuần lúc nào chúng tôi cũng cùng nhau ăn cơm chung. Mẹ chồng đã chín mươi ba tuổi. Bệnh Alzheimer dần xấu hơn, nhưng ít nhất bà vẫn còn nhận ra tôi, vẫn nhận ra tôi là con dâu của bà. Với tôi thế cũng là hạnh phúc.

Và quan trọng nhất, tôi vẫn còn anh bên cạnh. Bốn mươi sáu năm trôi qua, chúng tôi vẫn yêu nhau. Hình như trải qua bao năm tháng, tôi yêu anh còn nhiều hơn nữa. Chỉ có một hối tiếc luôn canh cánh trong lòng là đến bây giờ tôi vẫn chưa về được Việt Nam để thăm mộ Mẹ, cũng như anh chưa một lần về thăm lại mộ cha. Anh vẫn khuyên tôi đi, nhưng với tình trạng Mẹ chồng lúc này làm sao tôi có thể để anh một mình xoay sở. Chắc Mẹ và Ba ở trên trời cũng biết và hiểu cho chúng con. Chắc chắn sẽ có một ngày chúng con sẽ về. Về để đặt những bông hoa kết bằng nỗi nhớ thương, băn khoăn, khắc khoải đằng đẵng mấy chục năm trời trên mộ phần của Mẹ và Ba.

Viết trong ngày kỷ niệm thứ 46 ngày cưới.

CÓ NGƯỜI THẦY KHÔNG THỂ NÀO QUÊN

Để nhớ Cô giáo Đặng Thị Liệu (1933-2021)

Một buổi chiều cuối mùa đông, nhóm cựu học sinh Đà Nẵng tại Bắc Cali hẹn nhau cùng đi thăm Cô tại nghĩa trang Oak Hill, San Jose, California. Thời gian trôi qua thật nhanh. Thấm thoát đã hai năm Cô rời xa chúng tôi. Trời ngây ngây lạnh, trong cơn gió nhè nhẹ và cái nắng vàng hiu hắt, chúng tôi đứng quây quần quanh ngôi mộ nằm chênh chếch lưng chừng đồi. Nhớ Cô thật nhiều. Nhớ dáng người nhỏ nhắn, nụ cười ấm áp với khuôn mặt thật hiền. Nhớ đến một cô giáo có trái tim vô cùng nhân hậu, một người thầy đáng kính, suốt một đời luôn quên hạnh phúc riêng mình để sống cho những người bất hạnh, những đứa trẻ bụi đời, lang thang, những bé mồ côi và những người cơ nhỡ. Bạn bè cùng nhau ôn lại những kỷ niệm, một thời trung học, và những ngày tháng trên quê hương thứ hai này. Cùng nhau tưởng nhớ về Cô giáo Đặng Thị Liệu kính yêu của học trò Phan Châu Trinh và Nữ Trung Học Hồng Đức.

Cô sinh ra trong một gia đình gia giáo người Huế. Cha mất sớm, bốn anh chị em quây quần bên mẹ. Từ nhỏ Cô nổi tiếng hiền hậu, thông minh và học giỏi. Trong khi những bạn bè đồng trang lứa vô tư vui đùa trong cái an bình cổ kính xứ Huế, Cô đã sớm có những ưu tư, đã sớm chọn cho mình một hướng đi vì tha nhân. Lớn lên ở miền Trung đất cày lên sỏi đá, Cô đã xót xa với biết bao mảnh đời nghèo khó chung quanh, những gia đình quanh năm vất vả, cơm không đủ ăn, chỉ khoai sắn trừ cơm, những đứa bé lam lũ chưa một lần cắp sách đến trường, lếch tha lếch thếch ngoài ruộng đồng. Mỗi lần đi ngang qua bến đò Gia Hội, Cô lại thấy đắng lòng cho những cô gái lầm lỡ sa chân, nay đây mai đó trên sông nước ở làng vạn đò. Những cơn mưa thúi đường thúi đất, những ngày khô cằn nắng gắt, những cơn lụt lội triền miên càng kéo dài thêm nỗi cơ cực, gian nan. Từ những ngày còn rất nhỏ đó, Cô đã nguyện trong lòng sẽ sống hết cuộc đời mình vì những con người bất hạnh quê nhà.

Tốt nghiệp trung học, khá tiếng Anh, Cô được học bổng đi du học Úc do Linh Mục Cao Văn Luận đỡ đầu. Một cơ hội không dễ gì có được. Nhưng rồi qua nhiều đêm trăn trở, không nỡ để Mẹ một mình, càng không nỡ xa miền đất nghèo quê hương, Cô quyết định ở lại vào học Đại Học Sư Phạm Huế. Bạn bè cho đó là một quyết định dại dột, nhưng Cô chưa một lần hối tiếc. Cô là một trong những nữ sinh viên đầu tiên của ngành Sư Phạm Khoa Ngoại Ngữ.

Tốt nghiệp đại học, Cô được phân công vào dạy tại trường công lập duy nhất tại Đà Nẵng thời bấy giờ, trường trung học mang tên nhà chí sĩ Phan Châu Trinh. Lúc tôi vào năm đệ thất, Cô đã đi dạy được sáu, bảy năm rồi. Thỉnh thoảng gặp Cô trong các buổi chào cờ, trong những buổi họp mặt toàn trường, những lần đi cắm trại, nhưng phải đến năm đệ tứ, tôi mới được học Cô. Cô dạy môn tiếng Anh và là giáo sư hướng dẫn lớp. Ấn tượng của chúng tôi, ngày đầu tiên Cô lên bục giảng là dáng người nhỏ nhắn, nụ cười hiền hậu, giọng nói ấm áp, thân thiện. Vẫn có cái uy nghiêm của một người thầy nhưng không cho chúng tôi cái cảm giác sợ sệt như khi gặp các thầy cô giáo khác.

Lúc Cô phụ trách hướng dẫn lớp hay sau này làm Tổng Giám Thị Trường Nữ Trung Học Hồng Đức, học trò chúng tôi sợ Cô thì ít nhưng thương Cô thì nhiều. Học sinh thường nghịch phá nhưng trong các tiết học của Cô, chúng tôi học hành rất nghiêm túc. Không một học sinh nào ghét Cô. Cô ăn mặc thật giản dị, gần gũi. Cô ở một mình trong căn nhà thuê, ngoài giờ dạy học chúng tôi ít gặp Cô ở trường. Cô tất bật với các hoạt động thiện nguyện ngoài xã hội. Sau cái bề ngoài nhỏ nhắn tưởng chừng như yếu ớt đó là một con người hoạt động không mệt mỏi. Tuy là người theo Phật Giáo nhưng Cô hợp tác chặt chẽ với các tổ chức nuôi dạy trẻ không cha không mẹ của các Soeur. Hồi đó những trại mồ côi thường do các nhà thờ

Công Giáo xây dựng và điều hành. Với khả năng ngoại ngữ, Cô liên lạc được với các tổ chức thiện nguyện Hoa Kỳ để xin tài trợ. Cô đã hợp tác làm thông dịch cho tổ chức y tế tàu Helgoland, một bệnh viện nổi của Đức cập bến Đà Nẵng chuyên giúp chữa trị các nạn nhân chiến tranh và thương bệnh binh. Cô thành lập một tổ chức gồm các học sinh lớp lớn chuyên tìm kiếm, giúp đỡ các trẻ em bụi đời, lang thang. Trong khi những bạn bè, thầy cô khác lần lượt lập gia đình yên bề gia thất, Cô cứ lặng lẽ kiên trì với những hoạt động vô vụ lợi của mình. Không phải không nguy hiểm với những lần theo các phái đoàn văn nghệ ra tiền đồn uỷ lạo các chiến sĩ. Không ít những lần Cô một mình trong đêm tối đi tìm gặp những trẻ bụi đời, những đứa con lai. Hình như Cô chưa một lần nghĩ đến bản thân mình. Cô vui khi tìm được nơi ăn chốn ở cho chúng. Cô hạnh phúc khi bắt gặp những nụ cười hồn nhiên của những đứa bé trong trại mồ côi. Cô sung sướng khi tìm được nguồn tài trợ từ bạn bè, từ các cơ quan đoàn thể. Cô luôn sống một mình nhưng chưa bao giờ cảm thấy cô đơn. Không có gia đình riêng nhưng Cô có những đứa con nuôi. Có đứa được Cô đem về ở chung một thời gian trước khi tìm được những gia đình mới. Nhiều đứa tìm được công ăn việc làm, nhiều đứa ra đời thành công. Có đứa sau này gặp lại bên Mỹ, Cô đứng ra thay mặt gia đình dựng vợ gả chồng. Với Cô, đó là niềm vui, là hạnh phúc.

Cô có liên hệ mật thiết với các tổ chức thiện nguyện, người ta hay thấy Cô hay đi lại với những người nước ngoài, chính vì vậy khi Đà Nẵng mất vào tay Cộng Sản, Cô bị nghi ngờ làm việc cho CIA của Mỹ. Cô là một trong những thầy cô giáo bị cho nghỉ việc đợt đầu tiên.

Nhưng cũng thật may mắn, có thể vì không đủ chứng cớ hay trong những cán bộ Cộng Sản nằm vùng có người từng quen biết, từng chịu ơn, nên Cô không bị bắt đi tù cải tạo.

Cô ở lại quê nhà một thời gian, và giống như bao người khác dính líu với chế độ cũ, Cô đã làm đủ thứ nghề để tồn tại, để sinh sống. Buôn bán đồ cũ chợ trời, dạy thêm... Những ngày đó Cô thật vất vả nhưng không than van. Cô biết với vết đen quá khứ, Cô khó có thể sống cho cái lý tưởng của mình tại một nơi đã không còn thuộc về mình. Cô kiên trì tìm đường ra đi. Sau nhiều lần thất bại, những lần lẩn trốn, những lần bị giam cầm... cuối cùng vào năm 1979, Cô vượt biên thành công đến trại tỵ nạn đảo Bidong, Malaysia.

Thời gian này trại do Cao Uỷ Tị Nạn Liên Hiệp Quốc điều hành, thường xuyên có nhiều phái đoàn từ Mỹ, Pháp, Canada, Úc đến phỏng vấn sắp xếp định cư cho hàng chục ngàn thuyền nhân ở trên đảo. Cô làm thông dịch viên cho phái đoàn Mỹ và Úc. Dù thời gian ở đây không dài nhưng Cô cũng đã giúp thông dịch, hướng dẫn các thủ tục, hoàn tất các hồ sơ xin đi định cư cho nhiều gia đình thuyền nhân. Biết bao nhiêu câu chuyện, biết bao nhiêu cảnh đời, biết bao nhiêu hoàn cảnh số phận khác nhau ở nơi đây. Có nhiều gia đình bị kẹt lại đảo rất lâu vì vốn tiếng Anh ít ỏi, không thân nhân ở nước ngoài, điền đơn trật lên trật xuống. Có những đứa trẻ mất cha mất mẹ không người bảo lãnh. Có những người ở lại vì những lý do vô cùng đơn giản, nhiều nhất là trả lời sai câu hỏi lúc được phái đoàn phỏng vấn. Không phải không có những người thông dịch tay ngang, không lương tâm, thông dịch không đúng với nguyên văn của người được phỏng vấn. Có người bị phái đoàn từ chối vì bị nghi lời khai gian dối. Cô đã giúp chuyển nhiều đơn khiếu nại của thuyền nhân kẹt lại đảo do nhiều sai sót khác nhau đến được các phái đoàn. Nhờ vậy có nhiều gia đình được cứu xét ra đi đúng với trường hợp ưu tiên của mình.

Năm 1979, được thân nhân bảo lãnh, Cô rời trại tỵ nạn qua San Jose định cư. Khoảng thời gian đó, khi những người nhập cư còn ít, nếu muốn, với khả năng ngoại ngữ của một giáo sư dạy Anh Văn, với sự trợ giúp của học trò và người thân qua trước, Cô rất dễ dàng tìm cho mình một công việc ổn định và nhàn hạ. Nhiều công việc tại các hãng xưởng, làm social worker cho chính phủ hay đi dạy học tại các trường công lập. Những công việc nhẹ nhàng, ổn định và đầy đủ phúc lợi. Nhưng Cô đã chọn cho mình một con đường đi khác, gập ghềnh và khó khăn hơn. Một con đường đúng theo lý tưởng của Cô.

Ngay từ những ngày đầu tiên, không xin trợ cấp của chính phủ, Cô vào làm việc cho IRC (International Rescue Committee), một tổ chức thiện nguyện vô vụ lợi, lúc bấy giờ vừa mới thành lập văn phòng tại San Jose. IRC chuyên giúp đỡ cho những thuyền nhân tị nạn mới đến Bắc Cali: hướng dẫn làm giấy tờ thẻ xanh, giới thiệu học Anh Văn cơ bản ESL, xin việc làm, thi quốc tịch, làm đơn bảo lãnh cho thân nhân còn kẹt lại quê nhà. Nói chung là tất cả mọi việc nhằm giúp những người tỵ nạn sớm ổn định cuộc sống trên quê hương thứ hai này. Mới đầu Cô phụ trách hồ sơ (Case Worker), sau đó Cô lên làm Giám Đốc cho đến ngày về hưu. Suốt một thời gian dài, Cô làm việc không mệt mỏi, bất kể ngày đêm. Cô tham gia hội đồng quản trị VIVO (Vietnamese Voluntary Foundation), cũng là một tổ chức thiện nguyện chuyên về đào tạo tiếng Anh, tay nghề và tìm kiếm giới thiệu việc làm cho những người tỵ nạn mới đến vùng đất này.

Nhỏ người, nhưng sức làm việc của Cô thật đáng nể. Với chiếc xe cũ do một người bà con tặng, Cô rong ruổi khắp miền Bắc Cali. Có người mới qua chưa có xe, Cô kiêm luôn tài xế. Mỗi người, mỗi gia đình mới đến là một mảnh đời, một hoàn cảnh khác nhau, nhưng tất cả đều lạc lõng và bỡ ngỡ như nhau. Cô như một gạch nối làm con thoi đưa những người mới đến sớm hội nhập vào xứ sở tự do nhưng cũng xa lạ này. Cô đã chèo không biết bao nhiêu chuyến đò đưa người cập bến bình yên. Biết bao gia đình nhờ Cô mà ổn định, có nhà có cửa, có công ăn việc làm. Riêng Cô vẫn bao năm một mình trong căn nhà nhỏ đường số 4 gần Downtown San Jose. Rất nhiều gia đình, nhiều học trò cũ từng chịu ơn muốn mời về ở, nhưng Cô đều từ chối. Cô bảo sống một mình tự do quen rồi. Cô cười: Cô nhiều tính xấu, ở chung chắc không ai chịu nổi đâu. Cô nói vậy thôi chứ Cô mà xấu nết thì trên đời còn ai tốt đây, thưa Cô? Đôi khi, trong cái lành lạnh của những cơn mưa nửa đêm, dù chỉ thoáng qua, có lẽ Cô cũng có chút chạnh lòng về nỗi quạnh hiu của đời mình?

Giữa năm 1988, trong một chuyến đi trở về thăm lại đảo Bidong và các trại tỵ nạn khác quanh vùng Đông Nam Á (Hong Kong, Thái Lan, Indonesia, Singapore, Philippines...), Cô đã vô cùng xúc động khi nghe thấy và chứng kiến bao cảnh đời bi thảm của những chuyến vượt biên. Biết bao trẻ mất cha mất mẹ trên đường tìm kiếm tự do, Cô cùng một vài người cùng chí hướng, trong đó có bác Nguyễn

Đình Hữu, cựu đại tá quân lực Việt Nam Cộng Hoà, thành lập Hội thiện nguyện ARCWP (Aid To Refugee Children Without Parents) với sự giúp đỡ của Cao Ủy Tỵ Nạn Liên Hiệp Quốc. Đến năm 1994 để nới rộng phạm vi hoạt động, ARCWP đổi thành ACWP (Aid To Children Without Parents), chuyên giúp đỡ những trẻ em không nhà, không còn cha mẹ không những chỉ do tỵ nạn mà còn nhiều lý do khác. Không những giúp cô nhi tại Mỹ, cùng với ACWP, cánh tay nhân ái của Cô còn vươn về đến Việt Nam, về miền đất nghèo miền Trung: xây trường học cho các trẻ mồ côi, cấp học bổng cho các học sinh nghèo hiếu học, thành lập các trạm y tế chuyên chăm sóc cho trẻ em...

Năm 2000, sau khi miền Trung Việt Nam phải chịu một thiên tai thiệt hại lớn nhất thế kỷ, Cô và Bác Hữu cùng bạn bè sáng lập "Friends of Huế Foundation". Một tổ chức thiện nguyện nhằm cứu trợ nạn nhân thiên tai Thừa Thiên Huế và các vùng lân cận. Hội thực hiện các chương trình cứu trợ khẩn cấp, xây dựng các nhà chăm sóc trẻ mồ côi do thiên tai, giúp cho vay không tiền lời các hộ dân nghèo thiếu vốn nhằm gây dựng lại cuộc sống, tổ chức các đội y tế lưu động... Với sự trợ giúp của bạn bè, của những học trò còn ở lại quê hương, Cô miệt mài bay đi bay về gần nửa vòng trái đất cho những công việc nhân đạo. Đã có biết bao con người, biết bao gia đình đứng lên được từ những đổ nát tan hoang, đã tồn tại và thành công.

Công việc Cô làm thì nhiều lắm. Sự cống hiến của Cô cho cuộc đời, cho những người cùng khổ trên quê hương thứ hai, trên quê nhà xa xôi nhiều không kể hết. Chỉ có thể nói, trong suốt 87 năm, là một người bình thường nhưng Cô đã làm được những chuyện phi thường. Cô đã sống, làm việc đúng như lời Bác Nguyễn Đình Hữu từng dặn dò: "Nếu muốn sung sướng một giờ, bạn hãy ngủ một giấc thật say. Muốn một ngày hạnh phúc, hãy xách cần đi câu cá. Muốn hạnh phúc một tháng, hãy đi lấy vợ, lấy chồng. Muốn hạnh phúc một năm, hãy đi làm kiếm tiền. Nhưng nếu muốn một đời hạnh phúc, hãy đi giúp đỡ người khác, nhất là những trẻ em bất hạnh, không mẹ không cha."

Tôi có nhiều kỷ niệm với Cô thời đi học và cả trong những năm tháng định cư ở Bắc Cali. Năm 2000, sau khi chuyển từ Tulsa, OK về San Jose, tôi cùng với một người bạn cùng lớp và từng được Cô cho ở chung nhà lúc mới chân ướt chân ráo qua Cali đến thăm Cô. Dù đã hơn ba mươi năm thầy trò mới gặp lại, tôi vẫn nhận ra ngay người thầy ngày xưa. Cô không thay đổi nhiều. Vẫn với khuôn mặt thuở đó, vẫn dáng dấp đó; theo năm tháng có gầy hơn xưa nhưng vẫn bình dị ấm áp như ngày nào. Tôi ôm chầm lấy Cô, không muốn khóc nhưng nước mắt cứ chảy dài. Tôi nói: Cô nhớ em là ai không? Vẫn với nụ cười hiền hậu, Cô bảo: Xuân Mỹ tứ 4 mà ai không nhớ. Xúc động và vui vì qua bao năm tháng thăng trầm Cô vẫn còn khoẻ mạnh. Trí nhớ vẫn còn minh mẫn. Vẫn còn nhớ đứa học trò nhỏ ngày xưa. Cô còn nhớ cả năm học của tôi, nhớ cái dãy bàn hàng đầu tôi ngồi. Nhớ cả lời phê "Giỏi, ngoan, hiền" trong học bạ của tôi. Hôm đó suốt một buổi sáng chúng tôi ngồi ôn lại chuyện cũ, trường xưa. Cô hỏi về những năm tháng ở quê nhà sau ngày mất nước.

Tôi kể Cô nghe về những lần gặp mặt tình cờ các Thầy Cô giáo cũ: Thầy Nhuận bán trà đá ở bến xe đò Long Khánh, Thầy Bình bán thuốc tây chợ trời Tân Định, Thầy Bích chụp hình dạo Thảo Cầm Viên Sài Gòn, Thầy Lan thổi kèn trong ban nhạc đám ma... Nhiều cảnh đời của những người thân quen mà vì đi sớm Cô chưa biết. Khi nhắc đến chuyện Ba tôi chết trong trại cải tạo, Cô rơm rớm nước mắt. "Tội nghiệp ông cụ. Ông cụ làm Cảnh Sát nhưng thật hiền lành. Âu cũng là vận số của gia đình và đất nước. Cô tin là ông cụ sẽ luôn dõi theo và phù hộ cho gia đình con." Những chuyện như thế cứ kéo dài không dứt. Trước khi ra về Cô bảo: nếu con cần gì thì cứ liên lạc với Cô.

Kể từ đó thỉnh thoảng tôi ghé thăm Cô. Và mỗi khi chúng tôi tổ chức họp mặt lớp hay trường đều mời Cô tham gia. Chúng tôi thay phiên nhau đến nhà chở Cô đi và về. Những lần gặp lại học trò cũ Cô vui lắm. Lớn tuổi nhưng chưa một lần Cô đòi về sớm. Cô luôn là người đến đầu tiên và ra về sau cùng, mặc dù mỗi một lần họp mặt chúng tôi thường ở lại chuyện trò ca hát rất khuya. Tuy nhỏ người nhưng trời cho Cô một sức khỏe thật tốt. Cô bảo từ ngày qua Mỹ đến giờ Cô chưa vào nhà thương ngày nào. Cô cười: vào thăm bạn ở bệnh viện thì có. Cô nhớ vanh vách những chuyện ở Đà Nẵng thời trước 1975. Cô nhớ từng khuôn mặt và tính nết của những đứa học trò cũ. Thật cảm động khi Cô nhắc đến thời gian phụ trách lớp chúng tôi, cái lớp đệ tứ bốn thời còn trai gái học chung. Cô nói: lớp các em hiền nhất trường. Nam sinh ít phá phách nhất, nữ sinh thì nhiều em đẹp nhất. Chắc nhờ học chung. Cô hỏi vui: trong lớp có em nào nên vợ nên chồng với nhau không? Cô ơi, thời đó mấy đứa con gái cùng lớp coi tụi em như con nít, toàn nhìn lên mấy anh đẹp trai lớp trên; cho đi theo lén là may mắn rồi, dễ gì tán tỉnh được.

Không những sinh hoạt lớp chúng tôi mà cả các buổi họp mặt kỷ niệm Phan Châu Trinh toàn thế giới, Cô chưa một lần vắng mặt. Nơi nào tổ chức, Nam Bắc Cali hay Houston, Texas xa xôi đều có sự hiện diện của Cô. Cái hình ảnh cô giáo nhỏ nhắn ngồi lọt thỏm trong dãy ghế dành riêng cho các cựu giáo viên luôn mãi nhớ trong lòng những đứa học trò chúng tôi.

Nếu phải tìm một người chỉ được thương không kẻ ghét trên quê nhà và trên xứ Mỹ này, có lẽ Cô là một. Cô giáo Đặng Thị Liệu của tôi.

Từ ngày có đại dịch Covid, cuộc sống mọi gia đình đều đảo lộn. Mỗi người có những nỗi lo lắng, vất vả riêng. Thỉnh thoảng tôi gọi điện thoại hỏi thăm nhưng chưa một lần đến thăm Cô. Mấy lần hẹn với Vĩnh Cường, một người em họ của Cô, bạn cùng lớp, để đến thăm Cô. Đâu có bao xa, chỉ 20 phút lái xe mà cứ hẹn lần hẹn lữa. Lúc thì hắn bận đi bác sĩ check up, lúc đưa vợ đi xạ trị, lúc thì tôi bận chở cháu ngoại đi học, chở mẹ đi nhà thương, cứ thế rồi qua đi. Có thể vì cuộc sống, nhưng có thể vì vô tình và vô ơn, ta đã quên đi những người thân yêu quanh ta. Có những lời hứa hẹn tưởng chừng vô cùng dễ dàng nhưng mãi không bao giờ thực hiện.

Ngày 21/1/2021, Cô té tại nhà riêng, được đưa vào nhà thương. Tuổi già sức yếu, bác sĩ không cho ở nhà một mình, sau cấp cứu Cô được đưa thẳng vào nursing home. Đang mùa Covid trở nặng, dù có nóng ruột chúng tôi cũng không thể vào thăm Cô. Chúng tôi chỉ theo dõi tình trạng sức khoẻ của Cô qua trung gian của người cháu. Những ngày ở nursing home, vẫn nói chuyện được, sức khoẻ dần hồi phục nhưng Cô không thiết ăn uống. Có lẽ để khỏi làm phiền con cháu, Cô đã quyết tâm từ bỏ. Chỉ một tuần sau, đêm 30/1/2021, không vật vã đau đớn, Cô nhẹ nhàng ra đi. Thế là chúng tôi sẽ không bao giờ gặp lại Cô nữa rồi. Có nuối tiếc, có ân hận, cũng đã rất muộn màng.

Cô ơi, Cô đã trả xong nợ cho cuộc đời và đã thanh thản ra đi. Không chỉ học trò chúng em mà còn bao người còn ở lại sẽ mãi nhớ đến Cô. Nhớ nụ cười hiền lành, tấm lòng nhân hậu và trái tim ấm áp của Cô. Chắc chắn một ngày nào đó chúng ta sẽ gặp lại nhau trên Thiên Đàng. Sẽ có trường học, sẽ có lớp học và sẽ có Cô, mãi mãi vẫn là cô giáo của chúng em.

Cô mất đi nhưng công việc và ý nguyện của Cô vẫn được những người bạn, những người học trò còn ở lại tiếp tục thực hiện. Quỹ học bổng mang tên Cô vẫn được duy trì.

Cô vẫn mãi sống trong lòng mọi người và trong tim chúng em.

CÂU CHUYỆN CỦA BẠN TÔI VÀ NƯỚC MỸ

Đã có hàng triệu người Việt định cư tại xứ Mỹ này. Để đến được nơi này, mỗi một gia đình, mỗi một con người đều có một lý do, một cách khởi đầu hoàn toàn khác nhau. Có người phải vượt qua một hành trình muôn ngàn gian khổ trên những con tàu vượt biên, có người phải ăn dầm ở dề trong những trại tỵ nạn, có người đi trước 30 tháng 4 năm 1975, nhưng có lẽ ít ai đến được quê hương thứ hai này trong hoàn cảnh thật buồn như H., bạn tôi.

Anh là một thiếu uý biệt động quân của Việt Nam Cộng Hoà. Sau 1975, mất nước, chuyến đi học tập chính trị 10 ngày dành cho nguỵ quân nguỵ quyền trở thành 2 năm 6 tháng trong trại cải tạo. Anh bị đi tù trong một trại cải tạo phía Nam, dù gian khổ và tủi nhục vẫn còn hơn rất nhiều những người như ba tôi trong những trại giam cầm tận cùng biên giới phía Bắc xa xôi. Cái may mắn được thả ra trước thời hạn 3 năm lại trở thành vật cản đường để qua Mỹ định cư theo diện H.O.

Không có thân nhân ruột thịt bảo lãnh, kẹt lại quê nhà, hai vợ chồng anh bị đưa đi lập nghiệp tại vùng kinh tế mới.

Chịu đựng một thời gian, hai vợ chồng cùng gia đình bên vợ tổ chức vượt biên. Chuyến đi không thành, số tiền dành dụm bao lâu bị mất trắng.

Về lại được Sài Gòn, hai vợ chồng ở nhờ nhà người bạn. Anh làm nghề chạy xe đạp ôm, chị bán vé số. Công việc không dễ dàng nhưng cũng đủ để lây lất, sống sót qua ngày. Cũng may anh chị hết lòng thương yêu, cùng nhau ngày qua ngày vượt qua được cái thời kỳ đen tối đó.

Rồi những đứa con lần lượt ra đời, 2 gái một trai. Vất vả hơn nhưng rồi cũng qua ngày qua tháng. Nhờ chịu thương chịu khó, cuộc sống gia đình dần khá hơn lên và những đứa con lần lượt tốt nghiệp đại học, tất cả đều có công ăn việc làm.

Xinh xắn, tài hoa, T.U, cháu gái lớn tốt nghiệp cử nhân Anh văn, được tuyển vào làm việc cho công ty Sanyo và sau đó cho văn phòng United Airline tại Việt Nam. Năm 2008 cháu lập gia đình và sinh được một cháu gái vô cùng kháu khỉnh.

Cuộc sống gia đình nhỏ của anh ngày càng ổn định. Không giàu có gì nhưng với anh, một người lính thua trận trở về từ trại cải tạo, vượt qua những định kiến, phân biệt đối xử để sống và tồn tại trong một xã hội nhiễu nhương như miền Nam Việt Nam sau 1975, có được một gia đình như thế cũng là một an ủi.

Anh bằng lòng với cái hạnh phúc bình dị nhưng số phận con người cứ đầy dẫy những may mắn và rủi ro. Hạnh phúc, bất hạnh, nụ cười, tiếng khóc cứ đến và đi theo một cách không bao giờ biết trước được.

Cuối năm 2008, khi ngày mai là lễ thính kỳ (là lễ xin ngày giờ rước dâu) cho đám cưới đứa con trai đầu, chỉ từ một cơn sốt nhẹ tưởng chừng như vô hại, vợ anh bị stroke và được đưa vào bệnh viện cấp cứu. Lễ bị bãi bỏ nhưng đám cưới thì đã được chuẩn bị từ lâu, bạn bè bà con đã mời, không thể không tổ chức. Chị vợ thay em làm chủ hôn, con gái đầu đang đi công tác nước ngoài, con gái út chăm mẹ nằm viện. Chiếc áo mới may để dành mặc trong ngày vui con trai vẫn còn nằm nguyên vẹn trong góc tủ.

Anh tham dự phần đầu của lễ cưới, sau đó vội vã vào bệnh viện thăm chị. Mới đầu chỉ bị liệt một bên, nửa người và chân tay bên phải vẫn cử động được. Vẫn có thể cùng anh mỗi sáng uống café, ăn uống, vệ sinh chị vẫn tự mình làm. Bỏ cặp vé đi trăng mật Singapore, đôi vợ chồng mới cưới ở lại cùng cha và em thay phiên nhau chăm sóc mẹ.

Một tháng sau, chị lên cơn stroke lần thứ hai. Lần này, chị bị liệt toàn thân, đưa vào bệnh viện chữa trị thêm một thời gian, sau đó anh đem chị về nhà.

Cuộc sống đang ấm êm hoàn toàn bị đảo lộn. Anh đi làm nửa ngày, nửa ngày còn lại dành hết thời gian để chăm sóc vợ. Vệ sinh, tiêu tiểu một mình anh lo. Các con cũng phụ cha chăm sóc mẹ, nhưng mọi việc nặng nhọc, tắm rửa chị anh dành hết về mình.

Tình nghĩa vợ chồng một đời. Ngoài yêu thương là nghĩa tình. Anh nhớ mãi những ngày anh còn trong trại cải tạo, chị vẫn ở vậy một mình, chung thuỷ, lặng lẽ đi đi về về chăm lo cho anh và cả mẹ già còn ở dưới quê. Hàng ngày anh thường cầu nguyện ơn trên, nếu có thể xin cho anh nằm đó thay chị.

*

Năm 2009, T.U., cháu gái lớn của anh chị, có dịp qua Mỹ thăm bạn bè và thân nhân. Hai vợ chồng mang bé gái mới 18 tháng tuổi qua Cali. Được ba ngày bình yên, đến ngày thứ tư, trong khi ăn sáng, bỗng nhiên cháu cảm thấy chóng mặt, đứng lên loạng quạng và gục xuống hôn mê ngay trong nhà người bạn. Xe cấp cứu chở thẳng đến bệnh viện. Cháu T.U. nằm hôn mê suốt 2 tháng trời. Tỉnh dậy nhưng toàn thân không cử động được. Cặp mắt vẫn nhận biết mọi chuyện chung quanh, nhưng không nói được, tay chân mềm nhũn, ăn uống phải qua đường ống thở.

Bác sĩ bảo cháu bị viêm tuỷ cắt ngang (Transverse myelitis), một bệnh hiếm gặp làm tổn thương hệ thần kinh gây cản trở cho hoạt động giao tiếp giữa các dây thần kinh và tủy sống cũng như phần còn lại của cơ thể.

Lúc còn ở Việt Nam, cháu đã từng có những triệu chứng của bệnh này nhưng không để ý. Có những lúc cơn đau đột ngột ở phần lưng dưới, có những lúc cảm thấy yếu bắp thịt nhưng rồi tự nhiên biến mất. Qua đây bệnh mới bộc phát.

May mắn trong bất hạnh, cháu phát bệnh ngay tại Cali. Mặc dù không phải là thường trú nhân hay quốc tịch Mỹ, cháu vẫn được nằm bệnh viện và các bác sĩ vẫn tận tình cứu chữa.

Không phải cái gì ở xứ Mỹ cũng hay cũng tốt, nhưng có một điều không thể chối cãi: nền y tế ở đây rất nhân văn và đầy tình người.

Vào bệnh viện là phải được chữa trị. Chữa trước, tính tiền sau. Có tiền thì trả, không đủ tiền thì trả góp. Thuộc diện lợi tức thấp thì chính phủ lo hết.

Chồng và con của cháu được gia hạn visa theo diện nhân đạo để ở lại chăm sóc.

Dù biết là bệnh thuộc dạng khó chữa nhưng các bác sĩ vẫn cố gắng bằng mọi cách có thể, cho cháu nằm lại bệnh viện chữa trị trên 2 năm.

Hàng ngày có một bác sĩ người Ấn Độ kiên trì dạy cháu tập nói. Trong thời gian này, mặc dầu không được cấp thẻ xanh thường trú nhân, nhưng người chồng cũng được cấp giấy phép làm việc và ở lại Cali cùng con nhỏ. Bạn của anh cho hai cha con ở nhờ trong một căn garage biến thành phòng ngủ, không những không lấy tiền thuê còn giúp trông nom cháu ngoại trong khi người con rể đi làm thêm để có tiền trang trải cho những ngày lưu lạc bên này.

Tại quê nhà, anh dặn hai con giấu mẹ khi nhận được dữ từ Mỹ, một mình gánh chịu nỗi đau. Nếu chị biết chắc sẽ không sống được. Thương con, thương cháu, anh đứng ngồi không yên nhưng không thể bỏ người vợ cũng đang nằm liệt giường. Phải nói đó là những ngày tháng khó khăn nhất trong đời anh, cho gia đình anh. Cũng may, bên anh vẫn còn có những người con hiếu để, vẫn còn có những bạn bè thời trung học, dù qua bao năm xa cách vẫn đến với anh, san sẻ với anh nỗi đau, thay anh chăm sóc cháu.

Tại Mỹ, nằm bệnh viện được trên 2 năm, bác sĩ nói cháu bị liệt đốt xương gần cổ, có sẹo trong não ngay dây thần kinh cơ thể, việc chữa trị không còn có kết quả, cháu được chuyển sang tình trạng hospice và được đưa về một nursing home gần Long Beach. Chồng cháu mỗi ngày ngoài giờ đi làm, cùng con vào chăm sóc vợ.

Cháu vẫn nằm liệt giường không cử động được nhưng trí óc dần dần phục hồi, đã có thể nghe, có thể nói. Để yên lòng chồng con, cháu luôn gượng vui khi có người vào thăm. Đứa bé càng lớn càng giống mẹ, xinh gái và nụ cười rất tươi. Vẫn vô tư ngồi nô đùa bên mẹ.

Mỗi lần vào thăm mẹ, cháu hay ngồi bên giường cạnh mẹ tíu ta tíu tít.

Từ Việt Nam, đầu năm 2014, anh được toà lãnh sự cứu xét ưu tiên qua chăm sóc con, anh bay qua Cali. Đó là lần đầu tiên tôi gặp lại anh sau đúng 44 năm rời trường.

Vẫn là khuôn mặt hiền lành, ít nói như ngày xưa, chỉ có điều bây giờ anh ốm hơn nhiều. Họp mặt với các bạn cũ, anh cám ơn chúng tôi đã thay anh lo cho cháu, và anh thường ngồi yên lặng, không bao giờ than vãn về gia đình của mình. Trong khi những người khác đi đây đi đó, hết tiểu bang này đến tiểu bang khác, riêng anh lặng lẽ mỗi ngày lên nursing home. Hai cha con ngồi bên nhau cả ngày trò chuyện.

Có chồng, con và cha bên cạnh, cháu ngày càng vui. Thân hình vẫn gầy ốm nhưng tinh thần phấn chấn hơn nhiều. Cháu khoe bây giờ cháu có thể nói được cả tiếng Tây Ban Nha. Cháu có thể nói chuyện với mấy bà y tá người Mễ một cách dễ dàng. Ở với cháu được vài tháng thì các con từ bên nhà báo tin bệnh chị trở nặng, anh phải tức tốc rút ngắn thời gian ở với con để về lại Việt Nam.

Chị yếu đi nhiều sau khi stroke lần thứ ba. Không ăn được nhiều, chị càng ngày càng sa sút; cuối cùng, đầu năm 2015, chị đành bỏ anh ra đi, chấm dứt một mối tình bốn mươi mấy năm và cũng xa luôn đứa con gái đầu bao năm chưa gặp lại.

Sau khi chôn cất vợ, cuối năm 2015 anh lại xin visa qua Mỹ thăm con. Lần này cháu đã được chuyển qua một nursing home ngay tại Westminster, chồng con của cháu vào thăm nuôi cũng dễ dàng tiện lợi hơn.

Năm 2016, trong những lần vào chăm sóc con trong nursing home mới, tình cờ anh gặp chị H. Chị cũng thường xuyên vào chăm sóc mẹ trong cùng nursing home này. Bà và cháu ở cùng phòng. Những lúc rảnh rỗi, anh chị trò chuyện với nhau.

Cùng hoàn cảnh dễ cảm thông, chị thương cái tính nết hiền lành chân chất của anh, anh thương cái dịu dàng của chị. Chị cũng có một đời chồng, mất trong một tai nạn giao thông. Hai mảnh đời bất hạnh, họ đến với nhau một cách tình cờ nhưng tự nhiên càng ngày càng thân thiết, gắn bó.

Cuối năm anh chị về ở chung. Một kết thúc đẹp cho chị và cho anh. Và tôi tin rằng ở nơi nào đó trên thiên đường, vợ anh cũng đang nhìn xuống chúc phúc cho anh. Cuối năm anh có thẻ xanh và định cư một cách hợp pháp trên đất Mỹ. Hai vợ chồng về ở trong căn mobile home của chị cùng người con rể và cháu ngoại. Mỗi ngày gia đình 4 người thay phiên nhau vào thăm mẹ chị và chăm sóc con của anh.

Lớn tuổi, thu nhập thấp đủ điều kiện nhưng dứt khoát anh không chịu đi xin trợ cấp của chính phủ. Anh hay nói với bạn bè, anh mang nợ nước Mỹ quá nhiều; còn sức anh sẽ còn làm việc. Tuy sự đóng góp của anh là quá nhỏ, nhưng anh muốn cháu ngoại luôn tự hào về grandpa của nó.

Quen với việc chăm sóc con, vợ trước và mẹ của vợ sau, anh nộp đơn và trở thành một IHSS provider của sở xã hội, chuyên làm công việc chăm sóc những người già cả, bệnh tật, neo đơn. Anh có thêm thu nhập, cuộc sống cũng tạm đủ qua ngày.

Con rể vẫn chưa đủ điều kiện để trở thành một thường trú nhân nhưng mỗi năm vẫn được gia hạn ở lại Mỹ để chăm sóc vợ và đi làm nuôi con. Đứa cháu ngoại lớn lên ngày càng xinh đẹp và học rất giỏi. Cháu qua tuổi 12, đã biết hiểu chuyện và tự chăm sóc mình. Mỗi ngày sau giờ học vẫn cùng cha, ông ngoại vào thăm mẹ, và hay bắt chước ông ngoại xoa xoa bàn tay mẹ một cách âu yếm.

Vậy mà thấm thoát cũng qua được 10 năm trên đất Mỹ. 10 năm con gái nằm liệt giường, 10 năm thuỷ chung kiên trì chăm sóc vợ của con rể. Cầu mong những điều tốt lành sẽ tới với anh và gia đình.

Tôi ở xa, mỗi khi nói chuyện qua phone với anh, tôi như thấy lại đến khuôn mặt hiền lành khắc khổ của người bạn, thấy thêm nụ cười rạng rỡ của cô bé cháu ngoại.

Mừng cho anh, mừng cái kết tuy không hoàn toàn tốt đẹp nhưng vẫn là một cái kết có hậu cho một câu chuyện đời vốn khởi đầu đã quá buồn. Đôi khi tôi tự hỏi, nếu năm 2009 bệnh cháu gái của anh không tái phát tại xứ Mỹ này mà xảy ra tại quê nhà hay một xứ sở xa lạ nào đó, không biết rồi cháu sẽ ra sao, bạn tôi sẽ ra sao, gia đình của bạn tôi rồi sẽ ra sao?

Nước Mỹ có thể có nhiều điều để ghét, nhưng đúng như lời anh từng nói, với bạn tôi và với tôi, đất nước này còn biết bao điều để yêu thương.

Tôi viết bài này khi nước Mỹ đang kỷ niệm ngày lễ Độc Lập July 4th. Đây là ngày đáng nhớ của một quê hương không phải nơi tôi sinh ra, nhưng chắc chắn sẽ ôm ấp tôi trong những ngày cuối đời.

MẸ TÔI,
TUỔI CANH NGỌ

Cơn mưa nửa đêm làm tôi tỉnh giấc. Không gian thật im ắng. Mới hai giờ sáng. Nhìn lên màn hình camera phòng mẹ, trong cái ánh sáng mờ mờ, dáng mẹ nằm co ro, không nhúc nhích động đậy, cũng chẳng nghe tiếng húng hắng ho hay tiếng trở mình như mọi đêm. Với một linh cảm không tốt, tôi choàng dậy, rón rén xuống cầu thang, bước nhanh vào phòng mẹ. Dưới lớp chăn dày, mẹ nằm co quắp, khổ sở đến tội nghiệp. Đã bị nhắc nhở nhiều lần nhưng cái tật ngủ trùm mặt, trùm đầu kín mít vẫn không chịu bỏ. Vừa ngộp thở vừa xấu xí. Kéo nhẹ tấm chăn che, cúi thật sát mới nghe tiếng thở yếu ớt của mẹ, lúc đó tôi mới thật hoàn hồn. Cám ơn Trời Phật, mẹ vẫn còn đó với chúng tôi.

Ông bà mình hay nói, cứ nhìn hình dáng khi ngủ sẽ biết được cuộc đời của người đó sướng, khổ ra sao. Quả thật điều này quá đúng với mẹ tôi.

Mẹ tuổi Ngọ, Canh Ngọ. Mẹ vẫn thường nói: "Tau tuổi Canh Ngọ. Canh cô mồ quả, một đời cô độc, suốt đời như ngựa chạy lông bông". Dù không tin vào tướng số, nhưng quả thật cuộc đời của mẹ là những chuỗi ngày vất vả ngược xuôi. Không chỉ trong những lúc nghèo khó, mà ngay cả khi có tiền, có của, có kẻ ăn người ở, ít khi nào mẹ thật sự an nhàn.

Trong khi các bà chị có chồng vinh hiển, thì mẹ làm vợ một viên chức bưu điện nghèo. Ôn Mệ không bằng lòng nhưng Mẹ quyết chọn Ba, dù mẹ biết cuộc đời chắc sẽ không bao giờ bình an, bằng phẳng như các chị. Nhưng Mẹ là vậy, từ nhỏ đã nổi tiếng là con bé thông minh, nhanh nhẹn, nhưng tính khí cứng cỏi như con trai.

Muốn gì phải làm cho bằng được. Ngoại cứ hay nói: "Cái con đầu cứng như mai cua."

Nhưng có lẽ Mẹ đã không bao giờ ngờ rằng cuộc đời bà sẽ gian truân như thế. Mới sinh đứa con đầu lòng chưa đến mươi ngày là Ba nhận lệnh chuyển về ty Bưu Điện Đà Nẵng. Bồng đứa con còn đỏ hỏn, Mẹ theo Ba rời quê ngoại xuôi Nam. Và chuyến đi đầu tiên đó cũng chỉ là một chấm nhỏ khởi đầu quãng đường dài và truân chuyên của mẹ.

Từ khi làm vợ một công chức bưu điện bình thường đến khi trở thành phu nhân của một sĩ quan cảnh sát quyền uy của Vùng Một Miền Trung, Mẹ luôn là người nội trợ âm thầm sau lưng Ba. Ba an lòng lo việc nước, Mẹ lặng lẽ quán xuyến việc nhà, nuôi con.

Là một sĩ quan Cảnh Sát, Ba thường xuyên thay đổi nơi làm việc. Đà Nẵng, Huế, Tam Kỳ, Quảng Ngãi, rồi lại trở về Đà Nẵng... Với ba, mỗi lần thay đổi nhiệm sở đơn giản chỉ như thay một cái bàn, đổi một phòng làm việc, nhưng với Mẹ, mỗi chuyến đi là một lần tay trắng, một lần xây dựng lại nhà cửa từ con số không, nhưng mẹ chưa một lần than van trách móc. Mẹ không học cao, không biết rộng, nhưng Mẹ thuộc lòng lời dặn dò của ngoại: "Lấy chồng thì phải theo chồng. Chồng đi hang rắn, hang rồng cũng theo". Và cứ như thế, người đàn bà tuổi Canh Ngọ nhỏ nhắn nhưng cứng cỏi, kiên cường như con ngựa hoang, mang trên vai chín đứa con cùng Ba bôn ba trên khắp các tỉnh thành miền Trung.

Cho đến ngày mất nước, Ba bị đưa đi "học tập cải tạo" tận miền Bắc xa xôi, Mẹ một mình lặn lội thay chồng nuôi con. Lúc đó, Mẹ cô đơn nhưng không cô độc, với bóng hình Ba luôn mãi trong tim. Mẹ buồn nhưng vẫn luôn tin vào một ngày gặp lại Ba. Với niềm hy vọng, những ngày vắng Ba, trong tháng năm đen tối, Mẹ đã làm đủ mọi nghề để sống, để nuôi con. Không việc gì Mẹ không làm. Buôn bán chợ trời, làm bánh, nuôi gà, nuôi heo... Mẹ vừa làm cha, vừa làm mẹ nuôi đàn con còn nhỏ dại với niềm mong ước về một cuộc trùng phùng.

Nhưng đó là một ngày không bao giờ đến. Chỉ chưa tròn 3 năm là

Ba chết trong trại. Mẹ chỉ kịp được vuốt mắt Ba một lần duy nhất trước khi uất ức nhìn xác Ba vùi chôn sơ sài dưới vài thước đất trên miền biên giới phía Bắc xa xôi. Cái chữ "mồ quả" đã vận vào đời mẹ. Mẹ mất chồng vào tuổi năm mươi. Và từ đó Mẹ thật sự sống hiu quạnh như con ngựa lạc bầy.

Trong nỗi uất ức, trong nỗi đau mất chồng, trong niềm thù hận, có một thời Mẹ đã nổi cơn điên loạn. Có một thời Mẹ muốn chết theo Ba. Nhưng rồi dù có phải bao đêm lặng lẽ khóc một mình, Mẹ vẫn phải nén đau thương, sống tiếp. Cũng chỉ vì những đứa con, những giọt máu còn để lại của một mối tình mấy mươi năm. Khó có thể kể hết những nỗi đớn đau, nhọc nhằn, tủi nhục, đắng cay của một người vợ có chồng là sĩ quan cảnh sát chết trong trại cải tạo trong những tháng ngày nước mất nhà tan. Từ ngày Ba chết năm 1979 đến ngày ra đi định cư ở Mỹ năm 1991, chỉ là mười hai năm, nhưng với mẹ là một quãng thời gian quá dài.

Giữa năm 1991, mẹ cùng sáu con qua Mỹ theo diện đoàn tụ. Mẹ đã làm được điều từng hứa ngày vuốt mắt vĩnh biệt Ba. Chưa trọn vẹn khi đứa con đầu lòng còn kẹt lại, nhưng vẫn là những ngày thật vui.

Khởi đầu một cuộc sống mới, dù là trên một đất nước giàu có và tự do, không bao giờ là chuyện dễ dàng, nhất là với một gia đình đông con như mẹ. Với người già như mẹ thì không quá khó khăn. Mẹ được cấp một căn apartment một phòng ngủ và mỗi tháng vài trăm đồng. Cho riêng mẹ như vậy cũng đã quá đủ so với những ngày chạy gạo từng bữa ở quê nhà. Chúng tôi nói mẹ nên nghỉ ngơi vì đã sống một đời gian khổ rồi.

Nhưng các con còn long đong, mẹ sao có thể ngồi yên. Nhìn các con chạy ngược chạy xuôi tìm việc, mẹ xót lắm. Đứa đi bưng phở, đứa làm assembler, đứa làm ở chợ. Lương chỉ vài đồng một giờ. Ăn còn chưa đủ, nói chi ở. Mấy đứa con trai ở tạm nhà người bà con. Mấy đứa con gái ở chung với Mẹ trong căn apartment nhỏ xíu. Mẹ muốn có tiền phụ thêm cho con. Trên sáu mươi, tiếng Anh tiếng U không rành, không biết làm gì ngoài chuyện nấu nướng, thế là bà nấu đồ ăn Việt Nam. Mới đầu nấu cho các con, sau cho các đứa cháu, cuối cùng nhận nấu cơm tháng cho người quen. Mấy đứa con thay phiên đi giao cơm. Cũng được một thời gian, thức khuya dậy sớm, cực nhưng vui. Có đồng ra đồng vào. Thêm cho mỗi đứa vài chục, vài trăm, tuy không nhiều nhưng lòng bà rất vui. Nhưng rồi dần về sau, người đặt hàng càng ngày càng ít. Tiền lời không bao nhiêu, có khi còn lỗ công.

Các em tôi qua San Jose vào những năm đầu của thập niên 90, không chỉ vùng Thung Lũng Silicon mà toàn California đang ở thời kinh tế đi xuống. Công ăn việc làm ít ỏi, qua trước tìm được việc còn không có, huống chi những người qua sau. Ngày làm ngày nghỉ. Thế là các em di chuyển về các tiểu bang miền Đông xa xôi. Đứa về Oklahoma ở với chị đầu, đứa về Dallas với anh trai kế, là hai người vượt biên qua trước. Chỉ còn gái út ở lại San Jose với Mẹ. Cứ mỗi đứa ra đi, lòng bà thêm quặn đau. Lại khóc, lại trách móc giận hờn. Cứ nghĩ qua đây là mẹ con quây quần, là gia đình đoàn tụ. Có cháo ăn cháo, có rau ăn rau. Với Mẹ, hạnh phúc chỉ giản đơn như thế. Mẹ hờn dỗi: "Biết qua đây, mỗi đứa một nơi như vậy thà tau ở lại với Cộng Sản còn hơn", "Số tau canh cô, mồ quả, ba bây bỏ tau mà đi, bây giờ tụi bây cũng bỏ đi, tau còn sống để làm gì". Nhưng có xót xa, có bịn rịn, cũng không thay đổi được gì. Xa mẹ lòng rất đau nhưng cũng đành phải xa thôi. Cuộc sống trên quê người đâu như thời xưa của ba mẹ. Đâu còn cái thời lấy vợ lấy chồng bao nhiêu thì cả cháu chắt cũng về sống chung. Thời của Mẹ đã qua rồi, Mẹ ơi.

Mẹ gắng gượng trụ lại Cali một thời gian rồi cũng khăn gói cùng gái Út về miền Tulsa, Oklahoma. Sẽ không còn nắng ấm Cali, sẽ không còn cái náo nhiệt của những khu Việt Nam sầm uất Tully, Senter, Story... Biết là sẽ phải trải qua những ngày hè nắng gắt, những đêm lạnh mùa đông, những cơn mưa tuyết rơi trơn trợt và cả những cơn lốc xoáy chết người, nhưng bà không quan tâm. Nơi nào có con có cháu, nơi đó là Thiên Đường.

Tulsa đất rộng người thưa, thành phố hiền hòa và nguồn trợ cấp của chính phủ của tiểu bang dồi dào hơn Cali rất nhiều. Mẹ được cấp một căn apartment hai phòng tuy nhỏ nhưng sạch sẽ khang trang trong khu Meadow dành cho người lợi tức thấp. Tháng được trợ cấp thêm vài trăm, cũng tạm đủ cho hai mẹ con. Bà cứ luôn khấn cầu Ba phù hộ có ngày nào đó sẽ được gặp lại đầy đủ ngũ long công chúa và tứ quý của bà thì dù có tổn thọ thêm bao nhiêu năm cũng không sao.

Không nhiều người Việt Nam như Cali nhưng nơi bà ở có nhiều gia đình Việt Nam và châu Á. Cộng đồng nhỏ nên hầu như mọi người đều quen biết nhau. Mỗi sáng mấy ông mấy bà kéo nhau ra khu chợ Alberson hút thuốc, chơi cờ; chiều tụm năm tụm ba tại sân chơi vừa chăm cháu vừa nhắc chuyện xưa. Cũng đỡ nhớ nhà, bớt nhớ quê hương.

Các em tôi lần lượt được đi học và đi làm. Đứa làm hãng máy bay, đứa làm xưởng may mặc. Cô Út vừa đi học, vừa làm thêm ở chợ. Cuộc sống dần ổn định. Ở xứ Mỹ này, nhất là trên cái thành phố mà nhà thờ ở khắp các ngã tư đường (tụi tôi hay gọi đùa là cái xứ nhà thờ nhiều hơn nhà dân), làm giàu thì khó chứ sống bình thường lương thiện thì quá dễ dàng. Mẹ đã qua những ngày bình yên như thế.

Nhưng ẩn sâu dưới cái bề ngoài an vui là những nhớ thương sầu muộn. Mẹ cứng cỏi nhưng có trái tim đa sầu đa cảm, rất dễ xúc động. Bà con đến thăm, gặp nhau cũng khóc, chia tay ra về cũng khóc. Mẹ nhớ làng nhớ xóm, nhớ chồng quạnh hiu trong nấm mộ sau vườn, nhớ vợ chồng đứa con đầu lòng và những đứa cháu nội còn kẹt lại bên kia bờ đại dương. Đã có rất nhiều đêm bà không ngủ, nhìn khoảng sân vắng lặng trước nhà, ký ức về những ngày tháng cũ cứ lần lượt trôi về trong tâm trí. Bà cứ nhớ mãi cái ngày gặp chồng lần cuối cùng, hay lần cùng con trai lớn nửa đêm lặn lội lén cải mộ chồng. Nhớ cái ngày hai mẹ con co ro dựa cột đèn sân ga Hàng Cỏ, ôm khư khư hai bị lác chứa bộ xương chưa kịp khô của chồng. Nhớ, nhớ nhiều lắm những kỷ niệm thuở xa xưa. Càng rảnh rỗi, nỗi nhớ càng quắt quay, càng ray rứt.

Có lẽ Trời thương Phật độ và Ba phù hộ, cuối cùng sau những tháng năm chờ đợi, đứa con trai đầu của Mẹ cũng được chấp thuận cho qua Mỹ theo diện đoàn tụ ODP. Cuối năm 1998, trong cái giá buốt của mùa đông xứ người, máy bay chở gia đình nhỏ của chúng tôi đáp xuống phi trường Tulsa. Đầy đủ anh em cháu chắt đã chờ sẵn ở lối ra. Đại gia đình một mẹ chín con đoàn tụ. Một mùa Giáng Sinh đáng nhớ và hạnh phúc nhất trong cuộc đời của Mẹ. Một người mẹ đơn thân có chồng chết trong trại cải tạo, sau bao nhiêu gian truân vất vả, cuối cùng cũng đem được toàn vẹn các con sang được bến bờ tự do. Ôm con, ôm cháu, mẹ đã khóc như mưa. Khóc vì hạnh phúc và khóc vì nhớ Ba.

Những ngày sau đó mẹ vui như chưa từng bao giờ được vui. Bấy giờ các con đều đã lập gia đình và có nhà riêng. Đứa nào cũng muốn đem mẹ về sống chung nhưng mẹ cương quyết từ chối. Mẹ muốn ở một mình trong căn nhà do chính phủ cấp. Mẹ nói: "Nhà tau tau ở, tự do muốn làm gì thì làm. Ở với tụi bây, chồng con bây nói nặng nói nhẹ, thế nào cũng sinh chuyện".

Cũng đúng thôi, ở một mình bà tha hồ nấu nướng. Bà chưa quen đồ Mỹ đồ Tây bên này. Nhà mới, bếp mới mà chơi luôn nồi bún mắm thì mấy thằng rể không cằn nhằn mới là chuyện lạ. Lại thêm bà quen với chuyện cúng bái, đứa con nào chịu cho bà lập nguyên cái bàn thờ gia tiên to đùng ngay giữa phòng khách. Cũng nhờ vậy thời gian mới qua, vợ chồng tôi về ở chung với bà. Qua trễ cũng có nhiều cái hay. Với sự giúp đỡ và hướng dẫn của nhiều người qua trước, của hội đoàn, của nhà thờ, chúng tôi hoà nhập rất nhanh vào cuộc sống quê người.

Hai năm tôi ở Tulsa là hai năm hạnh phúc nhất của mẹ. Mẹ đã không còn là con ngựa già cô đơn mà là mẹ gà vĩ đại bên bầy con trưởng thành. Đáng được an vui, nhàn hạ, nhưng Mẹ vẫn không chịu ngồi yên. Từ lúc có thêm chúng tôi, suốt ngày Mẹ bận rộn trong bếp. Khi thì phở, hủ tiếu; khi thì cơm tấm; khi thì cơm đủ ba món canh, mặn, xào. Mẹ cứ sợ chúng tôi mới qua chưa quen đồ ăn xứ người. Không những nấu cho riêng vợ chồng tôi mà cho cả gia đình mấy đứa em gái. Mẹ bắt phải đến lấy đem về ăn mỗi ngày. Không đến là mẹ giận. Như ngày xưa, đố đứa nào dám cãi. Cứ cuối tuần, làm gì thì làm, con cái cháu chắt nội ngoại phải tập trung về căn nhỏ của bà. Với mẹ, anh em vui vẻ hoà thuận, thương yêu nhau là ưu tiên một. Con cái hiếu để là niềm kiêu hãnh không bến bờ của mẹ.

Nhưng rồi những ngày vui rồi cũng qua. Cuộc sống xứ người không như mẹ mong muốn. Giữa năm 2000, tôi xin được việc làm tại Kla-Tencor, San Jose. Một công ty chuyên làm máy test silicon wafer lớn nhất nhì Hoa Kỳ. Một cơ hội chỉ đến một lần trong đời của một kỹ sư năm mươi tuổi mới vừa định cư. Cơ hội đến, không thể không nắm. Tôi háo hức chuẩn bị cho một chuyến đi lập nghiệp, nhưng Mẹ buồn, rất buồn.

Nghĩ đến cái cảnh phải xa tôi và ba đứa cháu nội là bà khóc. Tôi chưa đi mà ngày nào bà cũng hết ngồi lặng lẽ, lại thẫn thờ đi ra đi vào. Bỏ ăn, bỏ ngủ, thở ngắn than dài.

— "Cứ tưởng đem vợ chồng bây qua là để đoàn tụ với mẹ với em. Bây đi thì tao sống với ai."

— "Thì còn bốn đứa con gái với mấy đứa cháu ngoại, con đi rồi thỉnh thoảng con về thăm Mạ."

— "Nhưng ở đây có nghèo đói chi mô mà bây phải đi!"

— "Dạ con đi đâu phải chỉ vì tiền."

— "Vậy thì đi làm chi cho cực cho khổ!"

Rứa đó, giải thích phân trần cách mấy thì Mẹ cũng gạt ngang. Mẹ không hiểu hay cố tình không hiểu. Tôi biết Mẹ giận lắm.

Giận rồi khóc, rồi kể lể: "Số tau là số canh cô mồ quả. Chồng bỏ đi rồi con cũng bỏ đi."

— "Thì còn mấy đứa ở đây với mạ mà!"

— "Mấy đứa khác, mi khác!"

Nhìn bà khóc, lại nhớ đến những giọt nước mắt tiễn Ba ngày nào ở trại cải tạo Tân Lập, Vĩnh Phú, lòng tôi lại chùng xuống. Cũng quá tội cho Mẹ. Cứ vậy chần chờ mất cả tuần, mấy anh em mới dỗ dành được mẹ bằng lòng cho đi nhưng không quên dặn dò: "Nhớ mỗi tháng dẫn cháu về thăm mẹ." Cũng chỉ biết dạ đại cho xong.

Rồi cuộc sống không có tôi bên cạnh của mẹ cũng vẫn tiếp tục như lúc tôi chưa qua Mỹ. Mẹ vẫn sống một mình trong căn nhà nhỏ khu

Meadow. Mấy em thay phiên nhau hằng ngày ghé thăm mẹ. Ngày tôi đi San Jose mẹ vừa đúng tuổi bảy mươi: "Thất thập cổ lai hi."

Cuộc sống cứ thế trôi qua bình an được khoảng năm năm. Cho đến một ngày, Mẹ đi chợ và quên đường trở về nhà. Và kể từ lần đó, lâu lâu bà lại bỏ nhà đi rồi lại quên trở về. Mới đầu cả tháng mới bị một lần, sau đó vài tuần lại đi lạc một lần. Bà vốn rất sạch sẽ, nhưng nhà bắt đầu có gián có chuột. Đồ ăn thừa, chén bát chưa rửa để lung tung khắp nhà. Khi thì ở phòng khách, khi thì dưới giường ngủ, có khi ngay cả trong cầu tiêu. Thấy không ổn, đi khám, bác sĩ phán: "Bà có triệu chứng của bệnh Alzheimer. Đề nghị với mấy chị đem bà về ở chung, không thể ở một mình."

Thế là trả nhà lại cho chính phủ, bà về sống với đứa con gái đầu. Ngày đem bà đi cũng nhiêu khê, "trần ai khoai củ" lắm. Khuyên lơn, giải thích cách mấy bà cũng không chịu đi. Nói chính phủ lấy nhà không cho mạ ở một mình, bà càng nổi cáu: "Tau có chi mô. Nhà tau, tau ở, thằng nào con nào dám đuổi đi, tau đánh bể đầu!" Cả cái thái độ dữ dằn cũng bất bình thường.

Mẹ sống yên ổn với gia đình con gái đầu được một thời gian. Căn bệnh mất trí nhớ làm tính tình Mẹ thay đổi. Dễ giận, dễ hờn. Khi vui khi buồn. Lúc thì rất hiền, ai làm chi cũng được, lúc thì dữ dằn, gặp đâu la đó. Lâu lâu lại mở cửa bỏ nhà ra đi. Lại đi kiếm, tìm được về, rồi sau vài ngày lại bỏ nhà ra đi.

Mấy đứa cháu ngoại đẻ bên này đâu có kiên nhẫn ngồi bên chuyện trò hay chăm sóc ngoại như những đứa cháu bên Việt Nam. Gặp bà nhiều nhất là "Hello" hay "big hug" rồi thôi. Mẹ thì hở một tí lại tủi thân: "Tụi bây cho tau ở, coi tau không ra gì, thôi tau về ngoại." Riết rồi con gái cũng chịu hết xiết. Thế là bà về ở với cô con gái kế. Rồi chuyện cũ lập lại. Cứ như thế mẹ hết ở đứa này sang đứa khác. Đứa tròn năm, đứa vài tháng, một vòng ở đủ khắp các con. Cuối cùng đứa nào cũng than phiền: "Mạ khó quá, tụi em không thể săn sóc mạ được nữa, anh là anh cả tính sao thì tính, tháng sau tụi em sẽ gửi mạ lên ở với anh." Thật đúng với câu: "Cha mẹ nuôi con bằng trời bằng bể, con nuôi cha mẹ kể tháng kể ngày."

Thế là từ cuối năm 2008 mẹ quay lại San Jose sống cùng chúng tôi. Bấy giờ hai đứa con lớn đã đi làm, thằng nhỏ còn đi học, gia đình ba thế hệ, sáu người cùng sống trong một căn townhouse nhỏ. Hai vợ chồng một phòng, con gái một phòng, mẹ một phòng dưới lầu, hai thằng con trai chiếm hai ghế sofa. Cũng tạm ổn. Chỉ có điều bất tiện cho Mẹ là mỗi lần tiêu tiểu Mẹ phải lên tận lầu hai. May mà ở tuổi gần tám mươi, tiểu đường, cao máu cao mỡ, khi nhớ, khi quên nhưng Mẹ đi đứng vẫn còn cứng cáp. Cuộc sống có thêm khó khăn nhưng rồi cũng xoay sở được. Cũng may là các em đem Mẹ lên San Jose lúc tôi đang nằm nhà dưỡng bệnh sau một tai nạn tại sở làm, chứ nếu như bình thường phải đi làm không biết ai ở nhà với bà. Trong rủi có may. Nằm nhà vừa dưỡng bệnh vừa có thời gian chăm sóc Mẹ.

Mọi chuyện cứ trôi qua như có sự sắp đặt của Trời Phật, như có sự phù hộ của Ba. Mẹ xin được tiền già, ngoài Medicare mẹ còn xin được Medical. Và thật may mắn chúng tôi gặp được một bác sĩ gia đình vô cùng nhân hậu, tận tâm và là một ân nhân của gia đình chúng tôi: bác sĩ Nicole Thái. Gặp bà cũng là một cơ duyên. Nghe bạn bè giới thiệu, gọi điện thoại xin lấy hẹn khám cho mẹ, nhưng văn phòng không nhận thêm bệnh nhân mới. Hôm đó Mẹ ho, chở đại bà lên văn phòng xin gặp bác sĩ trực tiếp năn nỉ. Lúc đó tôi mới vừa mổ vai, tay phải còn đang phải giữ bằng sợi dây thòng từ cổ, tay trái dắt một bà già móm mém bước vào văn phòng đúng lúc bác sĩ khám xong một bệnh nhân. Nghe chuyện của bà goá phụ nhiều con, cảm động gia cảnh của hai mẹ con, bà nhận lời làm bác sĩ gia đình cho Mẹ.

Qua sự giới thiệu của bà, Mẹ có thêm được sự chữa trị của các bác sĩ chuyên ngành khác nhau. Một bác sĩ chuyên về thận, một chuyên về tiểu đường, một chuyên về phổi và một chuyên khoa thần kinh Alzheimer. Không tốn một đồng xu. Không biết ở các nước khác như thế nào, nhưng với những người như Mẹ, nước Mỹ thiệt đúng là Thiên Đường. Cùng với sự chăm sóc tận tâm của các bác sĩ, khí hậu của vùng thung lũng góp phần làm sức khoẻ mẹ tốt hơn. Qua chứng nhận của bác sĩ, Mẹ được sở an ninh xã hội cho hưởng chương trình IHSS (In-Home Supportive Services), chương trình chăm sóc tại nhà cho người có bệnh, nhất là những bệnh nhân Alzheimer như mẹ.

Chúng tôi có với nhau những ngày tháng yên bình. Bệnh Alzheimer làm Mẹ quên nhiều, nhưng nhờ vậy Mẹ quên luôn nỗi cô đơn xa con xa cháu và nỗi buồn xa xứ, xa Ba.

Thời gian cứ trôi, thấm thoắt mẹ cũng ở với tôi trên mười năm. Vui có, buồn có, vất vả có. Không ít lần mẹ phải đi cấp cứu, nằm viện. Có lần té gãy xương chân, phải giải phẫu. Có lần đường xuống thấp, mê man tưởng chết nhưng rồi mẹ cũng vượt qua. Không phải nước Mỹ cái gì cũng tốt cũng đẹp, nhưng nếu Mẹ không qua Mỹ chắc chắn Mẹ đã chết từ lâu.

Tai nạn tại hãng tưởng chừng là một nỗi bất hạnh, lại là cái may mắn cho tôi và cho Mẹ. Sau khi mổ, sức khoẻ tôi dần dần hồi phục nhưng khả năng làm việc đã không còn như xưa. Những cơn đau vẫn còn dai dẳng. Không làm được việc nặng, công ty không bố trí được việc làm thích hợp, thế là tôi tiếp tục lãnh tiền trợ cấp tàn phế cho đến ngày về hưu. Không đi làm, tôi càng có nhiều thời gian sống bên Mẹ.

Nhưng rồi dù có cố gắng đến mấy thì theo thời gian, bệnh của Mẹ trở nên xấu hơn. Từ đầu mùa dịch Covid 2019, sức khoẻ mẹ kém đi thấy rõ. Đi đứng chậm chạp, ăn cũng ít đi. Những lần ra sân quét lá cũng thưa dần. Càng ngày càng ít nói. Không vui, không buồn, không giận, không hờn. Mẹ hay ngồi một mình trầm ngâm lặng lẽ. Ngày xưa mỗi lần có người đến thăm, dù quen hay lạ, Mẹ cũng tay bắt mặt mừng, nói chuyện xưa cả giờ không dứt. Bây giờ con cháu đến thăm cũng chỉ năm ba câu rồi lại chìm đắm trong cái thế giới của riêng bà. Thế giới của bà chắc là chứa đầy hình bóng của Ba, của Ôn Bà Ngoại, của các bà chị một thời rất xa xưa. Một thế giới không có con Covid, không có khổ đau. Dửng dưng với mọi chuyện, bà đi ra đi vào, hết ăn rồi ngủ. Biểu uống thuốc thì uống, biểu chích thì chích, thay áo thì thay, tắm thì tắm. Không biết đói, không biết no.

Nhưng nếu cứ như vậy hoài thì cũng khoẻ cho mẹ. Dạo gần đây bà bắt đầu có những triệu chứng của bệnh tâm thần. Bà hay thức dậy nửa đêm, lẩm bẩm nói chuyện một mình. Nhiều khi liên tiếp cả hai ba đêm thức trắng. Có những đêm bà trở thành như một người hoàn toàn khác! Bà dựng đứng nguyên cái nệm giường cỡ queen to đùng, rồi kéo lê nệm qua che kín cái cửa sổ, mặt thì ngây dại, nói năng lảm nhảm, rồi lăn ra ngủ trên sàn nhà. Hôm sau trở lại bình thường như không có gì xảy ra. Còn bảo đứa nào hôm qua lấy mất cái nệm trong phòng tau.

Đi khám, bác sĩ bảo đó là triệu chứng của bệnh Alzheimer đang trở nặng. Mẹ bị tâm thần phân liệt, có hai nhân cách trong một con người. Chỉ biết và phải chịu vậy thôi, chứ y học cũng bó tay. Mà không sao giải thích được: bình thường bà yếu như sên, khi lên cơn mạnh như trai mười tám. Bệnh này ngày xưa ở Việt Nam thì ông bà mình nói là ma nhập. Có lần mới hai ba giờ sáng, Mẹ ra phòng khách kéo luôn cái sofa chặn cửa ra vào. Rồi nằm vắt trên ghế, ngủ ngon, ngủ lành. Phải hai vợ chồng mới nhấc bà lên giường được. Mới đầu thì lâu lâu một lần, bây giờ thì hầu như một, hai tuần là bà trở thành một người khác. Những lúc như vậy Mẹ trở nên dữ dằn. Có lúc đòi mở cửa đi về thăm Ôn Mệ, có khi mở tủ lạnh lôi hết thịt cá ra ngoài. Không cho là la hét.

Trong nhà trở nên ngột ngạt, kém vui. Cuộc sống lúc nào cũng căng như dây đàn. Không đi đâu được đã đành, nhiều đêm chúng tôi mất ngủ theo bà. Bác sĩ bảo:
— "Ông bà cũng nên tính chuyện đưa cụ vô viện dưỡng lão chứ kéo dài chưa chắc đã tốt cho cụ và cho cả ông bà nữa."

Mấy đứa con cũng góp ý:
— "Hay thôi Ba Mẹ sắp xếp đưa Nội vào viện, có y tá chăm sóc, thuốc men đầy đủ và an toàn hơn. Ba mẹ cũng đã trên bảy mươi, già rồi, sao tụi con thấy cực quá. Coi chừng bà nội chưa điên mà Ba Mẹ điên trước."

Những suy nghĩ cứ luẩn quẩn trong đầu. Nhiều lúc muốn buông tay, nhưng mỗi lần nhìn thấy cái dáng ngồi cô đơn lặng lẽ, cái tướng nằm ngủ co quắp nghèo khổ tội nghiệp, nghĩ đến cuộc đời chín mươi mấy năm qua của Mẹ, người đàn bà tuổi Ngọ canh cô, lòng tôi lại nhói lên niềm thương cảm, không nỡ rời xa. Như mọi khi, vợ tôi luôn bằng lòng với quyết định của tôi. Thật cám ơn em, đã theo anh suốt một quãng đường dài với bao nhiêu gập ghềnh, chông gai trắc trở.

Và cứ thế... ngày qua ngày... chúng tôi lại an ủi nhau, cùng nhau săn sóc mẹ dù phải đối diện với nhiều khó khăn hơn khi năm tháng chất chồng thêm tuổi.

Thời gian thấm thoắt thoi đưa. Những tia nắng ấm bắt đầu xua tan cái lạnh mùa Đông, đất trời như được thay áo, rộn ràng đón một mùa Xuân mới.

Năm cũ sắp qua và Tết lại đến. Mẹ thêm một tuổi, sức già càng chông chênh. Tôi lại nhớ bài hát: "*Mỗi mùa Xuân qua Mẹ tôi già thêm một tuổi. Mỗi mùa Xuân qua, ngày tôi xa mẹ càng gần*". *Dù biết như thế tôi vẫn thấy nhẹ vui khi: "mỗi mùa Xuân đến, tôi mừng tuổi Mẹ". Chợt thấy mắt cay cay, tôi ôm Mẹ thật chặt, thì thầm: "Mạ ơi, con thương Mạ lắm"*.

Ngoài kia, pháo chưa nổ nhưng cây lá đang đâm chồi ra hoa, thơm ngát một góc vườn.

TÔI BỊ TAI NẠN TẠI SỞ LÀM

Khoảng cuối thập niên 2000, nhằm gia tăng lợi nhuận, nhiều công ty trong vùng Thung Lũng Điện Tử đã di chuyển công việc ra nước ngoài, chủ yếu là các nước có nhân công rẻ như Việt Nam, Singapore, Malaysia, Indonesia... Kết quả là những lần sắp xếp lại nhân sự và những đợt sa thải hàng loạt các công nhân kỹ thuật ở Mỹ. Những người may mắn được ở lại phải làm việc gấp hai, gấp ba. Đã qua những ngày nhàn hạ của thời chồng tách (Technician), vợ ly (Assembly) huy hoàng, cái thời mà các phòng, ban, dây chuyền lắp ráp cùng chung một nơi, sản xuất nhịp nhàng, trôi chảy.

Giữa năm 2009, hãng của tôi cũng chuyển phân xưởng lắp ráp sang Singapore. Việc hỗ trợ cho khâu sản xuất của các kỹ sư tại Mỹ trở nên khó khăn và phức tạp hơn nhiều. Khi nhà máy bên Singapore hoạt động, ở San Jose là ban đêm, giờ giấc trở thành trái ngược. Nhà máy mới được thành lập với đội ngũ công nhân ít kinh nghiệm nên trục trặc, hư hỏng thường xuyên xảy ra. Nửa đêm phải choàng dậy để trả lời điện thoại hay hội thảo qua "facetime" trở thành chuyện bình thường. Có khi chúng tôi còn không kịp rửa mặt chải đầu, phóng vội vào hãng để giải quyết trực tiếp trên máy. Công việc vất vả cộng thêm nỗi lo thất nghiệp đưa đến căng thẳng, mệt mỏi và mất ngủ.

Một ngày đầu tuần, sau một cuộc họp dài hơn ba giờ với ban giám đốc, tôi ôm cái laptop ra khỏi phòng, đầu óc vẫn còn quay cuồng với những vấn đề rắc rối. Mải suy nghĩ, thay vì rẽ phải, tôi quay sang trái và bước hụt cầu thang. Thế là cái thân hình trên một trăm bốn mươi pounds của tôi trượt qua mười ba bậc thang, từ lầu hai lao thẳng xuống lầu một. Nhờ phản xạ của một võ sinh nhu đạo, tôi chỉ kịp uốn cong đầu, vòng tay che mặt, đưa vai xuống trước. Một tiếng rầm, vách tường dưới chân cầu thang lủng một lỗ to, tôi nằm bất động với khuôn mặt đầy máu.

May có Trời thương Phật độ, cái đầu tôi đâm ngay vào khoảng trống giữa hai thanh nhôm chịu lực trên tường, chỉ cần lệch nửa mét là đã "tiêu diêu miền cực lạc".

Mơ màng tôi nghe tiếng la thất thanh rồi thiếp đi. Tỉnh dậy trong loáng thoáng tiếng ồn ào và mờ mờ những khuôn mặt đồng nghiệp. Trong cơn hoảng loạn, thay vì đợi xe cấp cứu, một người bạn nhanh nhảu chở tôi đi bệnh viện bằng xe hơi của nó. Cũng may chúng tôi đến phòng cấp cứu bình yên, chứ dọc đường mà tôi xuất huyết hôn mê chắc thằng bạn ân hận cả đời.

Vì tôi không đến bệnh viện bằng xe cấp cứu, vì vết thương chưa đến nỗi nguy hiểm đến tính mạng nên y tá chỉ lau sơ cái mặt đầy máu, băng ngón tay gãy và cho tôi nằm đợi hơn một giờ mới được khám. Bác sĩ lấy lời khai chi tiết tai nạn, kiểm tra mình, đầu, tay, chân và hỏi nhiều câu để xem tôi có bị mất ý thức hay không. Lúc đó đầu óc chập choạng, thân hình đau nhức, tay chân sưng vù, tôi trả lời loạng quạng, thế là bác sĩ bắt ở lại phòng cấp cứu theo dõi. Truyền nước biển, chụp X-ray và hàng loạt xét nghiệm được thực hiện. Hôm sau, tôi được đưa vào phòng bình thường rồi ở lại bệnh viện thêm một ngày một đêm. May là khi té, mặt tôi đập xuống trước, chứ ngã ngửa ra, đầu giáng xuống là xong đời. Kết quả xét nghiệm ban đầu cho thấy chỉ gãy xương ngón tay, không thấy máu tụ trong não; sau khi băng bó và kê đơn thuốc, bác sĩ cho xuất viện, tuần sau tái khám.

Hãng cho phép tôi ở nhà điều trị. Mấy người bạn đến thăm đưa tôi xem cái hình chụp lúc tôi vừa rớt xuống – tôi nằm xóng xoài cạnh vách tường với cái lỗ thủng to tướng. Họ bảo vừa chụp xong thì hãng cho vá lại tường ngay, chỉ một buổi sau là không còn dấu tích tai nạn. Thằng bạn thân qua Mỹ đã lâu, rành về mấy vụ tai nạn lao động, khuyên tôi đi gặp luật sư. Hắn bảo những hãng lớn đều phải mua bảo hiểm bồi thường tai nạn tại sở làm (Workers' Comp hay Workers' Compensation) cho công nhân, ngoài bảo hiểm sức khoẻ thông thường. Khi bị tai nạn không làm việc được, hãng bảo hiểm sẽ chi trả mọi chi phí chữa trị và những hao hụt, mất mát về tiền bạc. Hắn khuyên tôi đi gặp luật sư để làm đơn xin bồi thường cho tai nạn lao động.

Lúc bấy giờ, rất ít luật sư chuyên về tai nạn lao động tại hãng xưởng, dù chi phí cho luật sư là mười lăm phần trăm trên số tiền được bồi thường sau khi hồ sơ được đóng lại. Như trường hợp của tôi, tổng cộng là hồ sơ mở trên mười năm; do đó, tiền luật sư được lãnh không nhiều so với công sức bỏ ra cho chừng đấy năm. Luật sư người ngoại quốc tương đối dễ tìm, nhưng tôi thích người Việt Nam hơn. Cuối cùng qua sự giới thiệu, tôi chọn luật sư Nguyễn Ngọc Diệp, văn phòng ở đường Lexann Ave, San Jose. Đó là một quyết định vô cùng đúng đắn. Tuy có người thương kẻ ghét, nhưng với gia đình tôi, luật sư Diệp là một ân nhân.

Sau khi nộp đơn xin bồi thường tai nạn lao động, luật sư bên bảo hiểm tiến hành lấy lời khai của tôi với sự hiện diện của luật sư Diệp. Cuộc phỏng vấn tưởng chừng đơn giản nhưng lại vô cùng quan trọng cho quá trình chữa trị và bồi thường này. Đóng tiền bảo hiểm thì rất dễ, nhưng để nhận lãnh tiền bồi thường thì muôn vàn khó khăn. Không phải bất kỳ đơn xin nào cũng được chấp thuận. Theo kinh nghiệm của tôi, lời khai phải chi tiết, đúng sự thật và càng nhiều chứng cớ càng tốt. Không được bỏ sót bất kỳ một bộ phận nào trong cơ thể bị chấn thương do tai nạn, kể cả những thương tổn về mặt tinh thần. Theo luật, bảo hiểm chỉ chi trả cho những tổn thương liên quan đến tai nạn mà thôi. Bút sa gà chết. Khai thiếu thì ráng chịu, không có chuyện bổ sung.

Tai nạn, thương tích của tôi quá rõ ràng, không tìm được bất kỳ lý do gì để bị từ chối nên hồ sơ được nhanh chóng mở ra, và tôi bắt đầu một quá trình chữa trị với tiền lãnh mỗi tháng xấp xỉ bảy mươi phần trăm tiền lương khi đi làm. Số tiền này không phải đóng thuế nên so với thu nhập trước khi gặp tai nạn, xem như không thay đổi. Đó là một trong những ưu điểm của bảo hiểm Workers' Comp, như đúng với tên gọi, giúp đỡ tạo mọi điều kiện cho người lao động được chữa trị khi bị tai nạn và duy trì được điều kiện sống như trước.

Bước tiếp theo là chọn bác sĩ điều trị chính. Trong danh sách không nhiều lắm những bác sĩ chuyên về tai nạn lao động được bảo hiểm chấp thuận, luật sư chọn cho tôi một bác sĩ tại Fremont, cách nhà tôi khoảng sáu bảy dặm để thuận tiện cho việc đi lại.

Nhưng khởi đầu không được suôn sẻ. Không biết vì ghét tôi hay vì ăn cánh với hãng bảo hiểm, vị bác sĩ này khám bệnh rất qua loa. Cũng có cho đi xét nghiệm, chụp X-ray, thử máu, nhưng chủ yếu chỉ là đo phổi, đo tim, kiểm tra đầu mình tay chân, đứng lên ngồi xuống, đi qua đi lại rồi viết đơn thuốc. Đau đầu, cho uống meclizine; đau nhức toàn thân, tylenol, gabapentin, paracetamol; mất ngủ, trazodone... cứ thế mà mỗi ngày uống cả bụm thuốc. Vài tháng không bớt thì đổi thuốc, tăng liều. Bệnh không biết có bớt không, nhưng vì ảnh hưởng của thuốc quá mạnh nên người tôi cứ mơ mơ màng màng. Than với bác sĩ rằng cảm thấy chán nản, buồn rầu, trầm cảm, xin cho đi gặp bác sĩ chuyên ngành, thì ông phán: "Không sao, chuyện thường của người bị tai nạn, từ từ sẽ hết. Đầu không bị tụ máu là không sao."

Sau gần sáu tháng chữa trị, mặc dầu vẫn còn những nhức nhối trong cơ thể, những cơn đau đầu vẫn thường xuyên xuất hiện, tay chân vẫn còn những lúc tê cứng, bác sĩ vẫn ký giấy: "Sức khoẻ tạm ổn định, có khả năng làm việc trở lại." Dĩ nhiên khi bác sĩ xác quyết như thế, bệnh nhân phải làm theo. Sau này, tôi hiểu ra rằng không phải bác sĩ nào cũng có lương tâm, đứng về phía bệnh nhân. Không nhiều lắm nhưng cũng có những bác sĩ theo phe bảo hiểm, muốn cho bệnh nhân trở lại làm việc để sớm kết thúc hồ sơ.

Hãng bố trí cho tôi nhiệm vụ cũ, nhưng sức khỏe của tôi bây giờ đã không còn được như xưa. Đau đớn, tay chân yếu ớt, trí nhớ giảm sút kèm thêm chứng nhức đầu và những cơn buồn ngủ. Hiệu suất làm việc đã không còn như trước. Công ty tìm cách bố trí một công việc khác nhưng không có một công việc nào thích hợp. Không dễ gì sắp xếp được một vị trí phù hợp cho một kỹ sư có chuyên môn nhưng lớn tuổi và vừa bị tai nạn như tôi. Theo luật thì không thể đuổi việc vì lý do sức khoẻ, giữ lại thì tốn tiền, công ty trả tôi về cho hãng bảo hiểm tiếp tục chữa trị.

Thế là bắt đầu một đợt điều trị mới. Lần này luật sư giới thiệu qua một tổ hợp y tế ở thành phố Santa Clara, hơi xa nhưng phương tiện máy móc đầy đủ hơn. Tổ hợp có nhiều bác sĩ, có phòng vật lý trị liệu, phòng châm cứu, phòng xét nghiệm và phòng chụp X-ray riêng. Nói chung là "all in one", tất cả dịch vụ trong một chỗ. Lần này may mắn hơn, các bác sĩ rất tận tâm, ân cần và đứng về phía tôi.

Ngoài thuốc, xét nghiệm, X-ray, lần này thêm châm cứu và chụp cộng hưởng từ MRI (magnetic resonance imaging). Nhờ vậy phát hiện được một trong những nguyên nhân của những cơn đau, tê cứng dai dẳng phía bên phải cơ thể là do Rotator Cuff Tear. Đó là nhiều vết rách ở các mô nối cơ với xương chung quanh khớp vai mà những lần chụp hình, xét nghiệm trước không phát hiện.

Tôi được giới thiệu đi bác sĩ chuyên môn và lần đầu tiên trong đời tôi nếm mùi phẫu thuật. Khi nằm trên xe đẩy vào phòng mổ, ngoái nhìn những người thân yêu xa dần phía sau, nước mắt tôi cứ tuôn trào. Tôi bỗng thấy những khoảnh khắc còn trên đời thật quý giá. Một nỗi sợ hãi lan dần trong trí, tôi thiếp đi rồi tỉnh dậy với hình ảnh mờ nhòe của cô y tá: "Ca mổ thành công tốt đẹp". Giây phút gặp lại vợ con là khoảnh khắc đáng nhớ nhất trong cuộc đời tôi. Hạnh phúc vỡ oà.

Sau phẫu thuật là những ngày tháng vật lý trị liệu. Mổ thì đau sơ sơ, nhưng thời gian tập phục hồi cơ bắp đau đớn hơn nhiều. Co tay, kéo chân, nhấc lên nhấc xuống, thôi thì đủ cả mọi động tác. Mổ xong, tay chân chưa hết tê nhức, lại chuyển sang đau lưng. Đi đứng cứ cứng đờ như robot. Khom xuống là đau, xoay qua xoay lại cũng đau. Lại chích steroid cột sống. Không hết, bác sĩ đề nghị mổ nữa. Lần này nghe chuyện mổ xẻ là tôi tởn tới già. Nếu còn đi lại được thì ráng, chứ mổ xong mà nằm một chỗ thì thà chết sướng hơn. Thôi thì tôi chẳng mổ, cứ ráng tập để sống với cái vai đau thôi.

Thời gian cứ thế trôi qua. Sức khoẻ của tôi cũng dần tốt hơn. Bảo hiểm vẫn tiếp tục trả tiền hàng tháng, nhưng tôi vẫn chưa thể trở lại công việc cũ. Mấy lần bảo hiểm giới thiệu tôi đi xin việc làm, nhưng không hãng xưởng nào nhận. Thằng bạn nói:

— "Mày là nhất rồi, không cần đi làm, cứ ở nhà nghỉ ngơi, vẫn có tiền để sống. Sướng quá còn gì!"

Nhưng ở trong chăn mới biết chăn có rận. Tưởng vậy chứ không phải vậy. Đó là quãng thời gian tồi tệ nhất trong cuộc đời tôi. Tinh thần suy sụp, sức khoẻ giảm sút. Chỉ từ một phút giây rủi ro, mọi thứ đều đảo lộn. Từ một người năng động, một trụ cột của gia đình, giờ đây tôi trở thành một phế nhân. Mọi chuyện trong nhà, ngoài ngõ bây giờ đều do một tay vợ quán xuyến. Vợ tôi phải vừa chăm sóc tôi vừa lo cho người mẹ già mất trí nhớ. Buồn rầu, chán nản, chúng tôi chưa điên khùng cũng là may mắn lắm rồi.

Bảo hiểm đâu phải là công ty từ thiện, bỏ tiền ra khơi khơi. Lấy được tiền của họ khi bị tai nạn, thương tật thật sự còn gian truân, chứ ai mà giả té rồi nộp đơn xin bồi thường là biết đá, biết vàng ngay. Khai gian thì rất nhiều khả năng là tiền không thấy, chỉ thấy vô tù ngồi bóc lịch.

Bảo hiểm luôn muốn kết thúc hồ sơ sớm, bệnh nhân thì cứ muốn tiếp tục chữa trị cho đến khi hoàn toàn hồi phục. Do đó, bảo hiểm kiểm soát hết sức chặt chẽ quá trình điều trị. Giấy tờ, hồ sơ xét nghiệm, tình trạng bệnh nhân đều được cập nhật, kiểm tra hàng tháng, hàng quý, hàng năm. Thỉnh thoảng bảo hiểm còn trực tiếp đến kiểm tra tại văn phòng bác sĩ hầu tìm ra những gian dối của cả bác sĩ và bệnh nhân. Có cả một đội ngũ luật sư và những nhóm người chuyên theo dõi bệnh nhân. Đã không ít trường hợp khai man, hồ sơ bị đóng, bảo hiểm lấy lại tiền chi trả từ ngày đầu mở hồ sơ. Thậm chí có những vụ gian lận lớn, bác sĩ liên quan cũng phải bồi thường hay bị ngồi tù.

Tôi nhớ có lần vợ tôi chở đi khám bệnh. Thường chúng tôi không đi freeway mà đi đường trong, lâu hơn nhưng an toàn hơn. Đi khoảng nửa đường, chợt linh cảm như có điều gì khác thường, tôi nhìn kính chiếu hậu, tôi thấy một chiếc xe truck màu trắng đời cũ cứ lẽo đẽo theo sau. Tôi nhớ ra có một xe tương tự đậu bên kia đường lúc chúng tôi vừa ra khỏi nhà. Nghi bị theo dõi, tôi bảo vợ rẽ vào một xóm gần trường học rồi đậu lại. Chiếc xe truck cũng quẹo theo và đậu xa xa. Cả một giờ sau, khi quay ra đường chính, trên đường đến văn phòng bác sĩ, chiếc xe vẫn âm thầm theo sau. Biến mất rồi lại xuất hiện trở lại cho đến khi chúng tôi về đến nhà. Mà đâu phải chỉ một lần!

Tôi nghĩ luật sư của hãng bảo hiểm theo dõi bệnh nhân là chuyện bình thường, chỉ khi nào mình gian dối mới lo. Nhưng nếu việc theo dõi quá mức, ảnh hưởng đến an toàn hay xâm phạm những nơi riêng tư như bên trong nhà hay ở sân sau nhà thì mình có quyền khởi kiện. Tuy vậy, tôi vẫn phải luôn cẩn thận trong mọi sinh hoạt hàng ngày của mình. Khi hồ sơ chưa đóng lại, bảo hiểm vẫn tìm mọi cách để làm giảm nhẹ tiền bồi thường. Nhiều trường hợp gian lận đã bị khám phá. Có một ông bị chụp hình khi đang khiêng một cái sofa to từ xe truck xuống trong khi khai chỉ nâng được dưới mười lăm pounds. Có người khai tai nạn làm chân yếu ớt không đi lại được, nhưng hình chụp cho thấy ông đang chơi banh ngoài sân bóng. Có người khai không tự lái xe được, nhưng chứng cớ cho thấy bà vừa nhận giấy phạt vượt đèn đỏ...

Có lần luật sư kêu tôi lên văn phòng, cho xem những bức ảnh chụp sinh hoạt hàng ngày của tôi do bên bảo hiểm gửi đến. Có hình chụp tôi đang cầm vòi nước tưới cây. Tôi giải thích, cái vòi nước nhẹ hều, nhẹ hơn khả năng cầm vật nặng mười pounds của tôi. Có tấm hình tôi đang ở Home Depot, tay cầm một cái cây dài dài khoảng năm feet. Tôi phóng to, chỉ cho luật sư thấy đó là cái thanh bằng nhựa, vẫn nhẹ dưới mười pounds. Có hình chụp tôi đang ngồi sau tay lái của chiếc xe Toyota. Tôi phóng to khung hình cho luật sư xem, chiếc xe đang đậu trên driveway trước nhà. Có lẽ lúc đó tôi đang lau chùi kiếng hay tìm kiếm gì đó, đâu có vi phạm chuyện không được lái xe... Vậy đó, không dễ ăn được tiền bảo hiểm. Họ theo dõi mọi lúc mọi nơi. Khai gian, đi đêm thế nào cũng có ngày gặp ma.

Tai nạn, thương tật, những cơn đau nhức của tôi là thật, nghĩa là "vàng thật không sợ lửa", nhưng lòng tôi luôn cảm thấy bất an, cứ cảm tưởng như mình là một tội phạm bị truy nã. Cuộc sống không bao giờ bình yên.

Cứ vậy mà thoáng một cái, mười năm trôi qua, tôi đến tuổi về hưu. Dù muốn hay không, theo luật Workers' Comp hồ sơ cũng phải đóng lại.

Luật sư hai bên ngồi lại xem xét hồ sơ để thoả thuận số tiền bồi thường cuối cùng. Được bồi thường nhiều hay ít, tuỳ theo tình trạng sức khoẻ của hiện tại và rủi ro trong tương lai của bệnh nhân. Đó là cuộc chiến cuối cùng giữa luật sư hai bên, giữa một luật sư đại diện cho một kỹ sư bình thường và một công ty tư bản cá mập. Bảo hiểm muốn trả ít, tôi muốn nhận nhiều. Cứ đề nghị, từ chối rồi lại đề nghị. Hai bên cứ dựa vào luật để đưa qua, đẩy lại những con số. Mà luật pháp thì không bao giờ rõ ràng như toán học, nên cứ thế hồ sơ cứ được chuyển tới, chuyển lui.

Cuối cùng hai bên cũng đạt được thoả thuận. Tôi chọn giải pháp đóng hồ sơ nhưng để mở điều kiện chữa trị. Nếu sau này có những chấn thương phát sinh do tai nạn cần phải phẫu thuật, nằm nhà thương thì chi phí vẫn được chi trả. Dĩ nhiên tiền bồi thường sẽ ít hơn nhưng mình an tâm hơn cho những ngày tháng sau này.

Thoả thuận đã đạt được, nhưng vẫn chưa xong. Hai bên còn phải ra toà chuyên về Workers' Compensation. Quan toà sẽ xem xét lại toàn bộ hồ sơ. Thường quan toà có khuynh hướng nghiêng về phía người lao động; nếu thấy có những điều kiện bất lợi cho người bị tai nạn thì thoả thuận sẽ được điều chỉnh lại, bằng không sẽ chấp thuận, ký tên rồi hai bên bắt tay ra về. Kể từ lúc đó, bảo hiểm chấm dứt chi trả hàng tháng, tôi chuyển qua lãnh tiền hưu trí.

Cuộc chiến chấm dứt. Một tai nạn tưởng chừng cướp đi mạng sống của một nhân viên làm việc trong một hãng điện tử tại Silicon Valley, cuối cùng cũng đi đến một kết cục có hậu. Không phải cái gì nước Mỹ cũng tốt, nhưng rõ ràng bảo hiểm tai nạn tại sở làm Workers' Compensation là một trong những điểm son của luật pháp Hoa Kỳ; ít nhất nó cũng bảo vệ được những người lao động chân chính và lương thiện như tôi. Không có nó, không biết bây giờ tôi và gia đình sẽ ra sao.

TORONTO

NGƯỜI HUẾ VỚI MÙA THU CANADA

Sau gần ba mươi năm lưu lạc nơi xứ người, lần đầu tiên chúng tôi – hai vợ chồng tuổi đã ngoài bảy mươi – quyết định thực hiện một chuyến đi đến Toronto vào mùa thu năm nay. Đó không chỉ là một chuyến du lịch bình thường, mà còn là một cuộc trở về: trở lại với ký ức, với người thân, và với một phần tâm hồn Việt giữa lòng Bắc Mỹ.

Mục đích chính của chuyến đi là thăm một người con của Huế chính gốc, cô Lê Khắc Ngọc Quỳnh – cựu giáo sư trường Trung Học Phan Châu Trinh Đà Nẵng và Trung Học Trưng Vương Sài Gòn, người mà chúng tôi luôn kính trọng và yêu quý. Bao năm rồi, dù cách xa nhau nửa vòng trái đất, tình thân vẫn chưa bao giờ phai nhạt. Khi nghe tin chúng tôi sang Canada, cô vui mừng chuẩn bị sẵn mọi thứ, từ bữa ăn đơn giản đến lịch trình thăm viếng, khiến lòng chúng tôi không khỏi xúc động.

Toronto đón chúng tôi bằng tiết trời se lạnh và nắng vàng rực rỡ. Những hàng phong đỏ, vàng phủ khắp những con đường, làm cho thành phố như một bức tranh khổng lồ tuyệt đẹp của mùa thu. Những chiếc lá vàng làm tôi nhớ đến Huế ngày xưa của một quê hương đã nghìn trùng xa xôi. Những chiếc lá vàng dưới chân núi Ngự Bình, trên đường lên Kim Long hay chùa Thiên Mụ, dù rằng Huế của tôi quá nhỏ bé so với lá vàng bao la rộng lớn của mùa thu Toronto.

Buổi sáng đầu tiên, bốn người chúng tôi gồm Cô Quỳnh, Đỗ Kỳ Anh, con trai cô, đến thăm Saigon Park.

Công viên Saigon Park, tọa lạc tại 244 Matheson Boulevard West, được thành lập để vinh danh cộng đồng người Việt tị nạn sau biến cố 1975. Nơi đây có hồ nước nhỏ, lối đi bộ quanh co, ghế đá nghỉ chân và những hàng phong đang chuyển màu.

Giữa không gian yên tĩnh, tấm bảng khắc dòng chữ "Saigon Park" cùng lá cờ vàng ba sọc đỏ tung bay trong gió thu khiến chúng tôi không khỏi bồi hồi. Công viên này được xây dựng bằng tấm lòng và sự đóng góp của cộng đồng người Việt tại Canada, như một biểu tượng của lòng biết ơn và tinh thần kiên cường.

Chúng tôi lặng người khi đứng giữa công viên ấy – nơi có cả quá khứ, hiện tại và cả niềm tự hào dân tộc. Và cũng thật bồi hồi khi nhớ đến ba tôi và những người đã bỏ mình vì đất nước, đang còn nằm lại đâu đó trên mảnh đất quê nhà. Ba mươi năm xa quê, nhưng trong giây phút ấy quê hương như trở lại thật gần.

Không xa công viên là Saigon Street, con đường mới được thành phố Toronto chính thức đặt tên để ghi nhận những đóng góp của cộng đồng người Việt trong đời sống văn hóa và kinh tế của Canada.

Nhìn tấm bảng tên đường màu xanh mang dòng chữ "Saigon St.", chúng tôi thấy lòng mình rưng rưng. Đó không chỉ là một bảng tên, mà là sự công nhận của xã hội Canada đối với một cộng đồng nhỏ bé nhưng bền bỉ, chăm chỉ và luôn hướng thiện.

Đứng giữa Saigon Park và Saigon Street, chúng tôi nhận ra rằng: người Việt dù ở đâu, vẫn giữ được hồn Việt. Hai cái tên ấy – giản dị nhưng thiêng liêng – như sợi dây vô hình nối liền quê hương và xứ người.

Một tình cờ may mắn, chúng tôi đến Canada vào những ngày mùa thu. Mùa thu ở Toronto mang theo những sắc màu đỏ vàng rực rỡ của lá phong, và từ thành phố hiện đại này, chúng tôi lên đường đến Niagara Falls – một trong những kỳ quan thiên nhiên nổi tiếng nhất Bắc Mỹ. Với hai vợ chồng già, đây là chuyến đi vừa du lịch khám phá vừa tận hưởng sự bình yên và trong lành của thiên nhiên.

Kỳ Anh chở chúng tôi đi từ sáng sớm. Khi xe chạy ra khỏi trung tâm Toronto, những hàng cây vàng, đỏ và cam nhấp nháy theo ánh sáng long lanh buổi sáng khiến chúng tôi như lạc vào cõi thần tiên của mùa thu cổ tích. Con đường dài một giờ lái xe nhưng quá ngắn khi những câu chuyện về những ngày xa cách cứ tiếp tục mãi không ngừng.

Khi đến gần thác, âm thanh của nước đổ xuống vang dội như nhắc nhở đến một sức mạnh và sự hùng vĩ của thiên nhiên. Niagara Falls hiện ra trước mắt với làn nước trắng xoá và những đám mây sương mù bồng bềnh. Sau khoảng một giờ đi bộ ngắm cảnh chụp hình, chúng tôi mua vé du thuyền Maid of the Mist, một trong những trải nghiệm đáng nhớ nhất của chuyến đi, nơi chúng tôi tiếp cận gần nhất với thác. Trước khi lên tàu, mỗi người được phát một chiếc áo mưa nhựa mỏng. Khi tàu đến gần thác, từng cơn gió lạnh và màn nước phun lên như mây khói trắng xoá. Một cảm giác thật khó có thể kể hết khi chứng kiến dòng nước khổng lồ đổ xuống trong tiếng âm vang, một bản nhạc hùng tráng của thiên nhiên mùa thu. Một cảm nhận không thể nào quên.

Sau chuyến du thuyền, chúng tôi tiếp tục dạo bộ quanh các lối đi ven thác, ghé thăm Niagara Falls downtown, Niagara Parks Botanical Gardens để tiếp tục ngắm nhìn sắc thu và thư giãn. Từng tán lá thu vàng rơi rụng dưới chân, và hai chúng tôi như quên hết những bận rộn của đời thường để hoà mình vào nhịp sống dịu dàng của thiên nhiên.

Một ly café và một bữa ăn nhẹ trên một nhà hàng gần thác, nhìn ra bể nước mênh mông hiền hòa phía trên trước khi ầm ầm đổ xuống thác sâu phía dưới. Khoảnh khắc ấy khiến chúng tôi nhận ra rằng Niagara Falls không chỉ là một kỳ quan hùng vĩ mà cũng là nơi nuôi dưỡng tâm hồn, nơi mà thời gian như chậm lại để ta tận hưởng những giây phút quý báu và hạnh phúc quên nhau.

Đến Toronto, không thể không đi thăm CN Tower và City Hall để thấy cái hiện đại và năng động của Canada.

CN Tower là một trong những biểu tượng nổi bật của thành phố. Tháp cao chọc trời với thiết kế hiện đại khiến chúng tôi vừa ngỡ ngàng vừa tò mò. Tôi là người sợ độ cao, nên định chỉ đứng dưới chụp hình rồi thôi. Đứa em bảo, không lên trên top của CN Tower là xem như chưa đến Toronto. Thế là hai con khỉ già chúng tôi quyết định chơi tới luôn. Lúc bước vào thang máy tốc độ cao, tôi vừa hồi hộp vừa náo nức. Chỉ trong vài giây là đã đến đài quan sát, nơi mà toàn cảnh Toronto mở ra trước mắt: những toà nhà chọc trời, hồ Ontario xanh biếc và các khu dân cư rải rác trong sắc màu vàng đỏ của mùa thu. Tuyệt đẹp. Nhưng đến cái khoản phải bước đi trên sàn kính trong suốt để nhìn thấy thành phố dưới chân thì thôi, chưa đi đã bủn rủn chân tay. Bà xã tui thì không sao. Thế là lần đầu tiên hai con khỉ già không nắm tay nhau, để cho bà đi một mình qua con đường kính trong suốt. Những dòng người, ô tô và những con đường thu nhỏ phía dưới. Ánh sáng chiếu từ trên cao, không khí trong lành, tất cả tạo nên một khoảnh khắc không thể nào quên.

Rời CN Tower, chúng tôi đi bộ qua Toronto City Hall, một địa danh không thể không đến với kiến trúc vừa hiện đại vừa độc đáo.

Đứa em nói, anh chị phải chụp hình với chữ Toronto ở toà thị chính mới xem là đã đến Toronto. Đúng thật, khung cảnh quanh City Hall đẹp tuyệt vời. Hai toà tháp cong quanh quảng trường lớn với hàng chữ TORONTO phản chiếu bên hồ tạo nên một không gian mở rộng và thân thiện. Chúng tôi đi bộ một vòng quanh Nathan Phillips Square, Old City Hall, ngắm đài phun nước và các tác phẩm nghệ thuật chung quanh. Dĩ nhiên không quên chụp hình. Không phải vài tấm mà là vài trăm tấm hình kỷ niệm, tha hồ mà sống ảo với Facebook. Không khí thật nhộn nhịp nhưng an bình, nơi người dân và du khách cùng nhau thư giãn và trò chuyện.

Những ngày còn lại ở Toronto, chúng tôi cùng cô ghé thăm Chinatown để nghe lại tiếng Việt thân thương giữa chợ chiều, và quây quần bên những bữa cơm nhà giản dị: canh chua, cá kho, rau luộc – những món ăn đậm đà hương vị quê nhà. Những ngày sống giữa yêu thương, ấm áp và an lành.

Chúng tôi đã có những cuộc gặp mặt cùng gia đình cô và bạn bè. Gặp lại giọng Huế thân quen trong những đêm hát karaoke. Những giọng hát hò toàn là những "ca sĩ nghiệp dư" người Huế chính gốc.

Những bài ca Huế mà mỗi khi cất lên là... rặt Huế vô cùng. Họp mặt bên bàn ăn, nghe toàn giọng Huế lao xao: làm sao quên được Huế hở trời??? Giữa một Canada rộng lớn hiền hòa, Huế của tôi quá nhỏ bé nhưng trong lòng tôi lại có một Huế tình cảm đậm đà của ngàn xưa. Và như thế chúng tôi đã có những ngày đắm chìm trong mùa thu Canada.

Và dĩ nhiên đến Toronto mùa thu, với một người già còn ham vui như tôi có một nơi không thể không ghé qua: những công viên. Một nơi đến để được thong thả dạo chơi, để được choàng vai người mình yêu, được cùng nhau thư giãn và chụp hình với lá thu phong.

Cùng với v/c Kỳ Anh, cô và một người bạn học Đồng Khánh mới quen, chúng tôi rong ruổi các công viên nổi tiếng ở Toronto và Mississauga.

Bắt đầu từ High Park, công viên rộng lớn ở phía tây Toronto. Những con đường lát sỏi uốn lượn giữa các hàng cây phong, sồi... khiến chúng tôi bước đi chậm lại, tận hưởng từng cơn gió se lạnh của mùa thu. Những chiếc lá rơi nhẹ nhàng trên vai, trên đường đi, như rải thảm vàng cho đôi chân. Chúng tôi ngồi nghỉ trên ghế đá, ngắm nhìn hồ nước nhỏ phản chiếu bầu trời trong xanh, nghe tiếng chim hót vang qua những tán cây.

Tiếp theo, chúng tôi ghé Trinity Bellwoods Park, nơi nổi tiếng với không gian mở và những thảm cỏ xanh trải dài. Đây là nơi người dân Toronto thường dắt thú cưng đi dạo hoặc tụ tập picnic. Chúng tôi cảm nhận sự sống động của công viên qua tiếng cười nói, tiếng lá xào xạc và ánh nắng nhạt buổi chiều chiếu qua tán lá. Tất cả khiến tâm hồn chúng tôi nhẹ nhõm, như quên đi mọi lo toan, chỉ còn lại sự thư thái và hạnh phúc.

Một điểm đến khác không thể bỏ qua là Edward Gardens – khu vườn hoa và cây cảnh rộng rãi, nơi mà mùa thu khoác lên mình một lớp áo rực rỡ. Dạo bước giữa những lối đi được xếp đầy lá vàng, chúng tôi vừa tận hưởng sắc thu vừa chụp những bức ảnh kỷ niệm. Mỗi góc của công viên đều là một khung cảnh đẹp như tranh, từ hồ nhỏ, cây cầu gỗ đến những bụi hoa cuối mùa.

Không quên ghé qua Toronto Islands, nơi mà tầm nhìn ra hồ Ontario và skyline Toronto khiến chúng tôi cảm nhận sự hài hòa giữa thiên nhiên và đô thị. Gió hồ mát lạnh, nước phẳng lặng, ánh sáng mùa thu phản chiếu lên mặt hồ, tất cả tạo nên một bức tranh thanh bình và dịu dàng.

Dạo quanh các công viên mùa thu, chúng tôi không chỉ được chiêm ngưỡng vẻ đẹp thiên nhiên, mà còn cảm nhận sự chậm rãi, an nhiên của cuộc sống, thứ mà đôi khi giữa nhịp sống hối hả của thành phố hiện đại, con người dễ bỏ qua. Mỗi bước chân trên lá vàng rơi, mỗi làn gió se lạnh, đều như nhắc nhở rằng mùa thu Toronto là mùa của chiêm nghiệm, của ký ức và của những khoảnh khắc trọn vẹn bên nhau.

Nhưng rồi có vui đến bao nhiêu, cũng sẽ đến giờ chia tay.

Khi máy bay cất cánh rời Toronto, ánh nắng chiều phủ lên rặng phong đỏ bên dưới. Trong khoảnh khắc ấy, chúng tôi biết rằng mình vừa đi qua một mùa thu đáng nhớ nhất của đời người – mùa thu của ký ức, của tình thân và của niềm tri ân sâu sắc với cộng đồng Việt nơi đất khách.

Toronto khép lại sau lưng, nhưng hình ảnh Saigon Park và Saigon Street vẫn in đậm trong tim – như minh chứng rằng, dù thời gian có trôi, tình quê hương và lòng tự hào dân tộc vẫn luôn là ngọn lửa ấm, soi sáng bước đường của người Việt khắp bốn phương.

Và chắc chắn chúng tôi sẽ không bao giờ quên những người thân yêu: cô giáo Lê Khắc Ngọc Quỳnh, hiền hòa đã gần 90 tuổi vẫn còn nhớ vanh vách những chuyện của Sài Gòn năm xưa, nhớ từng khuôn mặt những đứa học trò của mấy mươi năm về trước. Sẽ không quên gia đình Đỗ Kỳ Anh, người em hiền lành năm nào bây giờ là một nhân vật nổi tiếng trong cộng đồng người Việt tại Toronto; người từng là chủ tịch cộng đồng người Việt tại Toronto, có vai trò tích cực trong việc hỗ trợ hàng trăm người tỵ nạn không những Việt Nam mà cả những người từ các quốc gia khác được tái định cư tại Canada. Cũng không quên các người bạn mới quen như anh chị Huế, cựu học sinh Đồng Khánh... đã làm hướng dẫn viên cho những chuyến đi lang thang tìm lá phong rơi... Còn nhiều nữa...

Thôi thì, Toronto ơi, xin tạm biệt và chắc chắn sẽ có ngày trở lại.

PHAN CHÂU TRINH 1962-1970
HỘI NGỘ MÙA THU OREGON

Nhận lời mời của một người bạn cùng lớp, từ San Jose, San Leandro, Sacramento, Portland... sau hơn nửa thế kỷ kể từ ngày rời mái trường Phan Châu Trinh Đà Nẵng, chúng tôi cùng niên khóa 1962–1970 lại có dịp hội ngộ nơi đất khách – thành phố biển Coos Bay, Oregon. Vùng đất nhỏ ven Thái Bình Dương ấy như mở lòng đón khách phương xa bằng gió biển mặn mà, trong tiếng sóng rì rào và mùi thông non thoang thoảng.

Ngày đầu tiên, cả nhóm tụ họp tại ngôi nhà nhỏ xinh xinh nhìn ra vịnh của Thanh, người bạn cũ. Phía sau nhà, biển xanh lặng sóng, bên trong đầy những tiếng cười vang rộn rã. Đã lâu không gặp, các câu chuyện từ năm nào cứ tuôn ra không ngớt. Những câu chuyện về thầy cô, chuyện sân trường, những ngày thi cuối khóa, những buổi chào cờ, những buổi chiều tắm biển Mỹ Khê... tất cả như mới hôm qua. Cứ "mày tau mi tớ" kéo dài không dứt, dù đứa nào cũng trên "bảy bó", cháu nội cháu ngoại đầy đàn.

Sáng hôm sau, chủ nhà dẫn chúng tôi đi tham quan các cảnh đẹp của Coos Bay. Dừng chân ở Shore Acres State Park, nằm trên vách đá cao nhìn ra biển với những vườn hoa khoe sắc rực rỡ quanh năm. Sóng tung bọt trắng xoá, gió biển mơn man, khiến ai cũng nhớ đến những buổi dạo biển Đà Nẵng năm nào. Qua Cape Arago, với những đàn sư tử biển nằm phơi mình dưới nắng trong tiếng gió rì rào của rừng thông ven vách núi. Thoang thoảng đâu đây mùi hương thơm của hoa mùa thu. Chúng tôi đi bên nhau mà cứ ngỡ như ngày nào trong sân trường, trên các góc phố của Đà Nẵng dấu yêu.

Chiều đến, cả nhóm đến Oregon Dunes National Recreation Area, nơi trải dài những đồi cát vàng mênh mông – một trong những kỳ quan tự nhiên của vùng duyên hải Oregon. Cát gợn sóng dưới ánh nắng chiều, mỗi bước chân in trên nền cát như ghi lại dấu ấn của những ngày còn nhỏ. Cách đó không xa là Tenmile Lake – một hồ nước xanh biếc nằm giữa rừng thông, phẳng lặng như tấm gương khổng lồ soi bóng mây trời. Cả nhóm dừng chân bên hồ, hít thở không khí trong lành, tận hưởng sự yên bình mà những thành phố lớn ồn ào hiếm khi có được.

Đến Coos Bay mà không đi bắt cua là một thiếu sót to lớn. Phải có license; không sao, cửa hàng kế bên, một license chưa đến 20 USD cho ba ngày. Thế là sáng ngày thứ hai, cả nhóm cùng nhau đi bắt cua Dungeness – đặc sản của Coos Bay. Đúng là dân thành thị nhà quê. Đi bắt cua mà áo quần đủ màu đủ sắc như đi party. Địa điểm bắt cua là một cái vịnh nhỏ với hai chiếc thuyền rỉ sét và một cầu tàu gỗ đã cũ. Khi những chiếc rọ được kéo lên, từng con cua to, chắc thịt giãy giụa trong ánh đèn, trong tiếng cười vang khắp bến vịnh. Sát bên chỗ bắt cua là nơi bán oyster. Thế là tối hôm đó, một buổi tiệc thật thịnh soạn và đặc biệt: cua hấp, oyster nướng, rượu vang đỏ và những ly bia lạnh trong tiếng sóng vỗ rì rào, cùng những bài hát với những nụ cười hạnh phúc. Đã rất lâu rồi chúng tôi mới có lại một ngày như thế, với bạn bè Đà Nẵng yêu thương.

Sau vài ngày ở Coos Bay, chúng tôi chọn chuyến về du ngoạn Portland bằng con đường ven biển Oregon Coast – Highway 101, được mệnh danh là một trong những cung đường đẹp nhất nước Mỹ. Dài hơn so với freeway xuyên downtown nhưng đẹp hơn nhiều. Xe chạy men theo bờ biển, một bên là đại dương xanh biếc, một bên là rừng thông phủ sương. Dừng lại ở Florence, Newport và Lincoln City, mỗi nơi một vẻ: khi thì là đồi cát trải dài, khi là vách đá dựng đứng, hay bãi biển mịn màng trong nắng thu. Có khi dừng lại trên những hồ rộng mênh mông. Có khi thì những đồi cát cao vút chân trời. Trên xe, tiếng cười nói rộn rã; lâu lâu có bạn hứng chí hát lên bài "Đà Nẵng Quê Ta" hay "Diễm Xưa", hay "Huế Ơi". Đường xa, mệt nhưng vẫn không quên ghé lại thăm nhà máy làm cheese nổi tiếng Tillamook Creamery. Du khách quá đông, xếp hàng dài trước các quầy pizza, hamburger và nhất là quầy kem lạnh nổi tiếng. Không sao, đi một đoạn đường dài bảy, tám tiếng, đợi thêm một giờ cũng không sao. Đã lỡ đến rồi...

Về đến Portland thì trời đã tối, nhưng may mắn lại có căn nhà to đùng của hai bạn Lan Vinh làm nơi nghỉ dưỡng. Khỏi tốn tiền khách sạn. Hai, ba, bốn người một phòng. Riêng hai con khỉ già tui được ưu tiên một phòng. Bạn nói cho ông bà đêm nay "romantic". Ro hay man gì, tuổi này còn romantic được cũng phước, hic hic.

Portland đón chúng tôi bằng những ngày đầu thu sắc màu vàng cam rực rỡ. Chúng tôi ghé thăm Rose Garden, nơi hàng ngàn đóa hồng khoe hương sắc trong gió nhẹ, rồi đi dạo quanh Pioneer Courthouse Square, cảm nhận nhịp sống hiền hòa của người dân Oregon.

Ngày hôm sau, cả nhóm cùng nhau đi về phía Columbia River Gorge, vùng núi hẻm xanh biếc nơi hội tụ hàng chục thác nước nổi tiếng. Đoạn đường uốn lượn ven sông, một bên là rừng phong đỏ rực trong nắng thu. Tiếng nước đổ vang vọng từ xa, rồi hiện ra trước mắt là thác Multnomah – ngọn thác hùng vĩ cao hơn 180 mét, chảy thành hai tầng mềm mại như dải lụa trắng giữa rừng xanh. Chúng tôi đứng bên cây cầu nhỏ bắc ngang thác, hít căng lồng ngực làn hơi nước mát lạnh, và cười nói vang vang giữa cái không gian hùng vĩ của thiên nhiên. Dĩ nhiên không quên cái chuyện chụp hình. Già đầu hai thứ tóc, cũng có người chơi model tóc trắng phau phau, nhưng người nào người nấy cũng ẹo ẹo cái khoản chụp hình. Cũng phải lo cúng thần Facebook trước. Ngay cả đi nhà hàng ăn cũng rứa. Nhiều khi đợi mấy bà mấy ông đưa phone lên xuống qua lại lia lịa trước các đĩa đồ ăn rồi mới được gắp. Mà thôi, thây kệ, chúng tôi hay nói vui: "Già rồi, thích cứ làm, còn biết bao năm mà hững hờ."

Ngoài Multnomah, chúng tôi còn ghé Wahkeena Falls và Bridal Veil Falls, những thác nước nhỏ hơn nhưng cũng đẹp, thơ mộng không kém. Tất cả được bao quanh bởi rừng phong vàng, cam, đỏ rực. Ai cũng cảm thấy như đang lạc vào một bức tranh thủy mặc khổng lồ, nơi nước, đá, cây và gió hòa quyện thành một bản hòa âm tuyệt vời của thiên nhiên.

Đi chơi nhóm, không thể không kể đến những bữa ăn ngoài phố. Hết Ta rồi Tàu. Hết Á rồi Âu. Nào là cá nướng da giòn, phở, Văn, đến La Province cơm Tây. Và không quên cà phê và kem bên bờ hồ Oswego nước trong xanh phẳng lặng.

Đi với nhau bao lâu rồi cũng đến lúc chia tay. Buổi tối cuối cùng ở Portland, chúng tôi cùng ăn tối bên bờ sông Willamette, nâng ly chúc mừng cho cuộc hội ngộ hiếm có. Ngồi bên nhau, tận hưởng cái an bình và thơ mộng của một Oregon mùa thu. Để trở về với ký ức, người thân yêu và với một phần tâm hồn Việt giữa lòng Bắc Mỹ. Ánh đèn thành phố phản chiếu trên mặt nước, lung linh như những vì sao rơi xuống sông. Trong khoảnh khắc ấy, ai cũng hiểu rằng, dù thời gian có trôi đi, dù mái tóc đã bạc màu, thì tình bạn Phan Châu Trinh vẫn mãi trong trẻo và vững bền như dòng thác Multnomah – tuôn chảy không ngừng qua năm tháng. Tôi nhìn quanh – những gương mặt thân quen của năm mươi lăm năm trước, giờ vẫn ấm áp như ngày xưa.

Cuộc hội ngộ ở Coos Bay – Portland lần này, với riêng tôi, không chỉ là một chuyến họp mặt du ngoạn bình thường, mà là hành trình tìm lại tình bạn, tìm lại ký ức và một phần tuổi trẻ đã đi qua.

Trước khi chia tay, chúng tôi hẹn nhau:
"Lần tới, mình sẽ gặp lại... biết đâu có thể sẽ là ở Đà Nẵng – nơi tình bạn bắt đầu, nơi tuổi học trò mơ mộng vẫn còn nguyên trong tim, chưa bao giờ nhạt phai."

MẸ ƠI
CON ĐÀNH BUÔNG TAY

Dẫu đã biết cuộc đời là hữu hạn
Mẹ sẽ già và tuổi lớn chông chênh
Vẫn không khỏi chạnh lòng khi nghĩ đến
Một ngày mai không có mẹ bên mình.

Lưng người đã còng nhiều theo năm tháng
Mắt đã mờ, tóc bạc trắng như tơ
Thêm một tuổi nghĩa là đời sẽ ngắn
Mẹ càng gần về lại chốn hoang sơ.

Lòng cứ mãi nhớ thời xa xưa đó
Nhớ những ngày nồng ấm ở bên nhau
Đông trở lạnh, có cha già ấp ủ
Hạ cháy nồng, mẹ quạt suốt canh thâu.

Ta đã có những chuỗi ngày hạnh phúc
Cũng có thời là cay đắng tối đen
Nỗi vất vã của buổi đầu mất nước
Đến quảng đời cùng lưu lạc lênh đênh

Con và mẹ đều chung một nỗi nhớ
Cùng thương đau một nỗi mất quê nhà
Những đêm lạnh hắt hiu đời viễn xứ
Mãi nhớ hoài nơi ấy bóng cha xa

Ngày Xuân mới mẹ vẫn còn ngây dại.
Nỗi buồn vui thuở đó đã không còn
Con muốn níu thời gian trôi dừng lại
Để mỗi ngày còn thấy mẹ, bên con.

Bài thơ cũ chi còn là kỷ niệm
Me bây giờ xa khuất một dòng sông
Đã đến lúc phải buông tay, đừng khóc
Nhưng máu lệ trào trong nỗi nhớ mênh mông

San Jose 2/5/2025

KHI TUỔI GIÀ CŨNG BIẾT "LÊN SÂN KHẤU"

Mỗi chiều Chủ nhật, căn nhà nhỏ của ông bà bác sĩ Hòa ở San Jose lại rộn ràng tiếng nhạc, tiếng hát, và những tiếng cười vang của những ông bà tuổi "thất thập cổ lai hy".

Chúng tôi gọi đùa đây là "sân khấu dưỡng sinh", sào huyệt của nhóm bạn chưa chịu mình già, còn ham vui, còn ham hát. Sinh hoạt đã mấy năm nay mà vẫn chưa đặt được cho mình một cái tên. Người thì đề nghị nhóm "Ghiền hát", người thì nhóm "Vui hát", nhóm "Mê hát"... hoặc "CLB Hát Cho Vui". Tôi thì đề nghị chọn một tên cho có vẻ "tây đui", nhóm "GMHH", viết tắt của "Già Mà Ham Hát". Đa số có vẻ đồng ý, ngặt nỗi trong nhóm cũng có vài anh chị đang tuổi thanh niên mới lớn, yêu đương còn chưa biết gì. Thế là chuyện đặt tên không thành. Thôi thì cứ như thường lệ, mỗi cuối tuần ta lại đến đây gặp nhau để mỗi người tìm lại thanh xuân trong tiếng đàn, tiếng ca, những chuyện vui buồn khó quên và thưởng thức các bữa ăn đậm mùi hương vị quê nhà. Nhưng trước khi hát, phải nói trước: ăn gì thì ăn, dứt khoát hai con khỉ già không ăn đồ Mễ, Mỹ... nhưng Nhật, Tàu, Thái, Miên đều OK.

Linh hồn của buổi vui hát chắc chắn phải là nhạc sĩ rồi. Tìm đâu cho xa, cần gì phải mướn "one man band" cho nó tốn kém cái hầu bao ít ỏi của các ông bà về hưu. Thế là 3 trong 1: chủ nhà, kiêm trưởng nhóm, kiêm nhạc sĩ. Bác sĩ Hòa – người từng mổ tim cứu người – giờ lại "chữa lành nỗi buồn tuổi già" bằng cây đàn organ cũ. Thỉnh thoảng thêm một vài ông bạn có máu văn nghệ, vài cây guitar, thế là cũng full band như ai. BS Hòa vừa đàn, vừa chỉnh máy, vừa kiêm MC. Tôi gọi ông là "one man band của tuổi xế chiều". "Ngày xưa chữa tim, giờ trị... trầm cảm. Ai hát sai là tui kê toa: hát lại lần nữa, không cần giấy tờ bảo hiểm chi cho lôi thôi."

Chuyện hát hò của mấy "ca sĩ có giá" cũng nên đưa vào sử sách. Trừ một số rất ít là ca sĩ trước đây, còn đa số "ca lẻ" chúng tôi đều tốt nghiệp trường phái "karaoke nhà nhà cùng hát". Về hưu, người nào cũng có một bộ karaoke trong nhà. Xịn thì ampli, loa, mixer... riêng biệt; nghèo thì một bộ karaoke kẹo kéo cũng đủ. Về hưu, khi con cháu lần lượt theo cánh chim tìm về tổ ấm của riêng mình, vợ chồng rảnh rỗi không biết làm gì. Đi qua đi lại gặp nhau thì cũng dễ... gây lộn. Ngày xưa gặp nhau bao lâu cũng không đủ, giờ gặp nhau hoài sao thấy nó ngượng ngượng làm sao. Romantic thì sức tàn, gân mỏi. Muốn lên tone cao thì toàn xuống tone trầm. Thôi thì một karaoke, hai ta cùng hát cho nó lành.

Vì xuất thân từ trường phái phải nhìn chữ chạy trước mặt, nên bây giờ hát live theo nhạc sĩ: chuyện buồn thì ít mà chuyện vui thì nhiều. Lạc nhịp là chuyện bình thường như cơm bữa. Cụ Lan – cựu cô giáo – hát bài nào cũng say sưa. Có lần cụ quên lời bài "Nối vòng tay lớn", bèn bịa ra: "Nối vòng tay... nấu canh chua mẹ nấu!". Cả nhóm cười lăn lộn, bác sĩ Hòa vẫn đàn tỉnh như không: "Lời mới, hương vị quê nhà đó nghen!". Cụ Tùng – cựu kỹ sư – đang hát bolero tốc độ 84 bỗng nhiên, khi qua điệp khúc, chơi một tràng lên cỡ 100 làm nhạc sĩ chạy theo muốn bở hơi tai. "Tui làm cầu đường, nên đôi khi... vượt tốc độ!". Cả nhóm lại một phen cười lên ruột.

Vậy đó, âm nhạc của chúng tôi có thể sai nốt, lệch nhịp, nhưng niềm vui tiếng cười thì luôn trúng tông. Bởi vì thuộc trường phái "ca sĩ có giá" nên cái gọi là ca sĩ chúng tôi trong giờ đi hát, không ai quên mang theo "đồ nghề": người thì mang xấp giấy chép lời to như đơn thuốc; người mở phone để xem bài hát mặc dù đôi khi quên... đeo kính. Có cụ còn phải "chống mắt kính lên trán, cầm đèn pin soi màn hình", trông như đang mổ tim cùng bác sĩ Hòa!

Có lần, một bà quên mang điện thoại, mượn bài hát của tôi; ai ngờ cái chữ viết của tôi vốn xấu như gà bới, ngoằn ngoèo, đọc không được. Bà la lên: "Chữ này mà tui hát theo, chắc thành... rap mất!".

Có bà luôn mang túi to đùng, trong đó có giấy, nước ấm, kẹo ngậm thông giọng, và cả một đôi giày cao gót dự phòng "cho nó ra dáng ca sĩ". Một lần, hát xong, cụ nhìn xuống chân bật cười: "Ủa, tôi đi đôi dép lê ra sân khấu hồi nào vậy nè?". Cả nhóm cười nghiêng ngả, bác sĩ Hòa nói: "Không sao, đi dép thì chị hát bolero, đi giày thì chị hát tango!"

Kể chuyện của mấy ông bà già ham hát chúng tôi thì nhiều lắm. Cả ngày không hết. Một chương trình vui hát của chúng tôi không bao giờ thiếu phần còn quan trọng hơn hát: ăn uống. Trước khi hát, ăn trưa; hát xong 3 bài, ăn tối. Mọi người cười, nhóm này hát thì ít mà ăn thì nhiều. Thường mỗi người góp phần mang theo một món: bánh bột lọc, chè đậu xanh, bánh cuốn, bánh bèo, gỏi gà, gỏi vịt... thôi thì đủ cả. San Jose có bao nhiêu món lần lượt tập trung về đây vào những ngày cuối tuần. Có cụ không đem đồ ăn, chuyên đem rượu nho. Cụ nói rượu này tui tự lên men tại... BevMo!. Ai nấy cười khúc khích. Cũng có khi chị bác sĩ chủ nhà kiêm ca sĩ kiêm bếp trưởng cùng vài bà đi chợ mua đồ nấu ăn chung. Các người khác chia tiền. Đi hát mà như đi party. Khi các ca sĩ lên sân khấu thì các bà "nấu sĩ" loay hoay bên bếp cạnh bên. Chỉ tội những người hát cuối cùng. Khi bụng đói, ai cũng mong mau cho hết giờ để được ăn. Ca sĩ cũng mong hát lẹ lẹ vì mùi thơm cứ bay ngào ngạt khắp thính phòng.

Có ông bạn già tức cảnh sinh tình ngâm thơ: "Rượu nhà làm, ca nhà hát, toàn cây nhà lá vườn!"

Bác sĩ Hòa vừa uống bia vừa triết lý: "Người ta tập gym cho cơ thể hoạt động, còn tụi mình hát cho trái tim vận động." Miễn sao có động là được. Lại nghe tiếng ông nào giọng Huế cuối phòng: "Còn tui có cái tập hoài mà có động đậy chi mô." Cả nhóm gật gù: "Cái ông già lẩm cẩm vậy mà đúng."

Một lần, một cụ quên tắt micro, đi vào bếp la to: "Trà nguội hết rồi, ai uống thì tự pha nha!". Âm thanh vang khắp phòng, khiến cả nhóm cười nghiêng ngả. Một buổi khác, một bà hát "Tình khúc vàng" mà đọc nhầm thành "Tình khúc... răng vàng". Bác sĩ Hòa ôm bụng: "Phiên bản đặc biệt dành cho người cao tuổi!". Cười xong, cụ Tùng chậm rãi nói: "Răng rụng nhưng nụ cười vẫn còn, vậy là OK!". Cả nhóm vỗ tay rào rào.

Thời gian trôi, không phải ai cũng còn trong "ban nhạc dưỡng sinh" ấy. Ông Khải – giọng tenor hay nhất nhóm – ra đi sau một cơn bệnh. Ngày tiễn ông, cả nhóm mang micro, bác sĩ Hòa đàn bản "Tình ca" ưa thích nhất của ông, giọng ai cũng nghẹn. Cụ Lan thở dài: "Ảnh đi rồi, chắc cũng lập ban nhạc ở bên kia."

Rồi đến bà Năm – giọng ca bolero ngọt như mía lùi – cũng "về với mây". Chiếc micro cũ của bà được giữ lại, mỗi buổi hát vẫn đặt ngay ngắn trên bàn, như để nói: "Người hát đi xa, nhưng tiếng ca vẫn còn ở lại." Bài "Mãi mãi bên em" bà thường hát vẫn còn vang vọng đâu đây. Còn, còn nhiều nữa. Có người ra đi, nhưng cũng có người thêm vào. Cuộc sống cứ trôi đi. Tuổi già cứ chầm chậm trôi qua. Hết Xuân rồi sang Hạ, hết Hạ rồi sang Thu. Thấm thoát mùa Đông lại tới.

Bên ngoài, đã bắt đầu có những cơn mưa phùn. Trong căn phòng nhỏ, tiếng đàn vẫn vang, tiếng hát vẫn rộn ràng. Nhạc sĩ bảo: "Các ông các bà cứ vui hát, sai cũng được, miễn đừng... im lặng." Thật vậy — âm nhạc giúp ta trẻ hơn, vui hơn, gần nhau hơn. Mỗi buổi gặp nhau, ca hát là một lần sống chậm, sống sâu và sống vui. "Tuổi già mà còn hát được, còn cười được – là còn thắng được thời gian."

Tuần sau, chúng tôi lại hẹn nhau. Lại pha trà, dọn ghế, bật đàn, và hát. Hát cho mình, hát cho bạn bè đã đi xa, hát cho tuổi già vẫn còn biết cười, biết yêu đời và yêu người. Tuổi già mà còn được hát, nghĩa là đời vẫn còn thương mình. Tiếng hát giữ bước chân mình vững hơn, giữ lòng mình ấm hơn và nhắc cho ta nhớ mỗi sớm mai thức dậy là một món quà trời ban.

NGƯỜI HÀNG XÓM GIÀ "YOU KNOW?"

Cuối cùng bà cũng rời bỏ chúng tôi, rời bỏ nước Mỹ để đi gặp lại người chồng sau gần 60 năm xa cách. Bà ra đi nhẹ nhàng và bình yên ở cái tuổi xưa nay hiếm. Bà vừa tròn 105 tuổi.

Ở khu xóm nhỏ góc đường Blossom Hill và Lean, San Jose, không ai không biết bà già góa người Nhật này. Chúng tôi hay gọi là bà Tám Sato. Sato là theo tên ông chồng, bà Tám vì bà nhiều chuyện nhất xóm. Nhưng không phải cái bà Tám đanh đá của khu phố Đinh Tiên Hoàng ngày xưa, mà là cái nhiều chuyện đáng yêu của một người đàn bà góa chồng nhỏ nhắn sống khu phố này ngay từ đầu mới xây dựng. Khu phố chỉ có 8 căn được xây từ những năm 1960, và ông bà là những người đầu tiên ở đây. Một ngôi nhà trệt đẹp nhất khu thời bấy giờ với vườn có những cây bonsai kiểu Nhật to lớn và một hồ cá koi nhỏ xinh xắn sau vườn. Tiếc là chỉ hai năm sau ông Sato mất, và từ đó bà ở vậy một mình cho đến hôm nay. Bà sống trọn một mình, bình thản như một dòng nước chảy lặng lờ, bền bỉ và thủy chung. Ngay ngày đầu tiên về khu phố này tôi đã gặp bà và đã coi nhau như bạn bè dù rằng tính theo tuổi thì bà đáng tuổi bà ngoại tôi. Nhưng gặp tôi bà cứ "you me" vô cùng tha thiết.

Khu nơi tôi ở yên ả như một góc nhỏ tách ra khỏi nhịp sống gấp gáp của Thung Lũng Silicon. Nhưng sự yên ả đó có một linh hồn riêng, và linh hồn ấy, nhiều năm liền, mang dáng hình một bà cụ nhỏ thó người Nhật — người vừa qua đời ở tuổi 105.

Cả khu phố quen với bóng dáng bé nhỏ của bà từ lâu. Sáng nào cũng vậy, trời còn sương, bà đã bước ra khỏi cửa, đội chiếc nón vải màu nhạt, tay chống vào cây gậy gỗ đã mòn. Bà đi chậm nhưng đều đặn, đúng như kỷ luật của người Nhật. Mỗi vòng đi bộ không chỉ là thể dục; đó còn là cách bà quan sát xem bồn cây nào cần tưới thêm nước, cọng rác nào ai làm rơi trên lề đường, hay thùng rác nhà nào bị gió thổi nghiêng mà chưa ai kịp dựng lại.

Bà không nói nhiều. Nhưng mỗi việc bà làm đều có ý nghĩa. Người Nhật hay nói "ikigai" – lý do để sống. Tôi nghĩ, với bà, "ikigai" là được giữ cho khu phố này sạch đẹp, nề nếp, gọn gàng. Bà nhặt từng miếng giấy rơi, quét lá trước sân, dựng lại thùng rác nhà hàng xóm, và làm tất cả trong im lặng, với sự chỉn chu đến mức khiến người trẻ như chúng tôi phải kính nể.

Cộng đồng người Nhật ở đây không đông, nhưng đoàn kết và kín đáo. Bà vẫn tham gia câu lạc bộ hưu trí Nhật mỗi cuối tuần, nơi các cụ gặp nhau pha trà, đánh vài ván cờ vây, tập dưỡng sinh, và ôn lại chuyện cũ. Đó là thế giới của họ: giản dị, kỷ luật, và sâu lắng. Bà hay mang bánh mochi còn thơm mùi gạo về cho lũ trẻ trong xóm, và đám nhỏ thì chào bà bằng cách cúi đầu bắt chước người Nhật, làm bà bật cười.

Tôi quen bà nhiều năm, ngay từ những năm 2000, bà xem tôi như một người bạn già. Mỗi lần gặp tôi là bà nghiêng đầu, cười móm mém và hỏi bằng thứ tiếng Anh chậm rãi:
— You okay, you know?

Bà nói tiếng Anh không cần theo đúng nguyên tắc văn phạm nhưng luôn có tật nói thêm hai chữ "you know" ở cuối mỗi câu. Nghe hoài thành thương. Khi tôi đi đâu về muộn, bà nhắc:
— You walk slow... you know.

Khi trời lạnh bà nhắc mặc áo:
— You no young man... you know.

Đến lúc tôi nằm bệnh viện mấy ngày, cả nhà lo thì riêng bà lo theo kiểu rất Nhật: ít lời nhưng để ý từng chút. Hôm tôi vừa về, bà chống gậy đi ngang, thấy tôi mở cửa sổ liền dừng lại. Bà quan sát như thể chỉ cần nhìn là biết tôi khỏe hay yếu. Rồi bà gật đầu mấy cái, nhẹ như thở phào:

— You home... good... you know.

Sáng hôm sau, trước cửa tôi xuất hiện một túi nylon nhỏ: gói trà xanh, vài chiếc bánh quy giòn, và mảnh giấy run run: “Drink tea. Walk slow. You strong... you know.”

Không ký tên, nhưng ai cũng biết chỉ có bà mới viết như thế.

Những lần tôi khỏe lại, bà kể chuyện bà từng bị ngã gãy tay hồi tám mươi mấy tuổi, phải nghỉ đi bộ gần cả tháng. Bà cười móm mém:
— I stubborn... you know.

Rồi chỉ vào tôi:
— You stubborn too... must get strong... you know.

Cả khu phố quen với âm điệu “you know” của bà đến mức trẻ con cũng nhại theo, và bà vẫn cười hiền như dung thứ cho sự nghịch ngợm ấy. Bà sống lâu, sống khỏe, sống tử tế, đến mức tất cả chúng tôi nghĩ bà sẽ còn bước đi quanh khu phố thêm nhiều năm nữa.

Nhưng rồi một sáng đầu thu, người con gái trưởng treo thông báo nhỏ trước cửa: bà mất trong giấc ngủ, nhẹ nhàng như một cánh lá cuối mùa. Không đau đớn, không bệnh tật kéo dài — đúng kiểu người Nhật mong muốn: đi trong sự thanh thản và toàn vẹn.

Hôm tang lễ, cộng đồng người Nhật trong thành phố đến rất đông. Họ đặt hoa trắng, cúi đầu thật thấp trước di ảnh bà. Người ta kể lại những chuyện nhỏ bà từng làm: kiếm con mèo lạc cho đứa trẻ đầu phố, pha trà cho bà cụ vừa phẫu thuật, hay âm thầm đóng góp cho hội người Nhật cao niên. Mỗi câu chuyện là một mảnh ghép về một người phụ nữ sống lặng lẽ mà đầy nhân bản.

Khi đi ngang lối mòn trước nhà bà, tôi bất giác nhìn xuống mặt đường. Không còn một bóng người nhỏ thó đang cúi xuống nhặt lá nữa. Không còn tiếng chào run run:
— Morning... you know.

Nhưng lạ thay, khu phố vẫn sạch đến mức không ai nỡ làm rơi một mảnh giấy. Hình như mọi người đều ngầm muốn giữ những điều bà để lại, như một cách tiếp tục công việc của bà.

Có những buổi chiều muộn, khi mặt trời vừa khuất sau mái nhà cuối phố, tôi hay đứng tựa vào hàng rào gỗ nhìn con đường bà từng đi bộ mỗi ngày. Ký ức hiện lên từng mảng nhỏ, rõ ràng như mới hôm qua.

Tôi nhớ một lần trời mưa nhẹ. Cả khu phố im ắng, chỉ có tiếng nước rơi lộp bộp xuống mặt đường. Tôi ra sân xem thùng rác có bị gió thổi ngã không thì bất ngờ thấy bà. Bà mặc áo mưa mỏng màu xanh lá, tay vẫn cầm cây gậy gỗ, bước từng bước ngắn nhưng dứt khoát. Tôi chạy ra hỏi sao bà không ở trong nhà. Bà nhìn tôi rồi cười, đôi mắt nhăn lại thành hai lằn cong hiền hậu:

— Rain no problem... you know.

Rồi bà chỉ vào lề đường: có mấy nhành cây bị gió quật đổ chắn lối. Bà định cúi xuống để nhặt, nhưng tôi vội chạy đến làm giúp. Bà đứng đó, che mưa bằng chiếc áo mưa bé xíu, nhìn tôi với vẻ hài lòng như thể vừa "đào tạo" được một học trò mới trong lớp học làm người tử tế. Mưa rơi, nhưng nụ cười bà thì ấm.

Hồi nhớ lại, tôi càng hiểu: bà không chỉ quét rác; bà dạy chúng tôi cách sống.

Tôi nhớ lần khác, mùa xuân, hoa mận trong vườn trước cửa nhà bà nở rộ. Tôi ghé ngang thấy bà đang khom người nhặt từng cánh hoa rơi để gom lại gốc. Tôi hỏi sao phải nhặt, hoa rụng là chuyện tự nhiên mà. Bà đáp nhỏ, nhẹ như gió:

— Nature beautiful... but clean more beautiful... you know.

Một câu đơn giản mà tôi mang theo mãi.

Tôi cũng nhớ ngày bà kể về chồng mình — người lính Nhật từng sang Mỹ sau Thế Chiến. Giọng bà thấp xuống, đôi mắt nhìn xa xăm:

— He quiet... good man... you know.

Bà nói chồng mất đã lâu, nên bà học cách sống một mình. Bà nói điều đó bình thản như kể chuyện hôm qua đi chợ. Sự bình thản ấy khiến tôi hiểu tại sao bà khỏe đến 105 tuổi: bà cất nỗi buồn vào nơi riêng của bà, và chỉ để phần sáng đi ra ngoài.

Nhiều khi tôi tự hỏi: người già nhớ những gì khi sống đến hơn một thế kỷ? Với bà, có lẽ ký ức không phải là thứ để than thở, mà là thứ để gấp lại như tấm khăn tay, mang theo bên mình mà không khoe ra, không trách móc, không phàn nàn.

Giờ đây mỗi khi đi bộ qua đoạn đường bà hay đứng nghỉ chân, tôi có cảm giác như bà vẫn còn đâu đây. Vẫn dáng người nhỏ bé, bước vừa chậm vừa chắc, mắt nhìn kỹ hai bên đường xem có gì cần dọn dẹp. Vẫn giọng nói run run mà đầm ấm:

— You walk more... good for heart... you know.

Ký ức về bà không lớn lao, không dữ dội, mà nhỏ bé như một vòng bước chân. Nhưng chính những điều nhỏ bé ấy tạo nên một phần hồn của khu phố này. Người ta thường nói: "Khi một cụ già mất đi, đó là cả một thư viện bị đốt." Nhưng với bà, thư viện ấy không biến mất. Nó âm thầm ở lại trong chúng tôi — những người từng sống cùng bà, từng nhận một túi trà nhỏ, một lời nhắc nhẹ, một nụ cười hiền, từng nghe đôi chữ "you know" nhiều đến mức thành quen.

Có những người gặp một lần rồi quên. Có những người sống cạnh ta nhiều năm mà vẫn như xa lạ.

Nhưng cũng có những người, như bà cụ Nhật 105 tuổi ấy, không cần ồn ào, không cần dạy dỗ, chỉ bằng sự tử tế và bền bỉ, đã để lại một dấu ấn khó phai trong lòng một khu phố Mỹ, và trong lòng tôi.

Và mỗi sáng sớm, khi mở cửa nhìn ra lối đi trước nhà, tôi lại nghe như có tiếng bước chân nhẹ lắm... rồi một giọng nói khẽ như gió thoảng: you know?

NGƯỜI MẸ VÀ HAI ĐỨA CON TỰ KỶ

San Jose nhiều năm nay vẫn thế: sớm tinh mơ trời se lạnh, sương bay mỏng giữa những mái nhà thấp trên khu Blossom Hill. Trong căn nhà nhỏ màu xám khu mobile home cuối con đường yên tĩnh ấy, ánh đèn bếp luôn sáng từ năm giờ sáng. Ở đó có một người mẹ Việt với hai đứa con trai, một ba mươi lăm tuổi, một ba mươi bảy. Cả hai đều tự kỷ từ bé.

Tôi gặp chị trong phòng chờ của một trung tâm hỗ trợ gia đình có con đặc biệt trên đường Bascom. Chị đến sớm, mang theo túi hồ sơ dày, ghi chép chi chít bằng chữ nghiêng nhỏ: từng toa thuốc, từng phản ứng phụ, từng cuộc hẹn, từng lần thăm khám. Trên gương mặt già trước tuổi đầy nếp gấp là sự mệt mỏi, nhưng đôi mắt sáng lên một thứ kiên định mà khó ai có được: quyết tâm không đầu hàng số phận.

Chị kể rằng hồi mới sang Mỹ, chị chạy như con thoi từ bệnh viện này sang bệnh viện khác. Không ai hướng dẫn, không họ hàng gần, tiếng Anh chỉ hiểu lơ mơ. Nghe nơi nào có chương trình trẻ tự kỷ là chị đi. Bác sĩ nào từng điều trị, chị xin gặp. Có nơi bác sĩ nhìn vào hồ sơ hai đứa, lắc đầu. Nhưng chị không chấp nhận. "Người ta nói một, tôi phải tìm cho ra người nói hai," chị nói, giọng cứng nhưng run nhẹ vì nhớ lại những năm tháng ấy.

Hai đứa con thời đó như hai cơn bão không báo trước. Đứa lớn ba tuổi không nói được chữ nào, chỉ hét, đập đầu vào tường đến nỗi có lần đầu nó sưng bầm cả tuần. Đứa nhỏ thì tự cấu cào mặt đến trầy xước. Có đêm chị phải khóa hết cửa, giấu dao kéo vào hộc khóa lại vì sợ nguy hiểm. Có tuần chị ngủ không quá hai tiếng mỗi đêm. Có hôm đang ăn cơm, đứa nhỏ lên cơn, hất tung bàn, chén bát rơi loảng xoảng. Chị đứng giữa nhà, tay run run, muốn ngã quỵ. "Tôi có lúc muốn bỏ nhà mà đi," chị nói, mắt nhìn vu vơ. "Không phải vì không thương con... mà vì sợ mình không còn chịu nổi." Nhưng rốt cuộc chị ở lại, bởi chị hiểu: nếu chị đi chỉ một ngày thôi, hai đứa không sống nổi.

Những năm ấy, chị biến mình thành một người nghiên cứu. Tủ sách nhà chị chất đầy sách về thần kinh học, hành vi học, phát triển trẻ tự kỷ, rồi nghiên cứu về serotonin, GABA, neuroplasticity. Chị đọc tài liệu như sinh viên y khoa, đánh dấu từng trang, ghi chú từng phản ứng thuốc. Không phải mê tín, nhưng chị thử cả Tây y, Đông y, thuốc Bắc, thuốc Nam — bất kỳ hy vọng nào, dù mong manh thế nào, chị cũng không bỏ lỡ. Bởi vì với chị, chỉ cần con đỡ được 1%, thì cũng đáng để đánh đổi cả tháng trời mất ngủ.

Hai đứa có những thói quen khó ai hiểu: đứa lớn thích mở rồi đóng cửa tủ bếp liên tục chỉ để nghe tiếng "cạch" nhỏ xíu; đứa nhỏ thì mê xoay bánh xe đồ chơi suốt hàng giờ, mắt dán vào vòng quay vô tận ấy. Mỗi sáng, chị phải theo sát đứa lớn để nhắc từng động tác thay quần áo — không nhắc, nó sẽ đứng bất động trước tủ cả nửa giờ. Đứa nhỏ dễ nổi cơn nếu nghe tiếng máy hút bụi hoặc còi xe ngoài đường. Có những buổi tối, hai đứa thay phiên nhau bật tắt đèn phòng tắm, cười khúc khích vì thích ánh sáng nhấp nháy ấy. Chị cũng cười, nhưng trong lòng chùng xuống. Bởi chị biết những niềm vui nhỏ ấy, dù vô hại, vẫn là lời nhắc nhở rằng con mình không giống người bình thường.

Những đứa trẻ như thế lớn lên trong một thế giới riêng, và người mẹ là chiếc cầu nối duy nhất. Nỗi lo của chị không phải chỉ ngày hôm nay, mà là ngày mai, ngày kia, năm tới, mười năm tới — những ngày khi chị già, chân yếu, mắt mờ. Khi chị không còn đủ sức giữ tay những đứa con lúc nó lên cơn. Khi chị không chạy theo kịp nếu nó lao ra đường. Khi chị bệnh nằm xuống, ai sẽ hiểu rằng đứa lớn chỉ ăn cơm nếu chan thêm một chút nước mắm? Ai sẽ biết đứa nhỏ chỉ chịu tắm nước ấm vừa phải, và phải gội đầu trước khi xả người? Ai sẽ dịch những tín hiệu mơ hồ mà chỉ mình chị đọc hiểu?

Dù vậy, nước Mỹ vẫn có những bàn tay đưa ra. Chính phủ Mỹ giúp chị đứng vững. Cả hai đứa con đều được xét vào diện tàn tật, mỗi tháng nhận trợ cấp SSI đủ để phụ phần ăn ở, thuốc men và những vật dụng cần thiết. Chị nói:

— "Nếu không có khoản đó, tôi không biết sống sao. Nó trả tiền housing, trả tiền chương trình sinh hoạt hằng ngày... tôi đỡ lo được một phần..."

Có bác sĩ ở Stanford gọi cho chị lúc chín giờ tối chỉ để hỏi thăm đứa nhỏ ngủ có ngon không. Có bác sĩ ở Valley Health xem video cơn lên cơn của 2 nhỏ suốt hai tiếng. Có y tá nắm tay chị mà nói: "You're doing so well, mom." Những câu nói nhỏ thôi, nhưng đủ để một người mẹ đứng vững trong những ngày đen tối nhất đời. Ở một đất nước rộng lớn, đôi khi lạnh lùng, chính sự trợ giúp này đã là cái phao để một người mẹ Việt khỏi chìm xuống.

Nhưng dù có trợ cấp, có người giúp đỡ, nuôi hai đứa tự kỷ vẫn là hành trình không ai có thể gánh thay thế người mẹ.

Thời gian trôi, hai đứa con của chị giờ đã hơn ba mươi tuổi. "Tụi nó biết ngoan rồi," chị nói, đôi mắt như dịu đi. "Không bình thường hoàn toàn... nhưng bình yên." Đứa lớn biết tự thay đồ, biết phụ mẹ gấp khăn. Đứa nhỏ thích ra sân ngắm máy bay, không còn tự cấu vào người như trước. Mỗi chiều, chị dắt hai đứa đi bộ quanh khu phố, bước chậm nhưng đều. Hai đứa cao to hơn mẹ. Hàng xóm quen mặt ba mẹ con, nói "hello" bằng nụ cười nhẹ nhàng đầy cảm thông.

Tôi hỏi chị về tương lai. Chị im lặng rất lâu. Gió từ dãy đồi Almaden thổi qua, mang theo mùi cỏ khô. "Tôi tính hết rồi," chị nói. "Tôi lập trust, mua bảo hiểm, xin housing cho tụi nó. Tôi tập cho tụi nó tự lập tối đa. Sau này... dù tôi không còn bên cạnh, tụi nó vẫn có chỗ để sống." Rồi chị nói thêm, giọng nhỏ như tiếng thở: "Tôi chỉ mong ban đêm hai đứa nằm chung phòng, như hồi nhỏ... tụi nó quen hơi nhau. Vậy là tôi yên."

Tôi nhớ mãi buổi chiều chúng tôi bước ra bãi đậu xe. Đứa lớn bỗng đứng lại, nhìn lên trời. Một chiếc máy bay bay ngang, để lại vệt trắng dài. Nó chỉ tay về phía mẹ. Chị cúi xuống: "Ờ, máy bay đó con." Ánh mắt nó sáng lên. Một chuyển động rất nhỏ, nhưng là kết nối thật sự — điều mà người ta từng bảo trẻ tự kỷ không có. Tôi nhìn cảnh ấy và hiểu: ba mươi mấy năm kiên trì của chị không hề vô ích.

Đứng nhìn chị lái xe rời khỏi bãi đậu xe, chiếc xe nhỏ hòa vào dòng người trên đường Bascom, tôi tự hỏi: có bao nhiêu người mẹ như chị đang âm thầm bước đi trong thành phố này? Có bao nhiêu cuộc đời tưởng như không chịu nổi, nhưng mỗi sáng vẫn thắp đèn bếp, nấu bữa sáng, chuẩn bị thuốc men và đi tiếp — như cách chị đã đi suốt bốn mươi năm?

Cuối bài viết này, tôi xin gửi lời cảm ơn. Cảm ơn nước Mỹ — nơi dù rộng lớn và đôi khi lạnh lùng, vẫn có những bác sĩ, y tá... nhân viên... không bỏ rơi, luôn bên cạnh những đứa trẻ đặc biệt này. Cảm ơn những người làm việc thầm lặng, đã giúp nhiều gia đình không gục ngã. Và hơn hết, cảm ơn những bà mẹ Vietnam — những người đã bước qua bóng tối bằng chính trái tim mình.

Chị từng nói: "Tôi không mong phép màu. Tôi chỉ mong mỗi ngày sống bình yên thêm một chút." Tôi tin rằng sau tất cả những gì chị đã đi qua, bình yên ấy rồi sẽ đến — như buổi chiều San Jose dịu xuống, ánh nắng cuối ngày lấp lánh trên vai một người mẹ đang dắt hai đứa con tự kỷ trở về căn nhà nhỏ nơi ánh đèn bếp vẫn sáng, như đã luôn sáng suốt bao nhiêu năm nay.

NHỮNG MÙA GIÁNG SINH TRÊN XỨ NGƯỜI

Rời quê hương theo diện đoàn tụ tị nạn, tôi đến Mỹ vào một ngày cuối năm 1998, đúng vào mùa Giáng Sinh. Lúc ấy, tôi gần tròn năm mươi tuổi. Chuyến bay đưa vợ chồng tôi và ba đứa con nhỏ đến thành phố Tulsa, một vùng đất nhỏ yên tĩnh giữa miền Trung nước Mỹ, nơi mùa đông tuyết phủ trắng trời.

Ngày đầu tiên đặt chân đến nơi đây, tôi vẫn nhớ rõ: trên con đường nhỏ về thị trấn Broken Arrow — gió lạnh thổi táp vào mặt, hơi thở hóa thành khói trắng, đường phố vắng tanh, chỉ có ánh đèn Noel le lói sau các khung cửa sổ. Cả gia đình chúng tôi quây quần trong căn nhà nhỏ của người em gái, vừa mừng vừa lo. Đó là mùa Giáng Sinh đầu tiên trên đất Mỹ, nhưng trong lòng mỗi người đều chùng xuống — buồn và nhớ nhà vô hạn.

Bên ngoài tuyết rơi nhẹ, bên trong vợ chồng tôi ngồi lặng lẽ bên cửa sổ, ba đứa con nhỏ ôm nhau xem tivi mà không hiểu tại sao cha mẹ lại lặng thinh. Tôi nhìn ánh đèn Giáng Sinh treo dọc hàng hiên của khu nhà — rực rỡ mà lạnh lẽo. Trong khoảnh khắc đó, tôi nhớ da diết tiếng chuông nhà thờ Phủ Cam, nhớ mùi nhang trầm, nhớ tiếng nước mưa gõ trên mái ngói nhà ngoại tôi ở Huế — một căn nhà nhỏ trong xóm nghèo An Lăng, dưới chân núi Ngự Bình. Giáng Sinh đầu tiên ở xứ người — lạnh bên ngoài, se sắt trong tim và nhớ những mùa Giáng Sinh ở Huế.

Hầu như năm nào mùa lễ hội chúng tôi cũng về thăm ngoại. Huế những năm xưa, Giáng Sinh đến cùng mưa phùn và gió bấc. Nhà ngoại tôi nằm trong xóm An Lăng, nghèo nhưng đậm tình người. Từ sân nhà nhìn ra xa, đã thấy bóng Ngự Bình sừng sững trong sương sớm, như che chở cả vùng quê trầm mặc.

Nhà ngoại nhỏ, mái ngói rêu xanh, tường vôi đã loang lổ. Ông là người hiền lành, ít nói; bà quanh năm buôn bán tảo tần. Nhưng mỗi mùa Noel, dù mưa gió thế nào, cả đại gia đình cũng tụ họp cùng xóm làng vui như Tết. Vui nhất là những đứa nhỏ chúng tôi. Trẻ con háo hức tập hát, người lớn lo trang trí bàn thờ, còn mẹ tôi ra chợ mua vài tờ giấy màu về cùng ông ngoại làm những ngôi sao năm cánh. Tôi và các anh chị con bà dì giúp mẹ dán viền kim tuyến, rồi treo ngôi sao ấy lên cây chuối trước sân. Đến tối, ba tôi cắm cây đèn cầy nhỏ bên trong, ánh sáng vàng hắt lên mái ngói rêu xanh — đó là chiếc đèn Giáng Sinh của tuổi thơ tôi, đơn sơ mà ấm áp vô cùng.

Nhớ những đêm Noel mưa rả rích, lũ trẻ trong xóm theo cha mẹ kéo nhau ra nhà thờ Phủ Cam, chân lấm bùn mà miệng vẫn hát "Đêm Thánh Vô Cùng" vang giữa trời lạnh.

Có năm Huế lụt, nước dâng tới đầu gối, nhưng cha tôi vẫn thắp nến, mẹ bắc nồi chè đậu xanh nóng, gọi hàng xóm qua chia sẻ. Bên ngoài mưa gió, bên trong nhà vẫn sáng, vẫn ấm — Giáng Sinh nghèo vẫn đậm tình.

Tulsa những năm đầu tôi ở thật khác Huế biết bao. Phố xá thưa người, nhà nào cũng khép kín. Không tiếng cười, không mùi trầm, chỉ có tuyết trắng và gió rét. Tulsa có rất nhiều nhà thờ. Đi đâu cũng thấy tháp chuông cao vút, mái ngói nhọn và cây thánh giá lấp lánh trong đêm. Những buổi tối gần Noel, tiếng chuông từ các nhà thờ vọng ra ngân dài, vang khắp khu phố. Ánh đèn Noel phản chiếu trên mặt tuyết, rực rỡ và đẹp đến nao lòng. Thế nhưng, tôi vẫn cảm thấy trống vắng lạ lùng — như người lữ khách đứng bên lề một thế giới đang hân hoan.

Là một thành phố có nhiều người theo đạo Công giáo và Tin Lành nên khắp nơi treo đèn sáng quắc. Rhema Bible College – nơi hàng triệu bóng đèn được giăng khắp mặt hồ, cây cối và lối đi. Cả khuôn viên sáng rực như mộng, ánh đèn lung linh phản chiếu xuống mặt băng, trẻ nhỏ reo hò. Những đứa con vui đùa trên tuyết, riêng vợ chồng tôi nép mình bên hông nhà thờ đứng nhìn, một kẻ xa quê giữa biển ánh sáng lạnh lẽo, lòng bỗng thèm nghe tiếng mưa Huế rơi, thèm hương chè nóng mẹ nấu đêm Noel năm nào.

Những năm đầu trên đất Mỹ, cuộc sống còn nhiều vất vả, tiếng Anh chưa sõi, việc làm bấp bênh, nhưng gia đình nhỏ chúng tôi cùng nhau vượt qua từng mùa đông, từng Giáng Sinh, bằng niềm tin lặng lẽ với ký ức quê nhà còn cháy sáng trong tim.

Sau hai năm sống ở Tulsa, tôi chuyển về San Jose, California, nơi có nắng ấm quanh năm và cộng đồng người Việt đông đúc. Cuộc sống dần ổn định, tôi quen thêm bạn bè Việt, mỗi dịp Giáng Sinh lại cùng nhau tụ họp, ca hát, chuyện trò.

Giáng Sinh ở San Jose không có tuyết, nhưng có đèn, có nhạc và có niềm vui. Tôi thường cùng vợ con đi xem đèn tại Christmas in the Park ở trung tâm thành phố. Không khí rộn ràng, mùi chocolate nóng và bánh gừng lan tỏa khắp nơi. Có năm, tôi lại lái xe đến Vasona Lake Park ở Los Gatos để ngắm "Fantasy of Lights", nơi cả khu rừng lung linh sắc màu — tuần lộc, xe trượt tuyết, ông già Noel vẫy tay giữa trời đêm.

Tôi vẫn nhớ rõ Giáng Sinh năm 2001, năm đầu tiên tôi tự tay đi chặt cây thông thật về trang trí. Cùng một người bạn, chúng tôi lên một vườn ở Morgan Hill, chọn cây và tự mình chặt cây, mùi thông tươi thơm ngát. Tôi mua thêm một dây đèn, vài quả châu đủ màu, một ngôi sao nhựa gắn trên đỉnh, và một tấm thiệp nhỏ viết dòng chữ: "Giáng Sinh đầu tiên trong ngôi nhà của riêng mình." Đêm đó, cả gia đình cùng nhau trang trí cây thông, lũ nhỏ ríu rít treo châu, cười đùa, ánh đèn vàng lung linh trong căn phòng ấm áp. Tôi đứng nhìn, lòng bỗng nhẹ tênh, như vừa tìm lại được một phần ký ức của Huế xưa — ngôi sao giấy, ngọn đèn dầu, tiếng chuông ngân trong mưa lạnh.

Sau này, năm nào tôi cũng treo đèn ngoài hiên, trang trí cây thông trong phòng khách. Mỗi bóng đèn nhỏ lấp lánh như một kỷ niệm — về Huế, về Tulsa và những năm tháng gian nan nơi xứ người.

Thời gian cứ lặng lẽ trôi qua, thấm thoắt sau hơn hai mươi năm, tôi đã về hưu.

Mỗi mùa Giáng Sinh, tôi vẫn thắp một ngọn nến nhỏ trong căn phòng yên tĩnh để tưởng nhớ cha – người đã nằm lại trong mảnh đất sau nhà quê ngoại. Lòng mãi nhớ ánh đèn dầu leo lét trong những mùa Noel mưa lũ ở xóm An Lăng. Dù đã đi qua bao mùa tuyết trắng ở Tulsa, bao mùa đèn rực ở San Jose, trong tim tôi vẫn là tiếng chuông Phủ Cam giữa mưa phùn năm cũ.

Năm nay, lại một mùa Giáng Sinh sắp đến, nhưng mẹ đã rời bỏ chúng tôi để về bên ba. Suốt 74 năm, kể từ khi tôi cất tiếng khóc chào đời ở quê nhà Đà Nẵng cho đến những ngày định cư bên Hoa Kỳ, chưa một mùa Giáng Sinh nào tôi vắng mẹ. Vậy mà năm nay, khi lá ngoài sân bắt đầu úa vàng, khi phố phường giăng đèn lấp lánh, tôi thấy lòng trống vắng: mùa Giáng Sinh đầu tiên không có mẹ bên mình.

Tôi vẫn nhớ như in hình ảnh mẹ trong những mùa đông cũ – dáng người nhỏ nhắn, chậm rãi bày biện mâm cỗ. Mẹ chẳng bao giờ nói nhiều, chỉ lặng lẽ làm mọi thứ để con cháu được sum vầy. Mẹ thích nhất là những chùm nho chín đỏ nằm trên các trái cam vàng. Năm nào mẹ cũng chọn chùm đẹp nhất đặt giữa bàn, rồi mỉm cười hiền hậu khi nhìn con cháu nâng ly chúc mừng.

Từ khi tôi sang Mỹ đoàn tụ, Giáng Sinh vẫn là dịp mẹ và tôi có thể ở bên nhau trọn vẹn. Dù tuổi đã cao, thêm căn bệnh Alzheimer quên quên, nhớ nhớ, mẹ hay ngồi bên cửa sổ, mắt nhìn xa xăm như đang tìm kiếm điều gì đã rơi mất trong ký ức. Nhưng với tôi, vẫn là những giây phút hạnh phúc được ở bên nhau. Tôi vẫn hay cầm bàn tay gầy guộc của mẹ vì biết rằng thời gian bên mẹ sẽ không còn nhiều. Nhưng ngay cả khi mẹ đã quên nhiều điều, mẹ vẫn không bao giờ quên yêu thương. Mỗi khi thấy tôi, mẹ vẫn mỉm cười, nụ cười hiền như nắng chiều quê cũ. Thỉnh thoảng, mẹ lại nhắc đến những điều vụn vặt của quá khứ – bữa cơm nghèo năm nào, con đường đất đỏ trước nhà, hay tiếng chuông nhà thờ vọng lại mỗi đêm Noel. Tôi biết, trong miền sâu thẳm của tâm hồn, mẹ vẫn nhớ, vẫn yêu, vẫn sống cùng những ký ức xưa.

Giáng Sinh năm ngoái, tôi còn ngồi cạnh mẹ, cùng nhau sắp xếp dĩa trái cây với chùm nho đỏ lên bàn thờ ba. Căn phòng nhỏ, ánh đèn vàng mờ, bên cửa sổ treo một vòng nguyệt quế. Mẹ nhìn thật lâu tấm ảnh ba: "Nho ngon lắm... để dành cho anh." Tôi bỗng không kìm được nước mắt. Giữa cơn lẫn lộn của ký ức, tình thương của mẹ vẫn sáng như một ngọn nến không bao giờ tắt.

Năm nay, tôi đứng giữa căn nhà vắng. Mọi vật vẫn như xưa – chiếc áo mẹ hay mặc vẫn còn treo trên ghế, chiếc ghế gỗ nhỏ nơi mẹ vẫn thường ngồi. Chỉ có điều, mẹ đã đi xa. Tôi mua một chùm nho như mọi năm, đặt lên bàn thờ, nhưng lần này là để tưởng nhớ cả mẹ lẫn ba. Khi ánh đèn Giáng Sinh rọi qua ô cửa, tôi thấy chùm nho ánh lên như có linh hồn, như ánh mắt ba, mẹ đang dõi nhìn con từ nơi nào rất xa xăm.

Giờ đây, khi tuổi đời đã xế chiều, tôi hiểu rằng mỗi Giáng Sinh không chỉ là mùa lễ, mà là mùa của ký ức và yêu thương. Ba mẹ vẫn ở đâu đó quanh tôi – trong nụ cười của con cháu, trong hương trầm nhè nhẹ, trong ánh sáng lung linh của những đêm đông.

ARNOLD
Elevation 4000 ft.

ARNOLD, MÙA ĐÔNG CỦA TĨNH LẶNG VÀ AN BÌNH

Có những mùa đông, con người chỉ muốn rời xa nhịp sống hối hả để tìm đến nơi thật yên bình – nơi có tuyết rơi nhẹ trên mái nhà, có mùi nhựa thông và hơi thở của núi rừng. Với tôi, Arnold, California là một nơi như thế.

Chúng tôi khởi hành từ San Jose vào sáng sớm, khi sương vẫn còn phủ mờ thung lũng. Chiếc xe lăn bánh trên Highway 4 – con đường quanh co dẫn về phía dãy Sierra Nevada. Càng đi lên cao, không khí càng trong, mát, và những vệt tuyết đầu tiên bắt đầu xuất hiện bên vệ đường. Ánh sáng buổi sáng sớm chiếu lên những triền đồi phủ sương, phản chiếu lên hàng thông xanh. Những hạt tuyết đầu mùa rơi lất phất trên kính xe, nhẹ như bụi phấn biếc. Không cần lời nói, ai trong xe cũng biết: mùa đông thực sự đã bắt đầu... Cả xe ồ lên như lần đầu được thấy tuyết, mặc dù tóc chúng tôi đã bạc từ lâu.

Arnold nằm ở độ cao khoảng 1.200 mét, thuộc hạt Calaveras, miền Bắc California. Thị trấn nhỏ chỉ hơn ba ngàn dân, nép mình giữa rừng thông cổ thụ, tĩnh lặng như một giấc mơ giữa núi. Những ngôi nhà gỗ nhỏ rải rác trên triền dốc, mái phủ tuyết trắng, khói lam từ ống khói bay nghi ngút. Ở đây không có tiếng còi xe, không đèn neon chớp nháy – chỉ có tiếng gió luồn qua tán cây và mùi nhựa thông thoang thoảng trong không khí lạnh.

Chúng tôi ở nhà con gái tôi, nằm trên triền dốc nhẹ, chung quanh là rừng thông cao vút. Vừa bước xuống xe, tôi đã ngửi thấy mùi nhựa thông ngai ngái, thứ mùi dễ kéo con người ta về quá khứ. Ngôi nhà cạnh hồ White Pines có cửa sổ nhìn ra rừng. Bên trong là lò sưởi ấm, ghế bành bọc da, ánh đèn vàng dịu. Đêm đầu tiên, tôi ngồi bên cửa sổ, tay cầm tách trà nóng, lặng ngắm tuyết rơi. Tiếng gió, tiếng lửa, và nhịp tim mình hòa vào nhau – một khoảnh khắc bình yên tuyệt đối. Đêm, tiếng gió thoang thoảng nhẹ thổi qua mái, cảm thấy mình trẻ lại. Ở tuổi này, chỉ cần một đêm yên bình như thế này là đã thấy đời quá may mắn.

Buổi sáng, tôi đứng trước hiên nhìn xuống thung lũng còn mờ sương. Bất chợt Đà Lạt hiện về trong trí nhớ: đồi thông Trại Mát, Hồ Xuân Hương trong sương mỏng, ly cà phê nóng trên đường Phan Đình Phùng của những năm rất xa. Tôi nhận ra: rừng thông Arnold và Đà Lạt có chung một điều — chúng giữ lại một nỗi buồn dịu, khiến người ta nhớ những gì đẹp nhất của thời trẻ. Ở đầu bên kia nửa vòng trái đất, giữa rừng thông lạnh Mỹ quốc, tôi lại thấy bóng dáng mình của mấy chục năm trước, tay đút túi áo, bước thong thả dưới làn sương Đà Lạt xưa.

Chúng tôi bắt đầu chuyến du ngoạn khám phá Arnold. Lái xe khoảng nửa giờ đến Bear Valley Ski Resort – khu trượt tuyết nhỏ nằm giữa rừng thông. Dọc đường, cảnh vật như trong bưu thiếp: những cành thông cong xuống vì tuyết, ánh mặt trời phản chiếu trên mặt đường lấp lánh như bạc.

Khu trượt tuyết Bear Valley không lớn nhưng ấm áp và thân thiện. Trẻ con ném tuyết, người lớn trượt ván, ai cũng mang nụ cười rạng rỡ. Tôi thử trượt ống tuyết (– trò chơi vừa vui vừa lạnh cóng!). Khi lao xuống dốc tuyết, gió lùa qua mặt, tim đập mạnh – cảm giác tự do và hồn nhiên như thuở nhỏ.

Giữa trưa, chúng tôi dừng lại ở một quán gỗ nhỏ. Lò sưởi cháy bập bùng, ly sô-cô-la nóng tỏa hương ngọt ngào. Ngoài kia, tuyết vẫn rơi đều. Tôi nhìn ra khung cửa kính, chợt nghĩ – niềm hạnh phúc đôi khi giản dị đến thế, chỉ là ngồi yên giữa mùa đông, tay ấm và lòng cũng ấm.

Hôm sau, trời hửng nắng nhẹ, chúng tôi ghé Calaveras Big Trees State Park, nơi có những cây sequoia khổng lồ – biểu tượng của vùng Sierra Nevada. Tuyết phủ trắng lên những thân cây cổ thụ cao ngút trời. Ánh sáng xuyên qua tán lá tạo nên khung cảnh huyền ảo, như bước vào thế giới cổ tích. Tôi đặt tay lên thân cây – vỏ gỗ thô ráp nhưng tỏa hơi ấm. Giữa rừng, tôi cảm nhận rõ ràng dòng chảy của thời gian – hàng ngàn năm qua, những cây sequoia vẫn đứng đó, lặng lẽ và kiên định, như chứng nhân của thiên nhiên. Mỗi bước chân trong rừng tuyết là một khoảnh khắc tĩnh lặng. Chỉ có tiếng tuyết vỡ nhẹ dưới chân, và hơi thở của mình hòa vào không gian mênh mông.

Rời Big Trees, chúng tôi đi về Murphys, một thị trấn nhỏ hiền hòa nổi tiếng với các vườn nho và các winery. Tại một winery nhỏ, chúng tôi được mời thử từng ly. Rượu đỏ, rượu trắng, mỗi loại là một câu chuyện về đất đai, nắng gió, mùa thu hoạch. Chúng tôi ngồi quanh bàn gỗ dài, vừa nhấp rượu vừa kể chuyện đời. Chuyện già, chuyện bệnh, chuyện nhớ quê nhà, chuyện con cái, chuyện bạn bè đã đi xa. Và cả chuyện tương lai — mặc dù tuổi này chẳng biết còn dài bao nhiêu. Một người bạn nói: "Giờ uống rượu là để nhớ coi mình còn nếm được bao nhiêu hương vị của cuộc đời." Câu nói khiến ai cũng bật cười, nhưng đó là tiếng cười có chút lặng lẽ trong lòng.

Rời Murphys, chúng tôi đi tiếp Angels Camp, một thị trấn như ngủ quên giữa vùng núi, với những tiệm buôn bán cũ kỹ, museum nhắc nhớ một thời tìm đào vàng của thời Viễn Tây năm xưa.

Buổi tối, chúng tôi trở lại Arnold khi tuyết bắt đầu dày hơn. Ánh đèn vàng từ những ngôi nhà trong rừng hắt ra ấm áp, phản chiếu trên tuyết trắng. Chúng tôi dừng xe giữa rừng, chỉ để nghe tiếng tuyết rơi. Tiếng tuyết ở rừng thông rất đặc biệt — nhẹ như tiếng giấy mỏng chạm đất, khiến lòng người bình yên đến lạ. Nhưng chính khoảnh khắc ấy làm tôi thấy cuộc đời vẫn còn rộng rãi, vẫn còn tặng cho mình những món quà bất ngờ.

Đêm đó, chúng tôi nhóm lửa, nấu một nồi súp nóng, ngồi quây quần bên nhau. Lửa bập bùng, tiếng cười xen lẫn tiếng gió rít ngoài khung cửa. Trong không gian ấy, tôi nhận ra bình yên không phải là sự im lặng, mà là khoảnh khắc con người thấy mình trọn vẹn giữa thiên nhiên.

Trước khi đi ngủ, tôi mở cửa nhìn ra ngoài – tuyết phủ trắng sân, rừng yên ắng, chỉ còn tiếng gió rì rào. Tôi biết, sáng mai khi rời đi,

Arnold sẽ vẫn ở đó – dịu dàng, lặng lẽ, như chưa từng thay đổi.

Arnold không phải là điểm đến hào nhoáng, không có trung tâm thương mại hay dòng người tấp nập. Nhưng chính sự mộc mạc ấy lại khiến nơi đây trở nên đặc biệt.

Ở Arnold, con người như được sống chậm lại. Người ta có thể đi dạo trong rừng sequoia ngàn năm, nghe tiếng tuyết rơi, hoặc chỉ đơn giản ngồi bên bếp lửa và nhìn ánh sáng phản chiếu trên tuyết. Mọi thứ ở đây đều khiêm nhường và chân thật – giống như chính vẻ đẹp của thiên nhiên. Mỗi mùa tuyết đến, Arnold khoác lên mình chiếc áo trắng tinh khôi. Và ở nơi ấy, giữa lạnh giá của miền núi, người ta lại tìm thấy hơi ấm – không chỉ từ ngọn lửa, mà từ sự bình yên trong tâm hồn. Arnold – thị trấn nhỏ giữa Sierra Nevada – có thể không ồn ào, không rực rỡ, nhưng là nơi khiến người ta muốn quay lại, chỉ để được một lần nữa ngồi yên, nghe tuyết rơi và mỉm cười với mùa đông.

Sáng hôm sau, chúng tôi trở về lại San Jose. Tuyết tan dần sau lưng, nhưng trong lòng tôi vẫn còn nguyên hơi lạnh của rừng thông, mùi nhựa thông, hương rượu vang Murphys, và nỗi nhớ Đà Lạt cứ nhẹ nhàng bám theo. Ở tuổi quá bảy mươi, người ta hiểu rằng mình không cần nhiều. Chỉ cần những chuyến đi như vậy—bình yên, đẹp, và chân thật. Chúng cho tôi thêm lý do để yêu nước Mỹ, nơi tôi đã đến, đã sống, và đã già đi cùng những mùa tuyết và mùa nắng.

Tôi giữ cho mình một mùa tuyết Arnold, để khi nào nhớ, tôi lại mở ra, và nghe tiếng thông reo như thuở nào còn đứng trên đồi thông Đà Lạt.

Number One!
#1
#1 Grandpa

CHÁU NỘI, CHÁU NGOẠI

Khi tôi viết những dòng cuối cùng của tuyển tập này, ngày 11/11/2025, cháu nội đầu tiên ra đời. Xin được viết tiếp những cảm xúc như một lời cám ơn cuộc đời.

Tôi đã đi gần hết chặng đường của một đời người — 74 tuổi, tóc bạc, tay run, nhưng trái tim vẫn còn nguyên niềm xúc động mỗi khi nghe tiếng trẻ thơ. Hôm nay, khi đứa cháu nội đầu tiên chào đời, tôi như sống lại bao kỷ niệm của hai đứa cháu ngoại, những đứa trẻ đã lớn lên ngay bên cạnh tôi, từ ngày còn đỏ hỏn cho đến khi khoác ba lô vào trung học.

Tôi còn nhớ như in những đêm đầu tiên khi cháu ngoại đầu ra đời. Căn nhà nhỏ ở San Jose đầy tiếng khóc trẻ con, mùi sữa, mùi phấn rôm. Ban đêm, tôi và bà ngoại thay nhau bế cháu để con gái được chợp mắt. Chỉ cần cháu thở khẽ, tôi đã giật mình ngồi dậy. Có những đêm gần sáng, tôi đứng bên cửa sổ, nhìn ánh đèn xa lấp ló ngoài đường, lòng tràn ngập niềm hạnh phúc lẫn lo toan. Một người ông già nơi đất khách, chỉ biết cầu mong cho con cháu mình được lớn lên bình an trong xứ sở tự do này.

Rồi cháu ngoại thứ hai đến với gia đình, mang theo thêm tiếng cười, thêm tiếng nói. Nhưng cũng là lúc những khó khăn chồng chất — công việc của con rể bấp bênh, dịch COVID bất ngờ ập đến, trường học đóng cửa, cả nhà phải làm việc và học online trong căn phòng chật hẹp. Tôi chứng kiến những buổi sáng cháu ngồi học qua Zoom, đeo khẩu trang, thỉnh thoảng ngẩng lên cười với ông.

Tôi lặng lẽ đi pha sữa, chuẩn bị bữa trưa, lòng vừa thương vừa biết ơn — vì ít nhất, chúng tôi vẫn còn bên nhau, còn được khỏe mạnh. Giữa những ngày nước Mỹ căng thẳng, chính nụ cười của hai đứa nhỏ đã giúp tôi tin rằng cuộc đời vẫn đẹp, vẫn đáng sống.

Năm tháng trôi nhanh. Hôm con gái báo tin: "Ba ơi, con bé lớn sắp vào high school rồi," tôi bỗng sững người. Tôi nhớ ngày nào nó còn chập chững tập đi, giờ đã cao hơn vai ông, nói tiếng Anh rành rọt, dạy lại cho ông cách dùng iPhone, iPad.

Ngày cháu tốt nghiệp middle school loại giỏi 4.0 GPA, cả nhà như vỡ òa. Tôi nhìn cháu mặc áo tốt nghiệp, đại diện lớp phát biểu cám ơn thầy mà nước mắt cứ rưng rưng. Không chỉ vì tự hào, mà vì tôi biết — để có được nụ cười ấy, gia đình tôi đã đi qua bao ngày gian khó.

Và hôm nay, khi đứa cháu nội đầu tiên ra đời, tôi thấy cuộc đời mình như một cuốn phim tròn trịa. Hai cháu ngoại đang lớn, một cháu nội mới sinh — ba thế hệ cùng hiện hữu giữa xứ Mỹ này.

Tôi, người di dân năm xưa, từng đến đây với hai bàn tay trắng, nay đã có một gia đình trọn vẹn, có tiếng khóc, có tiếng cười, có niềm hy vọng. Tôi thầm nghĩ: Có lẽ hạnh phúc thật sự không nằm ở những điều to lớn, mà chỉ là được chứng kiến con cháu mình lớn lên, học giỏi, khỏe mạnh, và biết yêu thương con người, yêu cuộc sống — như cách cha ông chúng từng mơ.

MỘT BÁC SĨ VIỆT Ở ICU

Tôi gặp bác sĩ Trinh vào một buổi sáng ẩm lạnh của vùng Bắc California, khi được chuyển vào ICU Stanford sau một cơn suy tim bất ngờ. Trong cơn nửa mê nửa tỉnh, tôi vẫn kịp nhìn thấy một gương mặt nhỏ nhắn, mái tóc cột gọn, đôi mắt đen sâu và cái nhìn ấm áp đến lạ. Cô giới thiệu tên rất nhẹ: "Cháu là Trinh, bác sĩ chăm sóc cho bác hôm nay." Chỉ một câu vậy thôi mà tôi cảm thấy rất yên tâm, có người luôn bên cạnh mình, thật gần.

Về sau, khi đã khỏe hơn, tôi bắt đầu hỏi chuyện cô mỗi lúc cô ghé thăm. Tôi tò mò vì trong ánh mắt ấy có thứ gì đó khác biệt. Hóa ra cô sinh ra ở miền Nam, trong một gia đình bị tan nát sau biến cố 1975. Cha cô, một sĩ quan, bị đưa ra trại cải tạo ngoài Bắc khi cô chưa đầy hai tuổi. Lần cuối mẹ đi thăm, có người trao cho bà một mảnh giấy gấp tư với dòng chữ báo: ông đã mất. Không ai nói rõ vì lý do gì. Mẹ cô kể lại ngày đó trời lạnh đến thấu xương, bà ngồi bệt xuống nền đất đỏ mà không khóc nổi, chỉ lo không biết về nhà phải nói thế nào với đứa con gái bé bỏng đang đợi mẹ.

Trinh lớn lên trong những ký ức ngắt quãng qua lời kể về người cha mà cô chưa bao giờ được gặp mặt. Nhà nghèo, hai mẹ con sống bằng đủ thứ việc thuê mướn. Những năm đói kém, có ngày chẳng còn gì ngoài bát cháo loãng với vài cọng rau muống, mẹ vẫn cố giấu nỗi sợ để dỗ con ngủ. Mỗi đêm mưa gió, mẹ nằm nghiêng một bên, vòng tay che cho con khỏi ướt. Cô lớn lên trong mùi áo mẹ ấm, trong tiếng thở dài và những giọt lệ mà bà cố giấu.

Năm 1989, mẹ quyết định vượt biên. "Bữa đó trời tối đen như mực," Trinh kể. "Mẹ nắm tay cháu hoài, sợ lạc." Chiếc thuyền gỗ nhỏ nhoi chở gần bốn chục mạng người, tròng trành giữa biển khơi. Có lúc sóng đánh mạnh đến mức mọi người đều nghĩ chuyến đi sẽ không qua khỏi. Nhưng rồi họ đến trại tị nạn trong tình trạng kiệt sức. Cuộc sống trong trại đầy khổ cực — mỗi căn phòng như chiếc hộp sắt nóng như lò lửa, mưa thì dột, bệnh thì lây lan. Vậy mà chính ở nơi khốn khó ấy, ước mơ của cô bắt đầu. Một lần, cô nhìn thấy vị bác sĩ người Mỹ tình nguyện cúi xuống băng bó cho một đứa trẻ khác. "Cháu nhìn mà ngẩn người." Tối hôm đó, cháu nói với mẹ: "Lớn lên con muốn làm bác sĩ."

Hai mẹ con đến San Jose năm 1991. Cuộc sống ở Mỹ bắt đầu bằng căn nhà thuê chật chội của một garage biến thành phòng. Mẹ cô làm hai ba việc một lúc. Trinh đi học ban ngày, tối về phụ mẹ xếp hàng áo, tính toán từng đồng. "Chữ nghĩa là thứ duy nhất con có thể dùng để đứng lên," mẹ thường nói như vậy, cháu nghe hoài thành thấm. Cô học giỏi, vào đại học, rồi thi y khoa. Những năm nội trú là những tháng ngày không có nghỉ ngơi: trực đêm có khi 30 tiếng liên tục, uống cà phê đến run tay, ca mổ kéo dài, bệnh nhân cấp cứu liên miên. Có lúc mệt quá, cô ngồi tựa tường hành lang mà chỉ muốn khóc. Nhưng cứ nghĩ đến mẹ, nghĩ đến người cha chưa từng biết mặt, cô lại gượng dậy.

Ngày được nhận vào chương trình ICU của Stanford, cô gọi cho mẹ, hai mẹ con bật khóc trong bãi đậu xe. "Mẹ tin con mà," mẹ nói.

Làm bác sĩ hồi sức cấp cứu nghĩa là sống giữa lằn ranh sinh tử. Mỗi giây đều căng như dây đàn. Có hôm cô báo tin xấu cho ba gia đình liên tiếp. Có đêm ăn hộp cơm nguội lúc ba giờ sáng rồi ngủ gục trên ghế trực. Có lần, cô ngồi cạnh một bệnh nhân già trong phút cuối đời vì ông không còn ai thân thích. "Ba cháu mất một mình," cô nói nhỏ với tôi, "nên cháu không muốn ai phải ra đi cô độc như vậy." Câu nói ấy khiến tim tôi nghẹn lại.

Tôi nằm đây, là bệnh nhân, nhưng mỗi đêm khi cô vào phòng, tôi lại thấy mình như người chứng kiến một cuộc đời lớn hơn căn phòng ICU trắng toát. Tôi hỏi thăm, và cô kể về mẹ — người phụ nữ nhỏ bé, gầy đến mức áo khoác phất lên là thấy xương vai. Mẹ bị bệnh một lần, nhập viện cả tuần. Trinh vừa trực ICU, khi rảnh chạy qua phòng mẹ. "Con cực quá, nghỉ đi," mẹ nói. Nhưng cô chỉ cười: "Cũng đâu cực bằng mẹ. Không có mẹ, làm gì có con hôm nay."

Tôi nhớ có một tối, tôi đau quá không ngủ được. Cô ghé lại, chích thuốc rồi nhẹ nhàng hỏi: "Bác muốn nói chuyện chút không?" Tôi kể về đời mình, về những ngày tháng dài đen tối ở quê nhà, cũng có cha mất trong trại cải tạo như cô. Cô lắng nghe bằng sự cảm thông. Khi tôi hỏi sao cô chọn ICU, cô chỉ mỉm cười: "Vì mỗi sinh mạng kéo lại được là một phép màu. Và cháu muốn làm điều đó... như người ta đã làm cho cháu ngày xưa."

Những ngày nằm trong ICU, tôi chứng kiến Trinh đi như con chim nhỏ giữa ranh giới sống – chết của từng bệnh nhân. Cô không to tiếng, không vội vàng, nhưng mọi thứ được làm nhanh và chuẩn xác đến mức khó tin. Khi bệnh nhân tỉnh lại, cô nắm tay họ, giải thích từng bước. Khi bệnh nhân không qua khỏi, cô đứng cạnh giường, cúi đầu một phút trước khi rời đi.

Có lần cô nói với tôi: "Mỗi người bước vào ICU đều mang theo cả một đời phía sau họ. Cháu chỉ cố gắng để họ bước ra được. Còn nếu họ không bước ra... cháu muốn họ biết rằng ở nước Mỹ này, có một người Việt Nam đã cố gắng hết sức cho họ."

Gần ngày tôi xuất viện, có một ca cấp cứu ập vào — một người đàn ông mới ba mươi tám tuổi ngưng tim tại nhà. Tôi đứng xa xa thấy cảnh cô chạy theo chiếc giường cấp cứu, ra lệnh dứt khoát, nhanh như cắt: "Chuẩn bị sốc!" "Epinephrine ngay!" "Lấy đường truyền!" Cuối cùng, người đàn ông ấy sống lại sau chín phút tim ngừng. Cả ICU thở phào. Cô cúi xuống lau vệt mồ hôi, động tác rất nhẹ, như thể đang đặt lại một cuộc đời vào đúng vị trí của nó.

Ngày tôi đẩy xe ra cửa bệnh viện, cô đến tiễn. Tôi nhìn khuôn mặt còn in vết khẩu trang của cô và hỏi: "Có bao giờ con muốn dừng lại không? Nghề này cực quá." Cô nghĩ một chút rồi nói: "Không đâu bác. Mỗi lần kéo ai đó khỏi cái chết... cháu thấy mình đang sống thêm phần của ba."

Lúc đó, giữa ánh nắng buổi sáng và tiếng xe cứu thương, tôi hiểu rằng tôi đã gặp một trong những người đẹp nhất mà nước Mỹ này có được: một bác sĩ gốc Việt, đi lên từ mất mát, từ trại tù, từ vượt biên, từ nghèo khó… để hôm nay đứng ở một trong những bệnh viện lớn nhất nước Mỹ, trao lại sự sống cho những người xa lạ như tôi.

Tôi rời ICU Stanford với trái tim được chữa lành, không chỉ bằng thuốc men, mà bằng chính câu chuyện đời của cô.

Giữa nước Mỹ rộng lớn này, có những con người lặng lẽ như thế. Họ sống và làm việc bằng tất cả những gì mình có, và bằng cả phần của những người đã không còn trên cuộc đời này.

NĂM MƯƠI NĂM SAU, TA GẶP LẠI Ở SAN JOSE

Chiều San Jose rực lên thứ nắng vàng dịu như mật ong. Gió thu lướt qua hàng cọ dọc con đường Story quen thuộc, mang theo mùi cà phê và tiếng người qua lại. Tôi đứng trước quán cà phê nhỏ nơi góc đường, vậy mà tim lại đập nhanh như cậu học trò mười bảy tuổi ngày xưa chuẩn bị bước vào buổi hẹn đầu đời. Năm mươi năm kể từ ngày chia tay lớp trung học Phan Châu Trinh ở Đà Nẵng, hôm nay tôi sắp gặp lại Trí — thằng bạn thân nhất thời niên thiếu, người đã cùng tôi đi qua những năm tháng học trò nghèo mà rực rỡ hoa mộng nhất đời.

Ngày ấy, tôi hiền, nó nghịch. Tôi cắm cúi vào sách vở, còn nó mê bóng đá và cây đàn ghi-ta cũ. Vậy mà chẳng hiểu sao chúng tôi lại thân nhau như hình với bóng. Có lần nó bị thầy giám thị bắt gặp đang hí hoáy vẽ biếm họa thầy Toán lên góc bảng, mặt tỉnh bơ như đang sáng tác kiệt tác hội họa. Tôi đứng ra "nhận tội chung", và thế là cả hai đứa bị phạt chép bài một trăm lần. Giờ nghĩ lại, bản chép phạt ấy lại trở thành một trong những kỷ niệm đẹp nhất — cái đẹp hồn nhiên của tuổi học trò, vừa ngốc nghếch vừa đáng yêu.

Rồi năm 1970, mỗi đứa một ngả. Tôi vào học Bách Khoa Sài Gòn, Trí đi lính. Sau năm 1975, nghe phong thanh Trí vượt biên, sang Canada định cư ở Toronto. Còn tôi ở lại, làm đủ thứ nghề để tồn tại, rồi nhiều năm sau theo diện đoàn tụ sang Mỹ ở miền Bắc California. Cuộc đời cứ thế trôi, lặng lẽ như con nước. Chúng tôi mất liên lạc đúng nửa thế kỷ.

Một tối tháng Sáu năm nay, tôi nhận được một tin nhắn bất ngờ: "Ê, mày còn nhớ thằng Trí 11B không?" Tôi bủn rủn cả người. Chữ "ê" ấy, cái giọng Quảng Nam cà rỡn ấy — chỉ có Trí mới nói với tôi như vậy. Hóa ra con trai nó tình cờ nhìn thấy hình tôi trong một nhóm cựu học sinh PCT, rồi đưa cho ba xem. Thế là Trí tìm ra tôi. Chúng tôi nhắn vài dòng thôi mà xúc động như gặp lại phần tuổi trẻ bị bỏ quên đâu đó. Rồi hai đứa hẹn gặp tại San Jose — nơi tôi đang sống cùng con cháu.

Tôi đến quán cà phê sớm hơn dự định. Chưa đầy mười phút sau, cánh cửa mở ra, một ông già tóc bạc trắng, dáng hơi khom, bước vào. Ánh mắt ông dừng lại nơi tôi, rồi trong khoảnh khắc ấy, nụ cười quen thuộc nở ra — cái nụ cười của thằng Trí ngày nào, tinh nghịch mà ấm áp.

Chúng tôi đứng dậy, ôm nhau thật chặt. Nó run giọng nói: "Tao tưởng mày… không còn nữa." Tôi cười mà nước mắt chảy xuống: "Còn đây, còn để gặp mày." Cả quán cà phê quay nhìn, nhưng hai ông già tóc bạc chẳng bận tâm. Năm mươi năm dài đằng đẵng, vậy mà vừa ôm nhau một cái, mọi thứ như mới ngày hôm qua.

Ngồi xuống bàn, câu chuyện tuôn ra như suối nguồn. Trí kể về những ngày vượt biển, những đêm sóng lớn tưởng chừng không qua khỏi, rồi những năm đầu ở xứ lạnh. Nó làm trong hãng điện tử nhỏ để dựng lại cuộc đời. Tôi kể về những năm tháng ở lại quê nhà, rồi sang Mỹ đoàn tụ, làm việc, viết lách để giữ cho ký ức không bị vùi lấp. Đến chuyện thầy Toán ngày xưa, chuyện lớp trưởng Diễm "mắt nai", và buổi chia tay năm 1970 với tiếng đàn ghi-ta của Trí vang lên bài "Người đi qua đời tôi", cả hai đều bật cười ngây thơ như hai đứa học trò thời còn nhỏ dại.

Rồi Trí bảo: "Tao vẫn giữ lưu bút mày viết. Giấy vàng rồi mà chữ còn nguyên: 'Mày là người bạn tử tế nhất tao từng biết'." Tôi nghe mà cổ họng nghẹn lại. Những dòng chữ tuổi học trò tưởng đã tan vào gió, vậy mà nó giữ suốt nửa thế kỷ.

Hôm ấy, tôi mời nó về nhà ăn cơm. Căn nhà nhỏ ở San Jose đầy tiếng cười. Vợ tôi vui vẻ bày mâm cơm Việt: canh chua cá bông lau, thịt kho trứng, dưa giá… Mùi vị ấy đưa chúng tôi trở về quê nhà, trở về bữa cơm gia đình ngày xưa ở đường Gia Long, Đà Nẵng. "Vợ tao nấu mấy món này cho mày đỡ nhớ quê," tôi nói. Nó khẽ gật đầu, tự nhiên hai đứa đều thấy sống mũi cay cay.

Chúng tôi ăn, kể chuyện đời, chuyện con cháu, chuyện bạn bè xưa. Có những lúc cười đến rưng rưng, rồi cũng có những lúc im lặng rất lâu. Nắng chiều San Jose nghiêng vào khung cửa, vàng như buổi nắng mười bảy tuổi năm nào.

Khi chia tay, Trí nắm lấy tay tôi: "Năm mươi năm rồi mới gặp lại. Gặp được mày, tao mừng lắm." Chúng tôi hứa năm sau sẽ về Đà Nẵng, đứng trước cổng trường Phan Châu Trinh một lần, nhưng không biết có thực hiện được không?

Lên xe, tôi nhìn qua cửa kính, thấy Trí vẫn đứng đó, dáng gầy gò trong nắng, giơ tay vẫy mãi. Bất giác, tôi nhớ lại câu thơ đã cũ: "Tuổi học trò đi qua, nhưng tình bạn thì ở lại."

Năm mươi năm — nửa đời người. Nhưng hóa ra, điều quý nhất không phải là ta sống bao lâu, mà là ta vẫn còn ai để nhớ, để tìm, để ôm nhau mà khóc một chút sau bao ngày xa cách.

Và đôi khi, chỉ một cuộc gặp ở San Jose cũng đủ làm cho nửa thế kỷ đã qua rất lâu bỗng sống nguyên vẹn trong lòng.

LỜI CÁM ƠN

Tôi xin gửi lời cảm ơn đến đất nước Hoa Kỳ, nơi đã mở ra một con đường mới cho gia đình tôi sau bao biến cố. Cảm ơn các con, các cháu — những người đã cho tôi lý do để sống vui, sống khỏe và tiếp tục viết.

Xin cảm ơn ba mẹ đã sinh thành, dưỡng dục và che chở, để con có thể bước đi trên đời với lòng tự tin và nghị lực.

Cũng cảm ơn người vợ đã cùng tôi đi suốt chặng đường dài từ những ngày mất nước 1975 đến những ngày lưu lạc nơi quê người. Em luôn là điểm tựa, là niềm tin và mái ấm để tôi được trở về. Mọi bình yên và hạnh phúc hôm nay đều mang dấu chân và tình yêu của ba mẹ, của em.

Cảm ơn những người bạn thân quen, những người đã cùng tôi đi qua bao chuyến đi trong đời người: Orange County, San Diego, Highway 1, Big Sur... và cả mùa tuyết phủ trắng Arnold.

Cảm ơn bạn đọc đã lật từng trang sách này. Nếu trong những câu chuyện nhỏ nhoi của tôi, bạn tìm thấy một phần đời của mình, đó là niềm hạnh phúc lớn nhất của người cầm bút.

Những bài viết trong tuyển tập này được ghi lại trong nhiều năm, từ những ngày tôi còn bận rộn mưu sinh cho đến khi đời sống đã lắng xuống an lành. Chúng như những mảnh gương nhỏ phản chiếu hành trình của một người Việt xa xứ.

Tôi xin khép lại cuốn sách này bằng một lời chúc:

Mong mỗi độc giả đều tìm được bình yên trên hành trình riêng của mình — như cách tôi đã tìm được giữa rừng thông của nước Mỹ.

TÁC GIẢ

Lê Xuân Mỹ, sinh tại Việt Nam, là con của một sĩ quan đã mất trong trại cải tạo sau năm 1975. Ông định cư tại Hoa Kỳ từ năm 1998, sống tại Tulsa những năm đầu trước khi chuyển về California vào năm 2000. Ông bắt đầu cầm bút như một cách ghi lại ký ức đời mình và kể về cuộc sống nơi xứ người Ông đã góp vào giải VVNM những bài viết xúc động từ năm 2019. Ông đã nhận Giải Đặc Biệt Viết Về Nước Mỹ 2019 và giải Vinh Danh Tác Phẩm 2021. Với bài viết "Giọt Lệ Biết Làm Sao Ngưng" tưởng nhớ hai người bạn Phạm Phúc-Hạnh Nguyên vừa qua đời, là nạn nhân của một vụ giết người ngày 1 tháng 6 năm 2023 gây thương tâm kinh hoàng cho cộng đồng người Việt Bắc Cali, ông đã đoạt giải Chung Kết VVNM 2023.

Tuyển tập này bao gồm các hồi ký, du ký và tản văn được viết trong nhiều năm, chan chứa tình cảm gia đình, nỗi nhớ quê hương, và những trải nghiệm rất thật của một người Việt đi qua chiến tranh, mất mát và bình yên trên một quê hương thứ hai

www.ingramcontent.com/pod-product-compliance
Lightning Source LLC
LaVergne TN
LVHW050843051026
849532LV00006BA/2095
* 9 7 9 8 2 9 5 6 3 9 0 8 1 *